D1763832

எழுக, நீ புலவன்!

பாரதி பற்றிய கட்டுரைகள்

எழுக, நீ புலவன்!

பாரதி பற்றிய கட்டுரைகள்

ஆ. இரா. வேங்கடாசலபதி

உள்ளூர் ஜமீன்தார் முதல் உலகப் போர் வரை பாரதியைச் சுற்றிச் சுழன்ற உலகத்தைக் காட்டும் கண்ணாடி 'எழுக, நீ புலவன்'. முக்கால் நூற்றாண்டுப் பாரதி ஆய்வுக்குப் பிறகும் இன்னும் வெளிச்சம் பெறாத செய்திகளைப் புதிய விவரிப்புகளுடன் முன்வைக்கின்றன இந்நூல் கட்டுரைகள்.

பாரதி எழுதத் தவறிய எட்டயபுர வரலாறு, பாரதி வியந்த தாகூர், யார் என்று தெரியாமலேயே பாரதியை விவரித்த ஆங்கிலேய நிருபர் ஹென்ரி நெவின்சன், பாரதி காலத்து முக்கிய சர்வதேச அரசியல் நிகழ்வான முதல் உலகப் போர் பற்றி அவனுடைய பார்வை, சுயஎள்ளலும் கழிவிரக்கமும் கூடிய பாரதி சுயசரிதைகளின் பின்னணி, 'எழுக, நீ புலவன்' என்று பாரதிதாசனைப் பாரதி இனம்கண்டது, பாரதியின் எழுத்து வாழ்க்கை – இதழியல் பணி எனப் பல்வேறு பொருள்களில் ஒளி பாய்ச்சும் கட்டுரைக் கோவை இந்நூல்.

பாரதியின் கருத்துப்படங்களைத் தொகுத்தும், 'விஜயா', ஆங்கில 'இந்து' ஆகிய நாளிதழ்களிலிருந்து பாரதி யின் எழுத்துகளைத் திரட்டியும் பாரதியியலுக்கு முக்கியப் பங்காற்றியுள்ள ஆ.இரா. வேங்கடாசலபதியின் விறுவிறுப்பான நடையில் அமைந்த சுவையான நூல் 'எழுக, நீ புலவன்!'

ஆ. இரா. வேங்கடாசலபதி (பி. 1967) தமிழ்ச் சமூக வரலாறு தொடர்பாகக் குறிப்பிடத்தகுந்த ஆய்வுகள் செய்து வருபவர். சென்னை வளர்ச்சி ஆராய்ச்சி நிறுவனத்தில் *(Madras Institute of Development Studies)* பேராசிரியராக இருக்கும் இவர், மனோன்மணியம் சுந்தரனார் (திருநெல்வேலி), சென்னை, சிகாகோ, சிங்கப்பூர் பல்கலைக்கழகங்களில் பணியாற்றியிருக்கிறார்.

ஆசிரியரின் பிற நூல்கள்

எழுதியவை

வ.உ.சியும் திருநெல்வேலி எழுச்சியும் (1987)
பின்னி ஆலை வேலைநிறுத்தம், 1921 (1990)
(இணையாசிரியர்: ஆ. சிவசுப்பிரமணியன்)
திராவிட இயக்கமும் வேளாளரும், 1927–1944 (1994)
அந்தக் காலத்தில் காப்பி இல்லை முதலான ஆய்வுக் கட்டுரைகள் (2000, 2013)
நாவலும் வாசிப்பும் (2002)
முல்லை: ஓர் அறிமுகம் (2004)
முச்சந்தி இலக்கியம் (2004)
பாரதி: கவிஞனும் காப்புரிமையும் (2015)
ஆஷ் அடிச்சுவட்டில்: அறிஞர்கள், ஆளுமைகள் (2016)

பதிப்பித்தவை

வ.உ.சி. கடிதங்கள் (1984)
மறைமலையடிகளார் நாட்குறிப்புகள் (1988)
வ.உ.சியும் பாரதியும் (1994)
பாரதியின் கருத்துப்படங்கள்: 'இந்தியா' 1906–1910 (1994)
அன்னை இட்ட தீ: புதுமைப்பித்தன் (1998)
வ.உ.சியின் சிவஞான போதவுரை (1999)
புதுமைப்பித்தன் கதைகள்: முழுத் தொகுப்பு (2000)
புதுமைப்பித்தன் கட்டுரைகள் (2002)
அண்ணல் அடிச்சுவட்டில்: ஏ. கே. செட்டியார் (2003, 2016)
பாரதி: 'விஜயா' கட்டுரைகள் (2004)
புதுமைப்பித்தன் மொழிபெயர்ப்புகள் (2006)
பாரதி கருவூலம்: 'ஹிந்து' நாளிதழில் பாரதியின் எழுத்துகள் (2008)
திலக மகரிஷி: வ.உ.சி. (2010)
பாரதியின் சுயசரிதைகள்: கனவு, சின்னச் சங்கரன் கதை (2014)
சென்றுபோன நாட்கள்: எஸ்.ஜி. இராமாநுஜலு நாயுடு (2015)
புதுமைப்பித்தன் வரலாறு: தொ.மு.சி ரகுநாதன் (2016)

தமிழாக்கம்

பாப்லோ நெருடா, துயர்மிகு வரிகளை இன்றிரவு நான் எழுதலாம் (2005)
வரலாறும் கருத்தியலும் (Romila Thapar's Past and Prejudice) (2008)

In English

(trans), Tranquillity – Bharatidasan (1987)
(trans), J.J. Some Jottings – Sundara Ramaswamy (2003, 2016)
In Those Days There Was No Coffee: Writings in Cultural History (2006)
(ed.) A.K. Chettiar, In the Tracks of the Mahatma: The Making of a Documentary (2006)
(ed.) Chennai, Not Madras: Perspectives on the City (2006)
(ed.) M.L. Thangappa, Love Stands Alone: Selections from Tamil Sangam Poetry (2010)
(ed.) M.L. Thangappa, Red Lilies and Frightened Birds: 'Muttollayiram' (2011)
The Province of the Book: Scholars, Scribes, and Scribblers in Colonial Tamilnadu (2013)
(co-ed.) Beyond Tranquebar: Grappling Across Cultural Borders in South India (2014)

ஆ. இரா. வேங்கடாசலபதி

எழுக, நீ புலவன்!
பாரதி பற்றிய கட்டுரைகள்

காலச்சுவடு பதிப்பகம்

எழுக, நீ புலவன்! பாரதி பற்றிய கட்டுரைகள் ♦ கட்டுரைகள் ♦
ஆசிரியர்: ஆ. இரா. வேங்கடாசலபதி ♦ © ஆ. இரா. வேங்கடாசலபதி ♦
முதல் பதிப்பு: 11 டிசம்பர் 2016, இரண்டாம் பதிப்பு: 11 டிசம்பர் 2017 ♦
வெளியீடு: காலச்சுவடு பப்ளிகேஷன்ஸ் (பி) லிட்., 669, கே.பி. சாலை,
நாகர்கோவில் 629001

ezuka, nii pulavan! paarati pattiya katturaikal ♦ Essays on
Subramania Bharati (1882 –1921) ♦ Author: A.R.Venkatachalapathy ♦
© A.R. Venkatachalapathy ♦ Language: Tamil ♦ First Edition: 11
December 2016, Second Edition: 11 December 2017 ♦ Size: Demy
1 x 8 ♦ Paper: 18.6 kg maplitho ♦ Pages: 224

Published by Kalachuvadu Publications Pvt. Ltd., 669, K.P. Road,
Nagercoil 629001, India ♦ Phone: 91-4652-278525 ♦ mail: publications
@kalachuvadu.com ♦ Wrapper printed at Print Specialities, Chennai
600014 ♦ Printed at Mani Offset, Chennai 600077

ISBN: 978-93-5244-073-3

12/2017/S.No.750, kcp 1937, 18.6 (2) ILL

மதிவாணனுக்கு

பொருளடக்கம்

முன்னுரை: நாள் மலர்களும் நாட்படு தேறலும் 11

1. 'சென்னையின் தமிழ்க் கவிஞன்': ஓர் ஆங்கிலேய நிருபரின் பார்வையில் பாரதி 17

2. முதல் உலகப் போரும் பாரதியும் 26

3. 'ரவீந்திர திக்விஜயம்': பாரதி பார்வையில் தாகூர் 39

4. 'பரிமளா': பாரதி பாராட்டிய நாவல்? 53

5. 'வம்சமணி தீபிகை': பாரதி எழுதத் தவறிய எட்டயபுர வரலாறு 62

6. 'இன்னுமொருகால் இளசைக் கேகிடின்': பாரதியின் சுயசரிதைகள் 75

7. 'தமிழறிந்த மன்னரிலை என்ற வசை': எட்டயபுர ஜமீன்தார்கள் பற்றி 88

8. 'எழுக, நீ புலவன்!': பாரதி – பாரதிதாசன் சந்திப்பு நிகழ்ந்தது எப்போது? 100

9. 'நமக்குத் தொழில் கவிதை': பாரதியின் எழுத்து வாழ்க்கை 112

10. பாரதியும் மொழியின் நவீனமயமாக்கமும் 138

11. 'விஜயா': பாரதி ஆசிரியனாக விளங்கிய ஒரே நாளிதழ் 151

12. ஆங்கில நாளிதழில் ஒரு தமிழ்க் கவிஞன்: 'ஹிந்து'வில் பாரதி 176

13. பாரதியின் கருத்துப்படங்கள் 190

14. பாரதியின் உயிரியல் வாரிசு 216

வெளியீட்டு விவரங்கள் 220

முன்னுரை

நாள் மலர்களும் நாட்படு தேறலும்

சென்ற இருபத்தைந்தாண்டுகளில் சி. சுப்பிரமணிய பாரதி (1882–1921) என்ற பாரதியைப் பற்றி நான் எழுதிய கட்டுரைகளின் தொகுப்பு இது.

வ.உ.சி.யின் மீது கொண்ட ஈடுபாட்டின் காரணமாக ஆய்வுலகில் நுழைந்தவன் நான். நுழைந்த தருணம் பாரதி நூற்றாண்டாக (1981–82) அமைந்தது தற்செயல். ஆயினும் அக்கொண்டாட்டம் தந்த உந்தாற்றலும் மனவெழுச்சியும் இம்மைக்கும் ஏழேழ் பிறவிக்கும் பற்றாகும்.

வ.உ.சி.யின் வாழ்க்கையும் பணியும் தொடர்பான முதன்மை ஆவணங்களைத் தேடிச் சென்றபொழுது, அவருடைய நண்பனும் சமகாலக் கவிஞனும் இதழாளனுமான பாரதியின் படைப்புகளையும் பத்திரிகைகளையும் நாட வேண்டியதாயிற்று. பாரதி பற்றிய அடிப்படை ஆய்வுகள் நடந்து முடிந்து விட்டன என்ற எண்ணம் மிக விரைவிலேயே பொய்த்துப்போனது. பாரதி பற்றிய முதன்மை ஆவணங்களையும், வரலாற்றுச் சூழலுக்குப் பொருந்திய புரிதலையும் எனக்கு நானே கண்டடைய வேண்டிய தேவையை உணர்ந்தேன்.

என் தேடல்களில் பல முதல்நிலை ஆதாரங்களைக் கண்டெடுத்தேன். அரசாங்கத்திற்கு எதிரான அரசியலில் ஈடுபட்டவன் என்ற முறையில் அரசு ஆவணங்களில் பாரதியைப் பற்றிய பதிவுகள்

இல்லாமல் போகாது என்ற உறுதியான நம்பிக்கையில் தமிழ்நாடு ஆவணக்காப்பகம், இந்தியத் தேசிய ஆவணக்காப்பகம், பிரிட்டிஷ் நூலகம் ஆகியவற்றில் தேடினேன். என் நம்பிக்கை வீண் போகவில்லை. பல புதிய செய்திகள் கிடைத்தன. எடுத்துக்காட்டாக, கடலூர் சிறைச்சாலையிலிருந்து விடுதலை பெற்றபொழுது பாரதி எழுதிய கடிதத்தை முதலில் நான்தான் வெளியிட்டேன் ('முகம்' மாத இதழ், பிப்ரவரி 1985). சில பாரதி அன்பர்கள் இதற்காக என்மீது வருத்தப்பட்டார்கள்.

பாரதியின் 'இந்தியா' இதழ்களை முழுவதுமாகப் பார்க்க வேண்டும் என்ற முயற்சியில் 1984–85ஆம் ஆண்டில் ஸி.எஸ். சுப்பிரமணியம், ரா.அ. பத்மநாபன், இளசை மணியன், மறைமலையடிகள் நூல்நிலையம் ஆகியோரிடமிருந்த பிரதிகளைப் பயன்கொண்டேன். பாரதி தொகுப்புப் பணியில் பல இடைவெளிகள் உள்ளதென்பதை உணர அதிக காலம் ஆகவில்லை. எடுத்துக்கொண்ட வேலையை விட்டுவிட்டு மற்றொரு பொறுப்பை மேற்கொள்ள மனம் இடம் தரவில்லை. இருப்பினும் பல செய்திகளை மனத்தில் ஊறப்போட்டு வந்தேன்.

காலவரிசையில் அமைந்த தமிழ்ப் பல்கலைக்கழகத்தின் பாரதி பாடல் ஆய்வுப் பதிப்பு 1987இல் வெளிவந்தது. பாரதி பாடல்களைக் காலவரிசையில் படித்ததும், அப்பதிப்பின் பிற்சேர்க்கைகளும் பாரதிமீது புதிய ஒளியைப் பாய்ச்சி ஒரு தெளிவை அளித்தன. எரிச்சலூட்டிய ம.ரா.போ. குருசாமியின் பதிப்பு முறையியலையும் இதற்காக நான் பொறுத்துக்கொண்டேன். 'நமக்குத் தொழில் கவிதை' என்ற கட்டுரையின் வித்து அப்போதுதான் ஊன்றப்பட்டது. தமிழில் அச்சுப் பண்பாடு பற்றிய என் முனைவர் பட்ட ஆய்வேட்டுக்கும் அதுவே முதல் தப்படியாக அமைந்தது.

இதைத் தொடர்ந்து புது தில்லி ஜவகர்லால் நேரு பல்கலைக்கழகத்தின் வரலாற்றாய்வு மையத்தில் முனைவர் பட்ட மாணவனாக இருந்த காலத்தில் (1990–94) அச்சு ஊடகத்தின் சமூக வரலாற்றில் என் ஆய்வார்வம் குவிந்தது. அதன் துணைவிளைவாகப் பாரதியின் 'இந்தியா' இதழில் வெளியான கருத்துப்படங்களை நூலாக்கினேன். ஊதியம் தரும் வேலையில்லாதிருந்த காலத்திலும் அவற்றைத் திரட்டி ஒரு பெருநூலாக 1994இல் வெளியிட்டேன். தமிழ்ப் பதிப்பு வரலாற்றில் அதற்கோர் இடம் உண்டு என்று பலர் கருதுகிறார்கள். ஐந்நூறு ரூபாய் விலை வைக்க வேண்டிய விலை மதிப்பில்லாப் புத்தகத்திற்கு ஐம்பது ரூபாய் விலை குறித்தேன். இளமையின் இலட்சிய ஆவேசத்திற்கு எல்லை உண்டா என்ன?

அதே சமயத்தில் வ.உ.சி.-பாரதி தொடர்பான ஆவணங் களையும் தொகுத்து நூலாக்கினேன். பாரதியைப் பற்றி வ.உ.சி. எழுதிய நினைவுரையின் திருத்தமான வடிவம் 'வ.உ.சியும் பாரதியும்' (1994) நூலில் மட்டுமே உண்டு.

பஞ்சதந்திரக் கதையில் வரும் கிழவி போல் வெளிச்சம் உள்ள இடத்திலேயே தமிழக ஆய்வாளர்கள் தேடி வருகிறார் களோ என்று சில வேளை தோன்றும். பாரதியின் அரசியல் வாழ்க்கையை ஆராய்பவர் எப்படிக் காலனிய அரசாங்க ஆவணக்காப்பகத்தில் தேடுதல் நடத்தாமல் இருக்க முடியும்? பிரெஞ்சு இந்தியப் பகுதியாக இருந்த புதுச்சேரியிலிருந்து வெளியான 'விஜயா'வைப் பாரீசிலல்லவா தேட வேண்டும்? பாரதி 'இந்து' ஆங்கில நாளேட்டில் எழுதியதற்கான தடயங்கள் கிடைக்கும்பொழுது அதன் பழைய கோப்புகளை முழுவதுமாகப் பார்க்க வேண்டாமா? இந்தப் போக்கில் சிந்தித்ததன் விளைவாகத் தமிழ்நாடு ஆவணக்காப்பகம் (சென்னை), மகாகவி பாரதி நினைவு அருங்காட்சியகம் (புதுச்சேரி), இந்தியத் தேசிய ஆவணக்காப்பகம் (புது தில்லி), தேசிய நூலகம் (கல்கத்தா), பிரிட்டிஷ் நூலகம் (லண்டன்), பிரான்சின் தேசிய நூலகம் (பாரீஸ்) முதலான ஆவணக்காப்பகங்களில் தொடர்ந்து தேடினேன்.

பிரான்சின் தேசிய நூலகத்தில் கண்டெடுத்த 'விஜயா' ஒரு பெரும் புதையலாகும். (இதன் தொடர்பில் பேருதவி புரிந்த முனைவர் அப்பாசாமி முருகையனுக்கு இங்கு நன்றி கூறுதல் கடமை.) அதிலிருந்து திரட்டிய கட்டுரைகள் 2004இல் நூலாக்கம் பெற்றன. அவ்வாறே கேம்பிரிட்ஜ் பல்கலைக்கழகத் தெற்காசிய ஆய்வு மையத்தில் 'இந்து'வின் நுண்படச் சுருளைப் பார்த்து, பாரதியின் எழுத்துகளைத் திரட்டி 2008இல் நூலாக்கினேன். மொத்தத்தில் இருநூறு பக்கங்களுக்கும் மேற்பட்ட பாரதியின் அறியப்படாத எழுத்துகளை நான் கண்டெடுத்துள்ளேன் என்று மதிப்பிடலாம்.

ஆய்வு மூலங்களைத் திரட்டித் தொகுத்து வெளியிடுவது மட்டுமே ஆராய்ச்சி ஆகிவிட முடியாது. 'மிதவாதிகளுக்கு டால்ஸ்டாயின் கடிதம்: பாரதியின் ஒப்புநோக்கு' என்ற ஸி.எஸ். சுப்பிரமணியம் எழுதிய சிறு நூல், ஒரு பிரதியை அதன் வரலாற்றுச் சூழலில் எவ்வாறு பொருத்திப் பொருள் கொள்ள வேண்டும் என்பதை எனக்கு முதலில் உணர்த்திய கைவிளக்காகும். ரகுநாதனின் 'பாரதி: சில பார்வைகள்', 'பாரதி: காலமும் கருத்தும்' ஆகிய நூல்களைப் படித்தபொழுது ஏற்பட்ட பித்து நிலையை மீண்டும் அடைய முடிந்தால் எவ்வளவு நன்றாக

இருக்கும் என்று நரைகூடும் இந்த வயதில் தோன்றுகிறது. ரகுநாதனின் ஆய்வு முடிவுகள் பெரும்பாலும் பிழையாக முடிந்தாலும் அவர் காட்டிய பாதையை மறப்பதற்கில்லை. மிகக் குறைந்த ஆவண அடிப்படையைக் கொண்டிருந்தாலும் க. கைலாசபதியின் பாரதி ஆய்வுக் கட்டுரைகள் அவர் எழுப்பிய கேள்விகளுக்காகவும், அவற்றுக்கு விடை காண அவர் கைக்கொண்ட முறையியலுக்காகவும் மிக முக்கியமானவை. கா. சிவத்தம்பி – அ. மார்க்ஸ் இணைந்து எழுதிய 'பாரதி: மறைவு முதல் மகாகவி வரை' பலரையும் போலவே எனக்கும் முன்மாதிரியாக இருந்தது. அரசு ஆவணங்களை வரலாற்று ஆய்வுக்கு எப்படிப் பயன்படுத்தக் கூடாது என்பதைத் தம் ஆய்வுகளால் எதிர்மறையாக உணர்த்தியவர்கள் இருவர். 'சுட்டி ஒருவர் பெயர் கொளப் பெறார்' என்பது அகப்பொருளுக்கு மட்டுமல்ல ஆய்வுலகுக்கும் பொருந்தும் இலக்கணமாகும்.

நல்ல வேளையாக இவற்றின் தாக்கம் மீதூர்ந்திருந்த காலத்தில் பாரதியைப் பற்றி நான் எழுதத் தலைப்படவில்லை. எனக்கான ஓர் எழுதுமுறையினையும் பார்வையினையும் வளர்த்துக்கொண்ட பிறகே பாரதி என்ற யானையைத் தடவிப் பார்த்து விவரிக்க முற்பட்டேன். புறச் சூழல்களுக்கும் தனிநபருக்கும் இடையிலான ஊடாட்டத்தைப் பாரதி வழியே காணும் முயற்சி இக்கட்டுரைகளில் மேலோங்கியிருப்பதைக் காணலாம்.

பாரதி என்னும் கட்டற்ற படைப்பாளுமையைப் பற்றிச் சக்கையான நடையில் எழுதுவது அவனுக்கு இழைக்கும் துரோகம் என்று தோன்றும். சாரமான முறையில் இக்கட்டுரைகள் அமைந்துள்ளனவா என மதிப்பிட வேண்டியது வாசகர்கள் பொறுப்பு.

கால் நூற்றாண்டுக் கால இடைவெளியில் வெவ்வேறு தருணங்களில் எழுதிய கட்டுரைகளாயினும், இந்நூலுக்காக அவற்றைத் திருத்தியும் விரிவாக்கியும் செப்பம் செய்திருக்கிறேன். ஆங்கிலத்தில் முதலில் எழுதிய கட்டுரைகள் சிலவற்றைத் தமிழில் மீட்டுருவாக்கம் செய்துள்ளேன்.

'நமக்குத் தொழில் கவிதை'யின் முதல் வரைவை எழுதிக் கால் நூற்றாண்டாகிவிட்டது. சில கட்டுரைகளைச் சென்ற சில மாதங்களில்தான் எழுதி முடித்தேன். அவ்வகையில் நாள்மலர்களும் நாட்படு தேறலுமாக அமைந்த தொகுப்பு இது. நறுமணமும் தேள்கடுப்பும் இவற்றில் உண்டா என்பதை நுகர்பவர்களே சொல்ல வேண்டும்.

பாரதி தான் நடத்திய பத்திரிகைகளில் பக்கங்களுக்குத் தமிழ் எண்களையே இட்டுள்ளான். அதனை அடியொற்றி நான் கட்டுரைப் பிரிவுகளுக்குத் தமிழ் எண்களைக் கையாண்டுள்ளேன்.

பாரிய வரலாற்றுப் போக்குகளையும் வரலாற்றின் வெளிச்சம்படாத இண்டுஇடுக்குகளையும் ஒரே சட்டகத்திற்குள் கையாளும் முயற்சிகள் இவை. பாரதி பற்றிக் கண்டறிய வேண்டிய எவ்வளவோ செய்திகளும், பொருள் கொள்ள வேண்டிய எவ்வளவோ போக்குகளும் உள்ளன. அப்பணிக்கு இவை கைகாட்டி மரங்களானால் மிக மகிழ்வேன்.

~

பாரதியின் எழுத்துகள் என் செயல்பாட்டுக்குத் தொடர்ந்து உந்தாற்றலாக இருந்துவந்திருக்கின்றன. பாரதி நூற்றாண்டில் கலந்துகொண்ட எண்ணற்ற கூட்டங்களும் விவாதங்களும் இவ்வேளையில் நினைவில் படர்கின்றன.

இதன் தொடர்பில் மறக்க முடியாத சில பெயர்கள் உண்டு. அனைவரையும் சுட்ட இங்கு இடமில்லை. ஸி.எஸ். சுப்பிரமணியம், ரா.அ. பத்மநாபன், சீனி. விசுவநாதன், இளசை மணியன் ஆகியோரை நேரில் அறிய நேர்ந்தது நான் பெற்ற பேறு.

ஏறத்தாழ முப்பதாண்டுகளாகப் பழ. அதியமானோடு பாரதி பற்றியும் விவாதித்து வருகிறேன். தேக்கமுற்றுவிட்டதோ என்று நினைத்த வேளையில் பாரதி ஆய்வுகளில் ஓர் உடைவை ஏற்படுத்தியிருப்பவர் ய. மணிகண்டன். இவ்விருவரோடு மற்றொருவனாக அடுத்த தலைமுறைப் பாரதி ஆய்வாளர்களில் என்னை நானே கருதிக்கொள்வேனேயானால் அவர்கள் அதற்குத் தடை சொல்ல மாட்டார்கள் என்ற நம்பிக்கையோடு இருவருக்கும் என் நன்றியைத் தெரிவித்துக்கொள்கிறேன்.

ஒவ்வொரு கட்டுரையின் தலைப்பிலும் இடம்பெறும் கோட்டோவியம் ஞாநி வரைந்தது.

எனக்கு மட்டும் பாட்டுத் திறமிருந்தால் நான் முதலில் இயற்றுவது ‘கண்ணன்: என் பதிப்பாளன்’ என்பதாகவே இருக்கும்.

இன்று கிடைக்கும் பாரதி புகைப்படங்கள் ஐந்து. நான்காண்டுகளில், மூன்று தருணங்களில் எடுத்தவை இவை. ஆர்யா முதல் ஆதிமூலம் வரை பல கலைஞர்கள் இவற்றைக் கொண்டு ஓவியம் தீட்டித் தீர்த்துவிட்டார்கள். பாரதி நூல்களோ நூற்றுக்கணக்கில். அட்டைப் படம் போடுவது பெரும் கலைச் சவாலாக இருக்கிறது. ஒரு துறைக் கோவை இயற்றிய கற்பனைக்

களஞ்சியங்கள் கூடக் காய்ந்துபோவார்கள். சீனிவாசன் நடராஜன் முற்றிலும் புதிய முறையில் ஆர்வத்துடன் முகப்புப் படம் அமைத்திருக்கிறார்.

வழக்கம் போலவே பொறுப்பாக இந்நூலின் அச்சமைப்பு வேலைகளைச் செய்துள்ள திருமதி பா. கலா முருகனுக்கும் பிற காலச்சுவடு அன்பர்களுக்கும் என் நன்றி உரியது.

பா. மதிவாணனோடு எனக்குக் கால் நூற்றாண்டுக்கும் மேல் பழக்கம். அவரைப் போல் மதி நுட்பமும் நகைச்சுவை உணர்வும் கொண்ட தமிழறிஞர்கள் குறைவு. இலக்கண இலக்கியங்களில் ஐயமேற்படும் பொழுதெல்லாம் அவரையே முதலில் நாடுவேன். அவர் எழுதாமலிருப்பது தமிழுக்கு இழப்பு. இனிமேலேனும் அவர் எழுதத் தொடங்க வேண்டும் என்ற வேண்டுகோளோடு நண்பர் மதிக்கு இந்நூலைக் காணிக்கையாக்குகிறேன்.

சென்னை
6.11.2016

சலபதி

1

'சென்னையின் தமிழ்க் கவிஞன்'
ஓர் ஆங்கிலேய நிருபரின் பார்வையில் பாரதி

1907ஆம் ஆண்டின் இறுதியில், ஒரு பின் மாலையில், சென்னைக் கடற்கரைச் சாலைக்கும் திரைகடலுக்கும் இடையே மணல் வெளியில் ஒரு சிறு மேடையைச் சுற்றி ஒரு பெருங்கூட்டம் வட்டமாகக் குழுமியிருந்தது. விரைந்து அடர்ந்துவந்த இருளை விரட்டுவதற்காக மேடையின் மீது ஒரு பெரிய விளக்கு ஏற்றப்பட்டிருந்தது. முண்டியடித்த கூட்டத்தில் ஒரே ஒரு வெள்ளைக்காரர் தனித்துத் தெரிந்தார். வெள்ளை அரசுக்கு எதிராகக் கிளர்ந்திருந்த சுதேசி இயக்கத்தின் உச்சத்தில் கூடியிருந்த இந்தத் தீவிர தேசியக் கூட்டத்தில் ஒரு வெள்ளைக்காரருக்கு என்ன வேலை? அவர் ஓர் அரசு அதிகாரியோ, வணிகரோ, கிறிஸ்தவ மறைப் பணியாளரோ, ஏன் அவ்வப்பொழுது அரசாங்கம் பிடித்து வெளியேற்ற முயன்ற ஐரோப்பிய இனப் போக்கிரிகளில் ஒருவரோ அல்லர். அப்படியென்றால் யார் அவர்? விக்டோரியா பேரரசியின் ஆட்சிக்காலத்தின் கடைப்பகுதியில் புகழ்பெற்று விளங்கிய ஆங்கிலேயப் போர் நிருபரான (warcorrespondent) ஹென்ரிவுட் நெவின்சன்தான் (Henry Woodd Nevinson, 1856-1941) அந்த வெள்ளைக்காரர். நெவின்சனின் விரிவான வாழ்க்கை வரலாற்றை எழுதிய ஏஞ்சலா ஜான் இவரை 'பிரிட்டிஷாரின் காலையுணவு மேசைக்குப் போர்ச் செய்திகளைக் கொண்டுவந்தவர்' என்று பாராட்டுகிறார்.¹

இந்தக் கடற்கரைக் கூட்டம் நிகழ்வதற்கு ஒரு மாதத்திற்கு முன்புதான் இங்கிலாந்திலிருந்து புறப்பட்டு பம்பாயில் தரையிறங்கியிருந்தார் அப்பொழுது 51 வயது நிரம்பியிருந்த நெவின்சன். இந்தியாவிற்கு வருவதற்கு முன்னர் கிரேக்க – துருக்கிப் போர் (1897), ஸ்பானிய – அமெரிக்கப் போர் (1898), ருஷ்யப் புரட்சி (1905) ஆகியவற்றை நேரில் கண்டு பத்திரிகைகளுக்கு அவர் எழுதியிருந்தார். அதன் பிறகு இரண்டு உலகப் போர்களையும் பற்றி எழுதி, இரண்டாம் உலகப் போரின் உச்சத்தில் தம் 85ஆம் அகவையில் அவர் காலமானார். தம்மைத் தாராளவாதியாக (liberal) அறிவித்துக்கொண்ட நெவின்சன் மகளிர் வாக்குரிமையை ஆதரித்தவர்; ஐரிஷ் மக்களின் இன்னல்களுக்கும் தேசிய விழைவுகளுக்கும் குரல் கொடுத்தவர். போர்ச் செய்தியாளராகத் திகழ்ந்தவரென்றாலும் போரை வெறுத்தவர். முதல் உலகப் போர் மூண்டதையொட்டி வெறுப்படைந்த நெவின்சன் தொழில் கட்சியின் ஆதரவாளராக மாறினார்.

1905இல் வங்காளப் பிரிவினையை அடுத்து இந்திய மக்களிடையே பேரெழுச்சி ஏற்பட்டது. இதனை ஒடுக்க அரசாங்கம் கடுமையான அடக்குமுறையைக் கட்டவிழ்த்து விட்டது. இலண்டனின் 'டைம்ஸ்' நாளிதழ் இந்தியாவைப் பற்றி எதிர்மறையான செய்திகளையே வெளியிட்டுவந்த வேளையில் உண்மை நிலைமையை அறிவிக்க வேறுசில நாளேடுகள் விரும்பின. இப்பணியை மேற்கொள்ள நெவின்சனே முன்வந்தார். 'தற்பொழுது இந்தியாவில் நிலவும் அதிருப்திக்கான காரணங்களைக் கண்டறியவும், இதன் தொடர்பாக முக்கியமான இந்தியர்கள், அதிகாரிகள் ஆகியோரின் கருத்தை முற்சாய்வில்லாமல் எழுதவும்' நெவின்சன் பணிக்கப்பட்டிருந்தார். இதற்காக இந்தியா முழுவதும் ஏறத்தாழ நான்கு மாதங்கள் சுற்றுப்பயணம் மேற்கொண்டார். அவருடைய செய்தி அறிக்கைகளை 'மான்செஸ்டர் கார்டியன்', 'கிளாஸ்கோ கார்டியன்', 'டெய்லி கிரானிக்கல்' ஆகிய ஏடுகள் தாங்கி வெளிவந்தன. தம் செய்தி அறிக்கைகளை எல்லாம் தொகுத்து, தனி நூலாக வெளியிடுவது நெவின்சனின் வழக்கம். அவ்வாறே இந்திய அரசியல் நிலைமையைப் பற்றிய தம் செய்திக் கட்டுரைகளைத் தொகுத்து *The New Spirit in India* ('இந்தியாவில் புதிய உணர்வெழுச்சி') என்ற நூலாக 1908ஆம் ஆண்டின் பிற்பகுதியில் வெளியிட்டார்.[2]

தேர்ந்த இதழாளரான நெவின்சன், இங்கிலாந்திலிருந்து புறப்படுவதற்கு முன்பு பல முன்தயாரிப்புகளைச் செய்தார். காங்கிரஸ் அமைப்பின் மூத்த தலைவர்களான தாதாபாய் நவுரோஜி, வில்லியம் வெடர்பர்ன், ஹென்ரி காட்டன் ஆகியோரையும், இந்தியாவுக்கான அரசு செயலாளரான மார்லி

பிரபுவையும் சந்தித்துப் பின்னணிச் செய்திகளைத் திரட்டினார். இந்தியத் தேசியச் சார்பும், அரசு அடக்குமுறையின் மீது வெறுப்பும் கொண்டவராயினும், படிப்படியான மாற்றங்களை விரும்பிய மிதவாதிகளையே நெவின்சன் ஆதரித்தார். இருப்பினும் இவருடைய இந்திய வருகை அரசைக் கலக்கமடையச் செய்தது.

முதலில் புனாவிற்குச் சென்ற நெவின்சன் திலகரையும் கோகலேவையும் சந்தித்தார். இருவருமே அவர் மனத்தைக் கவர்ந்தனர். (பின்னர் கல்கத்தா சென்று அரவிந்தரைக் கண்டு, அவரைப் பற்றி மிக உயர்வாக எழுதினார்.) சென்னையின் முக்கிய மாத இதழான *Indian Review*வின் ஆசிரியரும், நூல் வெளியீட்டாளரும், மிதவாத தேசியப் பிரமுகருமான ஜி.ஏ. நடேசனுக்கு கோகலே கொடுத்திருந்த அறிமுகக் கடிதத்தோடு அவர் சென்னைக்கு வந்திறங்கினார். அதன் பிறகு சென்னையிலிருந்து ஒரிசா வழியாக வங்காளம், பஞ்சாப் ஆகிய மாகாணங்களுக்குச் சென்றார். காங்கிரஸ் கட்சியில் பிளவு ஏற்பட்ட சூரத் மாநாட்டில் அவர் கலந்துகொண்டு எழுதிய பதிவு முக்கியமானதாகும்.

உ

சென்னையில் சரியாக ஒரு வாரம் தங்கினார் நெவின்சன். புனாவிலிருந்து 18 நவம்பர் 1907இல் வந்துசேர்ந்த அவர் 24ஆம் நாள் மாலை ஒரிசாவின் கட்டக் நகரம் வழியாகக் கல்கத்தாவுக்குப் பயணமானார். இந்த ஒரு வாரமும் கன்னிமாரா ஓட்டலில் தங்கியிருந்தார். காஸ்மாபாலிட்டன் கிளப்பிற்குச் சென்று ஒரு மாலை முழுவதும் அதன் உறுப்பினர்களோடு கலந்துரையாடினார். ‘இந்து’, ‘இந்தியன் பேட்ரியட்’ ஆகிய பத்திரிகை அலுவலகங்களுக்குச் சென்று அதன் ஆசிரியர் குழுவினரைச் சந்தித்தார். ‘மெட்ராஸ் ஸ்டாண்டர்டு’ நாளேட்டின் பிரதிநிதியோடு நீண்ட உரையாடலை மேற்கொண்டார். தென்னகத்தின் முக்கிய அரசியல் அமைப்பாக விளங்கிய சென்னை மகாஜன சபைக்குச் சென்று அதன் வரவேற்பை ஏற்றுக்கொண்டதோடு ஒரு சிற்றுரையும் ஆற்றினார். லண்டன் ‘டைம்ஸ்’ முதலான ஆங்கிலேய இதழ்கள் 1857ஆம் ஆண்டின் வன்முறை நிகழ்ச்சிகளை மீண்டும் வெளியிட்டு இந்தியாவிற்கு எதிரான உணர்வைத் தூண்டிவிடுவதாகக் குற்றஞ்சாட்டிய நெவின்சன், இந்தியர்களின் உண்மையான விழைவுகளைப் பதிவு செய்யவே தாம் வருகை புரிந்திருந்ததாகத் தெரிவித்தார். இந்தியரிடையே முகிழ்த்திருந்த ஒற்றுமையைப் பாராட்டிய அவர், ஆங்கிலேயர்கள் எக்காலத்திற்கும் இந்தியாவை ஆள்வதென்பது இயலாதென்றும் கருத்துரைத்தார்.

சென்னையில் நெவின்சன் மயிலாப்பூர் கபாலீசுரர் கோயிலுக்கும் திருவல்லிக்கேணி பார்த்தசாரதி கோயிலுக்கும் சென்றார். 'இருண்ட மாகாணம்' என்ற *(the benighted province)* அவப்பெயரை உறுதிப்படுத்துவதாகவே அவருடைய சென்னை அனுபவங்கள் இருந்தன. 'சென்னையைத் தவிர வேறெங்கும் ஆங்கில எதிர்ப்புணர்ச்சியை இவ்வளவு குறைவாக எதிர்பார்க்க முடியாது' என்றும் அவர் குறிப்பிட்டார். வட சென்னையில் பனைமரக் காட்டினிடையே ஒரு சுதேசப் பஞ்சாலையை நடத்திவந்த 'ஒரு முதிய இந்து'வை அவர் சந்தித்தார். அந்த முதுபெரும் கிழவர் வேறு யாருமல்லர் – பின்னாளில் பார்ப்பனரல்லாதார் இயக்கத்தைத் தோற்றுவித்த பிட்டி தியாகராய செட்டியார்தான்.

இந்தச் செய்திகளையெல்லாம் நெவின்சன் தம் நாட்குறிப்பிலும் புத்தகத்திலும் பதிவு செய்திருக்கிறார். ஆனால் மிக விரிவாக அமைந்தது இக்கட்டுரையின் தொடக்கத்தில் குறிப்பிட்ட சென்னைக் கடற்கரைக் கூட்டம் பற்றிய பதிவே ஆகும். இது நூலில் ஒரு தனி இயலை எடுத்துக்கொண்டுள்ளது. ஆக்ஸ்போர்டு பல்கலைக்கழக நூலகத்தில் அவருடைய நாட்குறிப்பேடுகள் பேணப்படுகின்றன.[3] ஆயினும், செய்தி அறிக்கைகளிலும் அவற்றின் தொகுப்பான நூலிலும் உள்ள செய்திகளோடு நோக்க நாட்குறிப்பேட்டிலுள்ள செய்திகள் குறைவே. விரிவான செய்தி அறிக்கையைப் பத்திரிகைக்கு அனுப்பிவிட்டுச் சில குறிப்புகளை மட்டுமே அவர் தம் நாட்குறிப்பேட்டில் குறித்துவைத்துள்ளார் போலும்.

நெவின்சன் நூலில் உள்ளவாறு அதன் விவரங்களை அடுத்துக் காண்போம்.

௩

1907 மே மாதத்தில், 'முன்னறிவிப்போ, குற்றஞ்சுமத்தலோ, விசாரணையோ இல்லாமல்' *(without notice, charge or trial)* பஞ்சாபின் தேசியத் தலைவர் லாலா லஜபதி ராய் நாடு கடத்தப்பட்டிருந்தார். ஆறு மாதம் கழித்து, நவம்பர் 18இல், தக்க ஆதாரங்கள் இல்லை என்று மார்லி பிரபு அவரை விடுவித்திருந்தார். இதனைக் கொண்டாடுவதற்காகவே சென்னைக் கூட்டம் ஏற்பாடு செய்யப்பட்டிருந்தது. மகிழ்ச்சி ஆரவாரம் இருந்தாலும் கூட்டம் கட்டுக்குள் இருந்து, 'லண்டன் டிராஃபால்கர் சதுக்கப் பொதுக் கூட்டம்கூட இதைவிட அதிக வெளிப்பாட்டுடனும் கட்டுக்குலைந்தும் காணப்படும்' என்ற பாராட்டுச் சொற்களை நெவின்சனிடம் வெளிப்படுத்தியது.

கூட்டத்தின் தொடக்கத்தில் ஒரு சிறுவன் வந்தே மாதரம் பாடலின் தமிழ் வடிவத்தைப் பாடினான். இது 'இனிய நீர்ப் பெருக்கினை, இன்கனி வளத்தினை' என்ற பாரதியின் முதல் மொழிபெயர்ப்பேயாகலாம்.

> இந்த தேசிய கீதம் பாடி முடிந்ததும், லஜபதி ராய் நாடுகடத்தப்பட்டபொழுது இயற்றிய துயரப் பாடலைச் சென்னையின் தமிழ்க் கவிஞர் பாடினார். தாய்நாடு நீங்கியோர் பொதுவாக வருந்தும் விஷயங்கள் அனைத்தும் – வீடு பற்றிய இனிய நினைவுகள், சிறுவயதில் ஆடிக் களித்த மண்ணின் மீதான ஆழ்ந்த பிணைப்பு, அந்நியருக்கும் அறியாத மொழிகளுக்குமிடையே இருப்பதின் தனிமை இதில் அமைதியாகவும் நேராகவும் வெளிப்பட்டன.[4]

நெவின்சன் குறிப்பிடும் சென்னையின் தமிழ்க் கவிஞன் *(The Tamil poet of Madras)* யார்? சி. சுப்பிரமணிய பாரதியேதான். பாரதியைப் பற்றிய முதல் விரிவான இதழியல் குறிப்பு இதுவேயாகலாம். இதை எழுதியது ஒரு வெள்ளைக்காரர் என்பது நகைமுரண் அணி மிளிர்வது. அப்பொழுது பாரதிக்கு வயது இருபத்தைந்து. 1904ஆம் ஆண்டின் கடைசியில் ஒரு பத்திரிகையாளனாகச் சென்னைக்கு வந்துசேர்ந்த பாரதி, சுதேசி இயக்கத்தின் முதன்மையான பண்பாட்டுக் கனியாக விளங்கினான். 1908 செப்டம்பர் மாதத்தில் புதுச்சேரியில் புகலிடம் தேடும் வரையான இடைப்பட்ட நான்காண்டுக் காலத்தில் சுதேசியக் கூட்டங்கள் பலவற்றில் கலந்துகொண்டு தன் பாடல்களை அவன் இசைத்திருக்கிறான்.

நெவின்சன் குறிப்பிடுவது 'நாடிழந்து மக்களையு நல்லாளை யும்பிரிந்து வீடிழந் திங்குற்றேன் விதியினையென் சொல்கேன்' என்று தொடங்கி இருபது கண்ணிகளில் அமைந்த 'லாஜ்பத் ராய் பிரலாபம்' என்ற பாடல் என்பது வெளிப்படை.*

இப்பாடல் முடிந்ததும், 'திடீரென ஒரு மாற்றமாக, கவிஞர் அங்கதத்தைக் கைக்கொண்டு, சுயராஜ்யம் பற்றித் திரு. ஜான் மார்லிக்கும் இந்தியாவுக்குமான ஓர் உரையாடலை விவரித்தார்.'

தமிழறியாத ஓர் ஆங்கிலேயப் பத்திரிகையாளர் வழங்கிய பொருட்சுருக்கமாயினும் நெவின்சன் குறிப்பிடும் பாடலை இனங்காண்பதில் இடரில்லை. (அவருடனிருந்த ஜி.ஏ. நடேசனே

---

* இப்பாடல் பாரதியின் காலவரிசைப் பதிப்புகளில் (தமிழ்ப் பல்கலைக்கழகம், சீனி. விசுவநாதன் ஆகியோர் பதிப்புகள்) 'சுதேச கீதங்கள்' பாரதி ஆச்ரமப் பதிப்பு நூலில் முதலில் தொகுக்கப்பட்டதைக் கொண்டு ஜனவரி 1908 என்ற காலத்தில் அமைக்கப்பட்டுள்ளது. மே 1907இல் அமைப்பதே பொருத்தமானது.

பாடலின் பொருளை விளக்கிக் கூறியிருக்கலாம்.) ஆனால் அவர் செய்யும் பிழை, 'தொண்டு செய்யு மடிமை – உனக்குச் சுதந்திர நினைவோடா' என்று தொடங்கும் பாடலையும், 'வீர சுதந்திரம் வேண்டிநின்றார் – பின்னர் வேறொன்று கொள்வாரோ?' என்ற பாடலையும் குழப்பிக்கொள்கிறார் என்பதே.†

என்ன காரணம் பற்றியோ நெவின்சன் பாரதியின் பெயரைக் குறிப்பிடவில்லை. 'சென்னையின் தமிழ்க் கவிஞன்' என்று தம் நூலில் சுட்டிய அவர், தம் நாட்குறிப்பிலும் பாரதியின் பெயரில்லாமல், *'Then a satire on Morley & India, & a lament on the deportation'* என்று மட்டுமே குறித்துள்ளார்.

இருப்பினும் நெவின்சன் குறிப்பிடும் தமிழ்க் கவிஞர் பாரதிதான் என்பதற்கு வேறொரு சான்றும் கிடைத்துள்ளது. 'போலீஸ்காரரோ, படைவீரரோ ஒருவர்கூடக் காணப்படவில்லை' என்ற நெவின்சனின் அவதானிப்புக்கு மாறாக இக்கூட்டத்தை சி.ஐ.டி. துறையினர் வேவுபார்த்துள்ளனர். அதன் பதிவிலிருந்து பல செய்திகள் கிடைக்கின்றன.[5] கூட்டம் நடந்த நாள் 23 நவம்பர் 1907, சனிக்கிழமை ஆகும். கூட்டம் நடந்த இடம் (இன்று சென்னைப் பல்கலைக்கழக மெரினா வளாகத்திற்கு அடுத்துள்ள பாரத சாரணர் இயக்க அலுவலகம் அமைந்துள்ள) வென்லக் பூங்காவிற்கு நேர் எதிரிலான கடற்கரை. கூட்டத்தை ஏற்பாடு செய்தது சுதேசி வஸ்து பிரசாரிணி சபை என்ற அமைப்பு. 'நான்கு அல்லது ஐந்தாயிரம் மக்கள்' குழுமியிருந்தனர் என்று நெவின்சன் மதிப்பிட, காவல் துறையோ ஆயிரத்தைந்நூறு பேர், 'பெரும்பாலும் மாணவர்கள்' என்று கணக்கிட்டது. கூட்டத்திற்குத் தலைமையேற்றவர் ஜி. சுப்பிரமணிய ஐயர். மார்லியின் தாராளவாதக் கொள்கைகளை அவர் வானளாவப் புகழ்ந்தபொழுது கூட்டத்தினர் கெக்கலித்தனர் என்கிறார் நெவின்சன். கூட்டத்தில் கலந்துகொண்ட பிறர் எனப் போலீஸ் அறிக்கை குறிப்பிடுவது வி. சக்கரை செட்டியார், எஸ். துரைசாமி ஐயர், ஜி.ஏ. நடேசன் ஆகியோர். பாலசுப்பிரமணிய சாமி என்றொரு துறவியும் இக்கூட்டத்தில் கலந்துகொண்டு தமிழில் உரையாற்றியிருக்கிறார். 'கூட்ட நடவடிக்கைகள் சி. சுப்பிரமணிய பாரதி பாடிய தேசியப் பாடல்களுடன் தொடங்கியது' என்றும் அவ்வறிக்கை பதிவு செய்துள்ளது.

---

† இப்பாடல்கள் பாரதியின் காலவரிசைப் பதிப்புகளில் (தமிழ்ப் பல்கலைக்கழகம், சீனி. விசுவநாதன் ஆகியோர் பதிப்புகள்) 'சுதேச கீதங்கள்' (பாரதி ஆச்ரமப் பதிப்பு) நூலில் முதலில் தொகுக்கப்பட்டதைக் கொண்டு ஜனவரி 1908 என்ற காலத்தில் அமைக்கப்பட்டுள்ளன. முதல் வெளியீட்டு விவரம் கண்டறியப்படும் வரை நவம்பர் 1907இல் அமைப்பதே பொருத்தமானது.

௬

தன்னைப் பற்றி நெவின்சன் எழுதிய சித்திரத்தைப் பாரதி அறிந்திருந்தானா?

1908ஆம் ஆண்டின் பிற்பகுதியில் 'இந்தியா' இதழில் நெவின்சனின் நூலைப் பற்றிப் பாரதி எழுதியிருக்கிறான். The New Spirit in India என்பதன் தமிழாக்கமாகப் 'பாரத தேசத்தில் நவசக்தி (நவீன ஆவேசம்)' என்ற தலைப்பில் இரு பகுதிகளாக 24 அக்டோபர் 1908, 31 அக்டோபர் 1908 ஆகிய இதழ்களில் அடுத்தடுத்துப் பாரதியின் பதிவுகள் அமைந்துள்ளன.

'இங்கிலாந்திலிருந்து சென்ற வருஷக் கடைசியில் நமது நாட்டிற்கு வந்து பல இடங்களில் யாத்திரை புரிந்து சென்ற மிஸ்டர் நெவின்ஸன் என்ற ஆங்கில விற்பன்னரைப் பற்றி நேயர்கள் அறிந்திருக்க வேண்டும். அவர் இப்போது "பாரத நாட்டில் நவசக்தி" என்ற பெயர் கொண்ட புஸ்தகமொன்று எழுதிப் பிரசுரம் செய்திருக்கிறார். அதில் நமது தேசத்தின் தற்கால நிலைமையைப் பற்றிப் பல ரஸமான செய்திகள் விவரிக்கப்பட்டிருக்கின்றன' என்ற பீடிகையுடன் தொடங்கும் பாரதி, 'மிகுந்த அறிவும், கல்வித் தேர்ச்சியும், இதய விசாலமும் உடையவர்' என்று அவரைப் பாராட்டிவிட்டு, நூலிலிருந்து சில பத்திகளை மொழிபெயர்த்தும் சுருக்கமாகவும் வாசகர்களுக்கு வழங்குகிறான். மிதவாத அரசியலை ஆதரித்தவரான நெவின்சனின் கருத்துகளை முன்வைக்கையில் பாரதி அவற்றைத் தனது அரசியல் பார்வைக்கேற்ப மடைமாற்றிக் காட்டுகிறான்.

இதற்கு நான்கைந்து இதழ்கள் கழித்து, 12 டிசம்பர் 1908 இதழில், திலகரைப் பற்றி நெவின்சன் எழுதிய பகுதியை மிக விரிவாக மொழிபெயர்த்து வெளியிட்டிருக்கிறான். நெவின்சனின் நூலைப் பாரதி நன்கு அறிந்திருந்தான் என்பதில் எந்த ஐயமும்

இல்லை. அதன் ஆறாம் இயலில் இடம்பெற்ற சென்னையின் தமிழ்க் கவிஞனை அவன் அடையாளம் காணாமலிருந்திருக்க வாய்ப்பில்லை. ஆனால் ஏன் இதைப் பற்றி அவன் ஒன்றும் குறிப்பிடவில்லை? தம் புகழுரைத்தல் தகும் புலவோர்க்கே என்று கருதிய ஒரு தமிழ்க் கவிஞன் ஆங்கிலேயப் பத்திரிகையாளனின் பதிவைக் குறிப்பிடாமல் போனதற்குக் காரணம் தன்னடக்கமாக இருந்திருக்க முடியாதல்லவா?

~

இணைப்பு 1

When this national anthem was finished, the Tamil poet of Madras recited a lament he had written for Lajpat Rai at the time of his deportation. It was the common lament of exiles–the fond memory of home, the deep attachment to the land of childhood, the loneliness of life among strangers and unknown tongues–all very quietly and simply told. Then by a sudden change, the poet turned to satire, and described a dialogue between Mr John Morley and India, on the subject of Swaraj or Home Rule:

> 'You are disunited,' says Mr. Morley; 'what have you to do with Home Rule? You don't speak the same language; you haven't got the same religion; what have you to do with Home Rule? You cannot fight, you are too fond of law, you are the victims of education; what have you to do with Home Rule? You are born slaves; you prostrate yourselves before the Englishman: what have you to do with Home Rule? You are seditious, you are a prairie on fire, you are a barrel of gunpowder, you cry for the moon, you are not fit for a fur coat; what have you to do with Home Rule?
>
> 'To which India makes firm and dignified reply. She has tasted freedom, she has learnt from England herself what freedom is; even John Morley has been her teacher, and she will not cease to labour for Swaraj. Having drunk the nectar of freedom, can she turn back to the palm-tree toddy of a Government shop, or cease to labour for Swaraj? She claims the right of other nations, the rights for which England herself has fought; she claims the same freedom of person and of speech, and she will not cease to labour for Swaraj. From north to south her

people are becoming united, from east to west the cry of 'Bande Mataram' goes up, and slowly the sun of freedom is arising: it may rise slowly, but India will not cease to labour for Swaraj.

– Henry Nevinson, *The New Spirit in India*, pp. 129-130.

~

இணைப்பு 2

Nov. 23

.... Then on to meeting on beach to rejoice over return of Lajpat Rai & Ajit Singh – a very strange gathering of thousands beside the surf under the evening sky. Song of Bande Mataram by a little boy. Then a satire on Morley & India, & a lament on the deportation. Then 4 long & good speeches, my Indian Patriot being cleverest though rather overdone. An ascetic who has abandoned all his wealth for wisdom & became a wandering beggar spoke last. In my heart I longed to speak but didn't, being hurried away at 8 by Natesan.

– Henry Nevinson, Diary, 1907.

சான்றுக் குறிப்புகள்

1. Anjela V. John, *War, Journalism and the Shaping of the Twentieth Century: The Life and Times of Henry W. Nevinson*, I.B. Tauris, London, 2006.

2. Henry W. Nevinson, *The New Spirit in India*, Harper & Brothers, London & New York, 1908.

3. Papers of Henry W. Nevinson, MSS. Eng. misc. c. 496–7, d. 663, e. 610 – 28. Diary 18 July – 26 Nov. 1907. Bodleian Library, University of Oxford.

4. Henry W. Nevinson, *The New Spirit in India*, pp. 129–130.

5. Police Reports, para nos 1103, Madras City, 25-11-1907; 1101e, Madras City, 25-11-1907.

~ ~

2

முதல் உலகப் போரும் பாரதியும்

பாரதியினுடைய அரசியல் வாழ்க்கையின் முக்கியக் கட்டத்தில் முதல் உலகப் போர் நடந்து முடிந்தது என்பதையும், அவனுடைய புகலிட வாழ்க்கையில் அது பெரும் நெருக்கடியை ஏற்படுத்தியது என்பதையும் பாரதி வரலாற்றாசிரியர்கள் பலர் நினைவில் கொள்வதில்லை. செப்டம்பர் 1908 முதல் நவம்பர் 1918 வரையான அவனுடைய புதுவை அடைக்கலக் காதையில் நான்காண்டுகள் நடந்த உலகப் போர் அடங்கும். உலகப் போரை முடிவுக்குக் கொண்டுவந்த அமைதி உடன்படிக்கை (Armistice) கைச்சாத்தான ஒரே வாரத்தில் பாரதி தன் புகலிட வாழ்க்கையை முடித்துக்கொண்டு பிரிட்டிஷ் இந்தியாவுக்குள் நுழைய முற்பட்டது தற்செயலானதல்ல.

1789 முதல் 1914 வரை நீண்ட 'பத்தொன்பதாம் நூற்றாண்'டை முடிவுக்குக் கொண்டுவந்தது முதல் உலகப் போர். ஐரோப்பாவின் முதலாளிய வளர்ச்சியின் உச்ச கட்டத்தில் வெடித்த இந்தப் போர் உலக வரலாற்றின் போக்கையே தீர்மானித்தது. ஏறத்தாழ 90 லட்சம் படைஞரையும் 60 லட்சம் பொது மக்களையும் காவு கொண்ட போர் இது. இந்த அளவுக்குப் பொது மக்களும் போருக்கு நேரடியாக இலக்கானது இதற்கு முன் உலகம் அறியாதது. முதலாளித்துவத் தொழில்மயப்பட்ட அசுர வளர்ச்சி

இப்போரில் செலுத்தப்பட்டது. போரின் முடிவில் உலக அரசியல் வரைபடமே மாறிவிட்டது. அதன் கடைசி ஆண்டில் ருஷ்யப் புரட்சி வெடித்தது. ஜெர்மன், ருஷ்ய, ஆட்டமன், ஆஸ்திரோ-ஹங்கேரியப் பேரரசுகள் இல்லாமல் போயின. பெரும் போர் (The Great War) என்றும், ஐரோப்பியப் போர் (The European War) என்றும் அறியப்பட்ட இதனுடைய தொடர்ச்சியாகவே இரண்டாம் உலகப் போரை வரலாற்றாசிரியர்கள் காண்கின்றனர்.

இரண்டாம் உலகப் போர் சென்னை நகரின் எல்லையைத் தொட்டு, ஜப்பானிய விமானங்களின் தாக்குதலுக்கு அஞ்சி நகரத்தையே காலி செய்து ஓடச் செய்தது. ஆனால், முதல் உலகப் போரில் எம்டன் போர்க் கப்பல் சென்னையைத் தாக்கியதற்கு மேலாக நேரடியான பாதிப்பு ஏதுமில்லை. ஆனால் பிரிட்டிஷ் பேரரசின் ஒரு பகுதி என்ற முறையில் உலகப் பொருளாதாரத்தோடு இந்தியா முற்றிலும் பிணைந்திருந்தது. போரின் போக்கும் பிரிட்டனின் மீதான அதன் விளைவுகளும் இந்தியாவையும் விட்டுவைக்கவில்லை.

ஜூலை 1914இல் முதல் உலகப் போர் மூண்ட வேளை பாரதியின் வாழ்க்கை இக்கட்டான தருணத்தில் இருந்தது. 1905இல் கிளர்ந்தெழுந்த சுதேசி இயக்கம் 1908இல் உச்சத்தையடைந்து, அரசாங்கத்தின் கடும் அடக்குமுறையால் முதுகொடிந்து தவித்தது. பர்மாவுக்கு நாடு கடத்தப்பட்டிருந்த இயக்கத்தின் முதன்மைத் தலைவர் திலகர் அதற்கு இரு மாதத்திற்கு முன்னர்தான் விடுதலையாகியிருந்தார். தமிழகத்தில் பாரதியின் தோழர்களான வ.உ.சி., சுப்பிரமணிய சிவா, சுரேந்திரநாத் ஆர்யா, கிருஷ்ணசாமி சர்மா ஆகியோர் கடுஞ்சிறைப்பட்டு விடுதலையாகி அரசியல் செய்ய இயலாமல் வாடியிருந்தனர். பாரதி புதுவையில் தஞ்சம் புகுந்திருந்தான். அவனை முன்மாதிரியாகக் கொண்டு அரவிந்தரும் வ.வே.சு. ஐயரும் புதுவையில் அடைந்துகிடந்தனர். புதுவையில் தன் அரசியல் பணியைத் தொடர நினைத்த பாரதியின் 'இந்தியா' வார இதழும் 'விஜயா' நாளேடும் தடைசெய்யப்பட்டிருந்தன. இவற்றை அடுத்து 'கனவு', 'ஆறிலொரு பங்கு' என்ற நூல்களும் தடைக்கு உள்ளாயின. 'பாஞ்சாலி சபதம்' (முதற் பாகம்) மயிரிழையில் தப்பியது. இதைத் தொடர்ந்து பாரதியின் எழுத்து வெளிப்பாட்டுக்கான வாயில்கள் அனைத்தும் தூர்ந்துவிட்டன. சீனி. விசுவநாதன் பதிப்பில் கால வரிசையில் அமைந்த பாரதி படைப்புகளில் முதல் உலகப் போருக்கு முந்திய ஆண்டுத் தொகுப்பே மிகச் சிறியது; அதில் இடம்பெற்ற படைப்புகளும் பெரிதும் அரசியல் சாராதவையே.

இந்தக் காலப் பகுதியில் பாரதியின் அரசியல் செயல்பாடுகள் மிகுந்த வரையறைக்குட்பட்டிருந்தன. தஞ்சம் புகுந்திருந்த சுதேசி

இயக்கத்தவரைப் பிடிக்கவும் வேவு பார்க்கவும் ஒற்றர்கள், கைகாட்டிகள், காவலர்கள் என ஒரு பெரும் படையே புதுவையில் முகாமிட்டிருந்தது. ஜூன் 1911இல் நெல்லை ஆட்சியர் இராபர்ட் ஆஷ் படுகொலையானதைத் தொடர்ந்து கண்காணிப்பு வலை இறுகியது. ஒரு தருணத்தில் – ஒற்றர்கள் நீங்கலாக – ஒரு சி.ஐ.டி. ஆய்வாளர், ஒன்பது உதவி ஆய்வாளர்கள், 45 காவலர்கள் புதுச்சேரியில் அமர்த்தப்பட்டிருந்தனர். பாரதியின் தலை மீது ஓராயிரம் ரூபாய் பரிசும் இருந்தது.

இந்தச் சூழலில்தான் 1914 ஜூலை மாதக் கடைசியில் முதல் உலகப் போர் வெடித்தது.

பிரிட்டிஷ் இந்தியாவின் சென்னை மாகாணமும், பிரெஞ் சிந்தியப் பகுதிகளான புதுச்சேரி – காரைக்கால் (கேரளப் பகுதியிலுள்ள மாஹே, ஆந்திரத்திலுள்ள ஏனாம், வங்காளத்தி லுள்ள சந்தன்நகர்) ஆகியனவும் வெவ்வேறு ஆட்சிப் பகுதி என்பதனால் பிரிட்டிஷாருக்கும் பிரெஞ்சுக் காரருக்கும் நிலவிய முரண்பாட்டைப் பயன்படுத்திக்கொண்ட தேசபக்தர்கள் புதுவையில் அடைக்கலம் புகுந்திருந்தனர்.

முதல் உலகப் போரில் இங்கிலாந்தும் பிரான்சும் ஒரே அணியில் இருந்தது இவர்களுக்கு உடனடியான சிக்கலை உண்டாக்கிவிட்டது. மாறிவிட்ட சர்வதேச அரசியல் சூழலில் சுதேசி இயக்கப் பிரமுகர்களைக் கண்காணிப்பதில் 'பிரெஞ்சு போலீஸ் பிரிட்டிஷ் போலீசுக்கு நல்ல ஒத்துழைப்பு வழங்குகிற தென்று' சென்னை அரசாங்கம் மகிழ்ந்தது. சில சுதேசி இயக்கத்தவர் சி.ஐ.டி. அதிகாரிகளை அணுகி, பிரிட்டிஷ் இந்தியாவிற்கு எந்த நிபந்தனைகளின் பேரில் திரும்பலாம் எனவும் உசாவியுள்ளனர். இவர்களுள் பாரதியும் ஒருவனா எனத் தெரியவில்லை. எப்படி இருப்பினும் விடுதலைப் போராளிகள் அனைவரும் மாறிவிட்ட அரசியல் சூழலில் எச்சரிக்கையுடன் நடந்துகொண்டுவந்தனர்.[1] கண்காணிப்பின் சூடு மிகுந்த நிலையில் சிலர், பிப்ரவரி 1915 அளவில், பால் ரிஷார்டின் ('அன்னை'யின் கணவர்) உதவியுடன் அல்ஜீரியாவுக்ுத் தப்பிச் செல்லவும் திட்டமிட்டிருக்கின்றனர். பாரதியும் அவ்வாறு எண்ணினானா எனத் தெரியவில்லை. எப்படியும் இத்திட்டம் செயலுக்கு வரவில்லை.[2]

இந்தச் சூழலில், போர் வெடித்த ஒன்றரை ஆண்டளவில், திடீரென ஒருநாள், பிரெஞ்சு குடிமகனான சுதேசி இயக்கச் சார்பானவர்களில் ஒருவர் பிரிட்டிஷ் இந்தியாவுக்குள் நுழைந்த போது கைது செய்யப்பட்டார். இது புதுச்சேரியின் பிரெஞ்சு ஆளுநரைச் சினங்கொள்ள வைத்தது. மீண்டுமொருமுறை இவ்வாறு நிகழுமானால் பிரிட்டிஷ் இந்தியப் போலீஸ் படையைப் புதுச்சேரியிலிருந்து மொத்தமாக அப்புறப்படுத்த

வேண்டியிருக்கும் என அவர் எச்சரித்திருக்கிறார். இதுபற்றிய சட்ட நிலைப்பாட்டை அவர் அறிய மாட்டார் என்று பிரிட்டிஷ் இந்திய அரசு கருதியதாயினும் மேற்கொண்டு இந்தப் பிரச்சனையைப் பெரிதாக்க விரும்பவில்லை.[3] இதன் பிறகு புதுவை தேசபக்தர்கள் சிறிது ஆசுவாசப் பெருமூச்சு விட முடிந்திருக்கிறது.

உ

'இந்து' முதலான செய்தி இதழ்களைப் படித்து வந்தவன் என்ற முறையில் அன்றாட உலக நடப்புகளை உன்னிப்பாகக் கவனித்து வந்தான் பாரதி. போர் வெடித்த இரண்டு வாரங்களிலேயே அவன் சென்னை மாகாண ஆளுநரான பெண்ட்லண்டு பிரபுவுக்கு ஒரு மடல் எழுதி 'இந்து' நாளிதழ் வாயிலாக அனுப்பினான். 'சட்டபூர்வமான தேசீயக் கட்சியின் பிரதிநிதியாக'த் தன்னை அடையாளப்படுத்திக்கொண்டு இதைப் பாரதி எழுதினான். ('சட்டபூர்வமான தேசீயக் கட்சியின் தென்னிந்தியப் பிரதிநிதி' என்ற பாரதியின் உரிமை கோரல் மிகைப்படுத்திய கூற்று. ஏனெனில் அப்படியொரு அமைப்பு எதுவும் அக்காலத்தில் இல்லை. தான் நிராயுதபாணியாக்கப்பட்ட ஒரு அடிமை தேசத்தின் குடிமகன் என்பதில் பாரதிக்கு எந்த ஐயமும் இல்லை.[4]) 'பிரிட்டிஷ் சாம்ராஜ்யத்தின் எதிர்காலத்திற்கு மிக நெருக்கடியான இந்தத் தருணத்தில், பிரிட்டிஷ் பேரரசுக்கு எங்கள் கட்சியின் உண்மையான, மனசாட்சி பூர்வமான அபிமானத்தை மறுவுறுதி செய்து' அவன் மேலும் எழுதியதாவது, 'சமாதானக் காலத்தில் நிர்வாகத்தைப் பற்றி நமக்குள் என்ன அபிப்பிராய பேதங்களிருந்தாலும்' அயலவரால் அச்சுறுத்தப்படும் வேளையில் 'முழு இணக்கத்தின் அவசியத்தை வற்புறுத்தியதோடு' 'ஜெர்மனியின் மத்திய கால நுகத்தடியில் அடிமையுறுவதை இத்தேசத்திலுள்ள எவரும் ஒரு கணமும் பொறுத்திருக்க மாட்டார்' என்பதாகும். 'விரைவில் கௌரவமான அமைதி – பிரிட்டனுக்கும், அதன் மேலை மட்டுமல்லாது கீழைத் தேச நாடுகளுக்கும் – திரும்புமாக' என்ற நம்பிக்கையை முத்தாய்ப்பாக வைத்தான் பாரதி.[5] இந்தப் போர் நான்காண்டுகளுக்கு மேல் நீண்டு, பல்வேறு தியாகங்கள் செய்த பின்னும் இந்தியாவுக்கு ஒரு பயனும் விளையாமல் போகும் என்று அந்தத் திறவோனுக்கு அவ்வேளையில் தெரியாது.

ரு

திலகர் விடுதலையாகித் திரும்பிய ஏழெட்டு மாதங்களுக்குப் பிறகு, பிப்ரவரி 1915இல் வ.உ.சி. அவரைச் சந்திக்கப் புனாவிற்குச் சென்றார். இதைப் பற்றி நினைவுகூர்ந்து அவர் எழுதிய

கட்டுரையில், அயல்நாடுகளிலுள்ள இந்தியப் புரட்சிவாதிகளோடு இந்தியத் தேசபக்தர்கள் தொடர்புகொண்டு போர்ச் சூழலைத் தமக்குச் சாதகமாகப் பயன்படுத்திக்கொள்ள நேரிடும் என்ற திலகர் வெளிப்படுத்திய பொருள் பொதிந்த ஒரு குறிப்பு உள்ளது.[6] ஆனால் அத்தகைய வாய்ப்பு ஏதும் அமையவில்லை. மண்டயம் குடும்பத்தைச் சேர்ந்த அயலகப் புரட்சிவாதி எம்.பி.டி. ஆசாரியா பாரதியின் 'இந்தியா' இதழோடு சம்பந்தப்பட்டவர் என்பதும் இங்கு மனங்கொள்ளத்தக்கது. எனவே, பிரிட்டிஷ் பேரரசுக்குத் தன் விசுவாசத்தைப் பாரதி வெளிப்படுத்தியது நடைமுறைத் தந்திரமேயன்றி வேறில்லை.

பெண்டலண்டு பிரபுவுக்குக் கடிதம் எழுதிய சில வாரங்களில், பிரெஞ்சு எழுத்தாளரும் அரசியல்வாணருமான அல்பொன்ஸ் தெ லாமார்ட்டின் எழுதிய கீழைத் தேயப் பயணம் *(Voyage en Orient, 1835)* என்ற நூலிலிருந்து 'செர்வியாவின் வீரக் கதைப் பாடல்கள்' *(The Heroic Ballads of Servia)* என்றொரு பகுதியை ஆங்கிலத்தில் மொழிபெயர்த்து 'இந்து'வில் வெளியிட்டான் பாரதி.[7] அந்நியப் படையெடுப்புக்கு எதிராகக் கிளர்ந்தெழும் வகையில் உணர்ச்சியூட்டுவதற்காக அவன் இதைச் செய்திருக்கிறான்.

போர் நிகழ்ந்துவந்த இந்தத் தருணத்தில் இந்தியத் தேசாபிமானிகளின் பொறுப்பும் கடமையும் என்ன என்பது பற்றித் தீவிரமான விவாதங்கள் நடந்துவந்தன. இந்தியாவை ஆண்டுவந்த அந்நிய நாடாகிய பிரிட்டனுக்குப் போரினால் ஏற்பட்ட நெருக்கடியை நாட்டு விடுதலைக்காகப் பயன்படுத்திக் கொள்வதா, போருக்குப் பின்பு சுயாட்சி தர வேண்டும் என்ற நிபந்தனையின் பேரில் பொது எதிரிக்கு எதிராகக் கைகோப்பதா என்ற போக்கில் இவ்விவாதங்கள் அமைந்திருந்தன.

தேசியவாதிகளின் 'அங்கீகரிக்கப்பட்ட தலைவர்' *(accredited leader)* என்று பாரதியால் வருணிக்கப்பட்ட திலகர் போர் மூள்வதற்கு ஒரு மாதத்திற்கு முன்னர்தான் விடுதலை செய்யப்பட்டிருந்தார். தாயகம் மீண்டதும் அவர் ஒரு கவனமான அறிக்கையை வெளியிட்டார். அதை ஆதரித்துப் பாரதி எழுதிய கடிதம், தன் மனத்துக்குள் என்ன கருத்தை அவன் கொண்டிருந்தாலும், வெளிப்படையாக எடுத்த நிலைப்பாட்டைக் காட்டுவதாக அமைந்துள்ளது.

> எங்களுக்கு சுய ஆட்சி வேண்டும். நாங்கள் வன்முறையை வழிமுறையாகக் கொள்ளவில்லை. நாங்கள் எப்பொழுதுமே அமைதியான, சட்டபூர்வ மான வழிமுறைகளையே கைக்கொள்வோம் . . .

அமைதிக் காலத்தில் இங்கிலாந்தின் சமரசமற்ற விமரிசகர்களாக இருப்போம். ஆனால் ஆபத்துக் காலங்களில் தயக்கமின்றி, அதன் பக்கம் நின்று, தேவையானால் அதனுடைய பகைவர்களிடமிருந்து அதனைக் காப்போம்.⁸

பிரிட்டனின் போர் முயற்சிகளுக்கு இந்தியத் தேசியவாதிகள் எதிராக இல்லை என்பதை வற்புறுத்திக் கூறப் போரின் தொடக்க கட்டத்தில் பாரதி பெருமுயற்சி எடுத்துக்கொண்டிருக்கிறான். அன்னி பெசண்ட்டின் 'நியூ இந்தியா' இதழில் 'நாடும் போரும்' என்ற தலைப்பில், அதன் ஆசிரியருக்குக் கடிதம் விடுத்தான். 'போர்க்காலத்தில் அரசாங்கத்திற்கு தர்மசங்கடத்தை ஏற்படுத்தாமல் இருப்பது நல்ல கொள்கை' என்று குறிப்பிட்ட பாரதி, இந்தக் கொள்கையை முதன்முதலில் உணர்ந்து, நன்கு வெளிப்படுத்தியவன் தானே என்றும் பெருமை கொண்டான். பிரிட்டிஷ் பேரரசை ஒரு பெரிய கூட்டுக் குடும்பத்திற்கு ஒப்புமைப்படுத்திய பாரதி, நடந்துவந்த போரில் பெரியனவும் சாகசம் நிறைந்ததுமான பல தியாகங்களைச் செய்திருந்த இந்தியா, இனிமேலும் பெரும் தியாகங்களைச் செய்யத் தயாராக இருந்ததாகவும், ஆனால் கடமை தவறாத மூத்த மருமகளாக இருந்தபொழுதும் மாமியாரால் மெச்சப்படுபவளாக அவள் இல்லை என்றும் கசப்புக் கலந்த கேலியோடு குறிப்பிட்டான். போர்க்கால நெருக்குவாரங்கள் இருந்தபொழுதும் சில அவசர அவசியமான சீர்திருத்தங்களை அந்நிய அரசாங்கம் செய்ய வேண்டும் என்று அவன் எதிர்பார்த்தான். அவையாவன: இந்தியர்களின் நிர்வாகத்திற்கு உட்பட்டு அனைவருக்குமான இலவசத் தொடக்கக் கல்வி; தொழில் முயற்சிகளுக்கு ஊக்கம். கடைசியாக அவன் கேட்டது, நேரடியாகத் தன் நலனைச் சார்ந்த, காவல் துறைச் சீர்திருத்தங்கள். 'மேலும் மேலும் சி.ஐ.டி. போலீசாரின் எண்ணிக்கையினையும் வாய்ப்புகளையும் அரசாங்கம் அதிகரிப்பதன் பொருள் என்ன?' என்று வினவிய பாரதி, ஒரு தங்கச் சுரங்கத்தைக் கண்டுபிடிப்பதைவிட ஒரு சுதேச தேசாபிமானியை ஒரு காவலர் கண்டுபிடிப்பானென்றால் போலீஸ் உயரதிகாரிகளுக்கு அதிக உவகை மேலிடும் என்றும் நக்கலாகக் குறிப்பிட்டான்.⁹

இதற்கு இரண்டு வாரங்களுக்குப் பிறகு மீண்டும் 'நியூ இந்தியா'விற்குக் கடிதம் எழுதிய பாரதி, பொறுப்புகளும் கடமைகளும் ஒரேயளவுப் புனிதமானவை என்று வலியுறுத்தினான். கவிஞன் வாக்கு செவிடன் காதில் ஊதிய சங்காகவே முடிந்தது. அரசாங்கம் பாரதியின் சொற்களை ஒரு பொருட்டாகத்தானும் மதிக்கவில்லை.¹⁰

உலகப் போர் நிகழ்ந்த முதலாண்டில் பாரதிக்கான பிரசுர வாய்ப்பு மிகக் குறைவு. 'இந்து', 'நியூ இந்தியா', 'காமன்வீல்' ஆகிய ஆங்கில இதழ்களில் ஆசிரியர்க்குக் கடிதம் வரைவதோடே அவன் அமைய வேண்டியிருந்தது. இக்காலத்தில் சுப்பிரமணிய சிவாவின் 'ஞானபாநு'வில் மட்டுமே அவன் தமிழில் எழுத முடிந்தது. 'ஞானபாநு'வோ மாத இதழ். படைப்பிலக்கியத்திற்கு ஏற்ற தளமாக அது இருந்ததேயொழிய அரசியல் குறிப்பெழுதுவதற்குரிய இடமிருக்கவில்லை. நல்ல வேளையாக, 1915இல் அ. அரங்கசாமி ஐயங்கார் 'சுதேசமித்திரன்' ஆசிரியப் பொறுப்பை ஏற்றார். பல்லாண்டு இடைவெளிக்குப் பிறகு தமிழின் ஒரே நாளிதழில் எழுதும் வாய்ப்பு அவனுக்கு மீண்டும் அமைந்தது. பாரதி தன் மறுவரவை 'பெல்ஜியத்திற்கு வாழ்த்து' என்ற அருமையான பாடலுடன் அறிவித்தான். ஜெர்மன் படைகள் பெல்ஜியத்தின் நடுநிலையைத் துச்சமாக மதித்து அதன் வழியாக பிரான்சின் மீது ஆகஸ்டு 1914இல் படையெடுத்தபொழுது இயற்றிய பாடல் இது. ஆனால் பிப்ரவரி 1915இல்தான் இது வெளிவந்தது. 'அறத்தினால் வீழ்ந்துவிட்டாய்; வண்மையால் வீழ்ந்துவிட்டாய்; மானத்தால் வீழ்ந்துவிட்டாய்; வீரத்தால் வீழ்ந்துவிட்டாய்; துணிவினால் வீழ்ந்துவிட்டாய்; துயருண்டோ துணிவுள்ளோர்க்கே' என்றமைந்த வரிகள் எந்தப் போர்ப் பாடல் திரட்டிலும் இடம்பெறும் தகுதியுள்ளது.

போர் சூடு பிடித்துவந்த நிலையில் ஐரோப்பியப் போர்க் களங்களில் சீக்கியர்களும் ரஜபுத்திரர்களும் சிந்திய குருதியைப் பாரதி கவனிக்கத் தவறவில்லை. இந்தியா கொடுத்த விலைக்கு நற்பயன் விளையுமா? 'இங்கிலாந்தே! போர் முடிந்த பிறகு எங்களுக்கு நீ சுயாட்சி தருவாயா? உன் கவிஞர்கள், தத்துவவாணர்கள், தீர்க்கதரிசிகள் ஆகியோரின் உணர்ச்சி பொருந்திய சொற்களுக்கும், இறையின் குரலுக்கும் நீ செவி மடுப்பாயா? இரங்கத்தக்க மாக்கியவெல்லியரின் ஆலோசனையைப் புறந்தள்ளத் துணிவாயா?' பாரதிக்கு நம்பிக்கை பிறக்கவில்லை. மாறாகத் தத்துவச் சமாதானத்தைத் தனக்குத் தானே சொல்லிக்கொண்டான். இங்கிலாந்து இந்தியா விற்குச் சுயாட்சி தந்தாலும் தராவிட்டாலும் 'உனக்கு உதவி புரியும் முயற்சிகளுக்குச் சுணங்க மாட்டோம். ஏனெனில், செய்யும் வினைகளைச் சில சமயங்களில் மனிதர்கள் கணக்கில் கொள்ளாமல் போனாலும் கடவுளர் அவற்றைக் கருதாமல் போகார்' என்று அமைதி கொண்டான்.[11]

அற்ப மானிடர் தொடர்ந்து ஏமாற்றங்களைத் தரவும், மனித முயற்சிகள் மேலும் மேலும் தோல்வியுறவும் பாரதி கடவுளை

நோக்கினான். 'நின் பொருட்டு நின் அருளால் நின் உரிமை யாம் கேட்டால் என் பொருட்டு நீதான் இரங்காதிருப்பதுவே' என அலமந்தான். கடவுள் ஏன் நம்மைக் கைவிட்டான் என்ற கேள்வி அவனை உறுத்திக்கொண்டே இருந்தது. 'நேர்மையானதும் வளமானதுமான ஐரோப்பிய மண்ணின்மீது கவலைக்குரியதும் கடுமையானதுமான இந்த அவலத்தைத் தேவர்கள் ஏன் அனுப்பி வைத்தனர்' என்பதைப் புரிந்துகொள்ள முற்பட்டான். எவ்வளவோ ஏகாதிபத்திய, காலனியப் பிழைகளையும் குற்றங்களையும் ஐரோப்பா இழைத்திருப்பினும் அது அனுபவித்துவந்த பெரும் வேதனையையும் துன்பத்தையும் கண்டு இந்தியா கலங்கி நின்றது. ஏனெனில், 'மனித குலத்திற்கு ஐரோப்பா பல நன்மைகளை விளைவித்திருக்கிறது.' மூட நம்பிக்கைக்கும் அநீதிக்கும் எதிராகச் சமரிட்டிருக்கிறது. கடவுள் உருவாக்கிய பௌதீக உலகத்தின் மர்மங்களைப் புதிரவிழ்த்துள்ளது. சுருங்கச் சொல்வதானால், ஐரோப்பா 'தன் தேடல்களில் துணிவுள்ளதாகவும், தான் நம்பிய வற்றில் தைரியமுள்ளதாகவும், தன் விழைவுகளில் மேன்மையுள்ள தாகவும்' இருந்துவந்துள்ளது. மனித இனம் ஒன்றே என்று உறுதியாக நம்பிய பாரதி, கிழக்கும் மேற்கும் இணைய முடியாது என்று கருதிய ரட்யார்டு கிப்ளிங் போன்றோரை நேரடியாகப் பேர் சுட்டாமல் 'சல்லித்தனமான கோட்பாட்டாளர்கள்' என்றும், 'அதனினும் மிகச் சல்லித்தனமான எதுகைமோனைப் பாடல்களை இட்டுக்கட்டுவோர்' என்றும் கேலி செய்தான். இந்தப் போரின் அடிப்படை என்ன என்பதில் பாரதிக்கு எந்தக் குழப்பமும் இல்லை. சர்வதேச நியாயத்திற்காகவும், உலகில் எல்லா நாடுகளுக்கும் மக்களுக்குமான உரிமைகளுக்காகவும் நேச நாடுகள் துணிந்து நிற்கையில் ஜெர்மனி தனது சொந்த ஆதிக்கத்திற்காகப் போரிட்டு வந்தது என்பதே பாரதியின் புரிதல். இந்தப் புரிதலைப் பாரதி ஆணித்தரமாக வெளிப்படுத்தினாலும் அவனுக்குள் இருந்த விமர்சகன் மூங்கையனாக இருந்துவிடவில்லை. நேச நாடுகளின் அணியிலிருந்த ருஷ்யா போன்ற சில நாடுகளின் சுதந்திரம், நியாயம் ஆகிய கொள்கைகளின் மீதான பற்று அண்மையில்தான் வெளிப்பட்டது என்பதையும் அவன் சுட்டிக்காட்டத் தவறவில்லை. ஆயினும், சந்தர்ப்பச் சூழ்நிலைகளைக் கருதிப் பழையவற்றை மறக்கவும் மன்னிக்கவும் அவன் தயாராக இருந்தான். நடந்துவந்த போரில் நேச நாடுகளின் பக்கமே நியாயம் இருந்தது என்பதிலும் பாரதிக்கு எந்த ஐயமும் இல்லை. இல்லாவிட்டால் ஏன் இந்தியா தன் வீரர்களின் இன்னுயிரையும் மண்ணின் வளங்களையும் தியாகம் செய்ய வேண்டும். இருப்பினும் ஐரோப்பாவின் ஆட்சியாளர்கள் தங்கள் பழைய ஏகாதிபத்திய மனப்பான்மையிலிருந்து மாறுவார் களா என்பதிலும் அவன் ஐயம் கொண்டிருந்தான். போர் முடிந்ததும் நாகரிக உலகம் எந்த ஏமாற்றத்திற்கும் உள்ளாகாது

என்ற நம்பிக்கையையும் அவன் வெளியிட்டான்.[12] அனைத்துலக வரலாறு, பண்பாடு ஆகியன பற்றிய பாரதியின் ஆழ்ந்த பார்வை இதிலிருந்து வெளிப்படுகிறது என்பதில் ஐயமில்லை.

பிரதம மந்திரி ஆஷ்குவித் பிரபு கையளித்த போர்ச் செலவுக் கணக்கைப் பற்றி எழுதுகையில் எவ்வளவு செலவானாலும் போரிடுவது என்ற பிரிட்டனின் நிலைப்பாட்டைப் பாரதி பாராட்டினான். இவ்வாறு பாராட்டுகையில் இந்தியர்கள் பற்றிய தன் விமரிசனத்தையும் அவன் முன்வைக்காமலில்லை. 'நம்மவர்கள் ஏதேனுமொரு பெரிய காரியத்தைச் செய்யத் தொடங்குகிறார்கள். நடுவிலே சங்கடங்கள் நேரிட்டால் அந்தக் காரியத்தைத் தொப்பென்று கீழே போட்டுவிடுகிறார்கள். இதனால் பெரிய செய்கைகள் நடத்துவதற்கு இதுவரை நாம் சக்தியில்லாமல் இருக்கிறோம். இஹலோக பதவிகள் அவரவர் தகுதிப்படியே ஏற்படுகின்றன' என்று நம்மவரின் ஆரம்பச் சூரத்தனத்தை அவன் குத்திக்காட்டினான்.[13]

போர் முடிவில்லாமல் நீண்டுகொண்டே செல்லச்செல்ல இந்தியாவின் சுயாட்சி விருப்பங்கள் ஈடேறுவதில் ஏற்பட்ட காலத் தாழ்வு பாரதியைப் பொறுமை இழக்கச் செய்தது. 'பாரத நாட்டுக்கு உடனே சுய ஆட்சி கொடுக்க வேண்டுமென்ற கருத்துடன் ஒரு பெரும் விண்ணப்பம் தயார் செய்து, அதில் மாகாணந்தோறும் லக்ஷக்கணக்கான ஜனங்கள் கையெழுத்துப் போட்டு இந்த க்ஷணமே ப்ரிட்டிஷ் பார்லிமெண்டுக்கு அனுப்ப வேண்டும்' என்ற எண்ணத்தை முன்மொழிந்தான். 'யுத்த நெருக்கடி'யின்பொழுது அரசியல் சீர்திருத்தங்களைக் கோருவதால் 'ப்ரிடிஷ் ராஜாங்கத்துக்குச் செலுத்த வேண்டிய கடமை தவறிப்போகுமென்று சொல்வது அர்த்தமில்லாத வார்த்தை' என்றும் கடிந்துகொண்டான்.[14]

ஆங்கிலத்தில் எழுதுங்கால் தன் கருத்துகளை அழுத்தமாகவும் வெளிப்படையாகவும் முன்வைத்த பாரதி, தமிழில் எழுதும் பொழுது சிறிது சுற்றிவளைத்தே எழுதுகிறான். அரசியல் விவகாரங்களைப் பற்றி நேரடியாக எழுத வேண்டாம் என்ற 'சுதேசமித்திர'னின் கட்டுப்பாடே இதற்குக் காரணமாகலாம். இந்தக் காலப்பகுதியில்தான் 'சுதேசமித்திர'னில் 'தராசு' என்றொரு பத்தியைப் பாரதி எழுதி வந்தான். 'சண்டை சமயத்தில் ராஜ்ய விஷயங்களைப் பற்றி யாரும் ஒரு வார்த்தைகூடப் பேசாமலிருப்பதே நாம் இந்த ராஜாங்கத்தாருக்குச் செலுத்த வேண்டிய கடமையென்று ... சொல்வது முழுதும் நியாயமென்பதை அங்கீகரித்து, நம்மால் கூடியவரை இந்த ராஜாங்கத்தாருக்குத் திருப்தியாகவே நடந்துவிட்டுப் போகலாமென்று' தராசு தொடக்கத்தில் எடுக்கும் முடிவு ('சுதேசமித்திரன்', 22 ஜனவரி

1916), கடைசிவரை நீடிக்கிறது: 'தராசு ராஜாங்க விஷயத்தை கவனியாது. சண்டை முடிகிறவரையிலும் ராஜாங்க விஷயமான வார்த்தை சொல்லுவதிலே தராசுக்கு அதிக ருசி ஏற்படாது. சண்டை பெரிது; நம்முடைய கடை சாதாரணம்; ராஜாங்க விசாரணைகளோ மிகவும் கடுமை.' ('சுதேசமித்திரன்', 11 ஜூலை 1917)

ஆயினும், உலகப் போர் பற்றி அடிக்கடிப் பல கருத்துகளைத் 'தராசு'வில் அவன் வெளிப்படுத்தினான். 'சுதேசமித்திரன்', 7 அக்டோபர் 1916இல் வெளியான பத்தி பாரதியின் கூர்த்த அரசியல் மதிக்குச் சான்று பகர்கின்றது.

> ஆங்கிலேயர்: இந்த யுத்தம் முடிந்த பிறகு ஐரோப்பாவிலே என்ன மாறுதல்கள் தோன்றும்?
>
> தராசு: தொழிலாளிகளுக்கும் ஸ்திரீகளுக்கும் அதிக அதிகாரமேற்படும். வியாபாரிகளுக்குக் கொஞ்சம் சிரமமேற்படலாம். கிழக்குத் தேசத்து மதக் கொள்கைகள் ஐரோப்பாவிலே கொஞ்சம் பரவலாம்.
>
> ஆங்கிலேயர்: இவ்வளவுதானா?
>
> தராசு: இவ்வளவுதான் இப்போது நிச்சயமாகச் சொல்ல முடியும்.
>
> ஆங்கிலேயர்: தேச விரோதங்கள் தீர்ந்து போய்விட மாட்டாவோ?
>
> தராசு: நிச்சயமில்லை. ஒருவேளை சிறிது குறையலாம். அதிகப்பட்டாலும் படக்கூடும்.
>
> ஆங்கிலேயர்: 'ஸர்வ தேச விதி'க்கு வலிமை அதிகமாய் 'இனிமேல் இரண்டு தேசத்தாருக்குள் மனஸ்தாபங்கள் உண்டானால், அவற்றைப் பொது மத்தியஸ்தர் வைத்துத் தீர்த்துக்கொள்வதே யன்றி, யுத்தங்கள் செய்வதில்லை' என்ற கொள்கை ஊர்ஜிதப்படாதோ?
>
> தராசு: நிச்சயமில்லை. அந்தக் கொள்கையைத் தழுவி ஆரம்பத்திலே சில நியதிகள் செய்யக்கூடும். பிறகு அவற்றை மீறி நடக்கவுங் கூடும்.

காலம் செல்லச் செல்ல பாரதி பொறுமை இழந்துவந்தான். போர்ச் செலவுகளின் காரணமாக வளர்ச்சிப் பணிகளுக்குப் பணமில்லாமல் போகும் என்பதைக் கசப்புடன் பதிவு செய்கிறான். 'நமது தேசத்தில் எல்லாருக்கும் ஆரம்பப் படிப்பு ஸர்க்கார்ச் செலவில் கற்றுக்கொடுக்க வேண்டுமென்று ஸ்ரீ கோகலே வைஸ்ராய் சபையில் கூகூ என்று கத்திப் பார்த்தார்.

செலவுக்குப் பணம் இல்லை என்று சொல்லி அதிகாரிகள் கையை விரித்துவிட்டார்கள். இது சண்டைக்கு முந்தி! இப்போதோ கேட்கவே வேண்டியதில்லை. இனிமேல் போகப்போகச் சண்டைச் செலவும், சண்டை முடிந்தால் வாங்கின கடனுக்கு வட்டிச் செலவும் அதிகப்பட்டுக்கொண்டு போகும்' என்றும் வருந்தினான்.[15]

போரின் போக்கை உன்னிப்பாக அவதானித்துவந்த அதே வேளையில் பிரிட்டனின் உள்நாட்டு அரசியலையும் பாரதி கவனித்து வந்தான். போர்ச் சூழலில் ஜனநாயக உரிமைகள் பற்றி 'நியூ ஸ்டேட்ஸ்மன்' என்ற தாராளவாத இதழின் கருத்துகளைச் சுருக்கித் தந்ததோடு தன் கருத்தையும் பின்வருமாறு முன்வைத்தான்.

> யுத்தம் நடப்பது காரணமாக ஜனங்களுடைய ஸாதாரண உரிமைகளை அதிகாரிகள் புறக்கணிப்பது சில ஸமயங்களில் அவசியமாக ஏற்பட்டபோதிலும், ஒரேயடியாக ஜனதர்மங்களைப் படுகுழியிலே கொண்டு அமிழ்த்துவிடும்படி ஜனத்தலைவர் பார்த்துக்கொண்டிருக்கலாமா? யுத்தக் காலத்தில் ஜன உரிமை எவ்வளவு தூரம் வளைய இடங் கொடுக்கலாம்? இதை எல்லைப்படுத்த வேண்டிய காரியம் இப்போது ஐரோப்பிய பண்டிதர்களை வந்து சூழ்ந்திருக்கிறது.[16]

பாரதி முன்வைக்கும் கேள்வி இக்காலத்திற்கும் மிகுந்த பொருத்தமுடையது.

'இந்த யுத்தம் இங்கிலிஷ்காரார் பக்கத்துக்கு ஜயிக்க வேண்டுமென்கிற தாகம் ஹிந்துக்களுக்கிருப்பதைவிட அதிகமாக வேறெந்த ஜாதியாருக்குமே யில்லை'[17] என்ற நிலையிலும், போர் நீண்டு செல்லச் செல்ல பிரிட்டிஷாரின் பெருந்தன்மை சிறிதும் வெளிப்படாததைக் கண்டு பாரதி வெதும்பினான். சென்னைச் சட்டமன்றத்தில் மே 1917இல் ஆளுநர் பெண்ட்லண்டு பிரபுவின் கடைசிப் பொழிவு இருந்த கொஞ்சநஞ்ச நம்பிக்கையினையும் தீய்த்தது. சுய ஆட்சி கிடைக்கும் என்ற எதிர்பார்ப்பைக் கைவிட வேண்டும், கடுஞ் சொற்களைப் பேசக் கூடாது, கிளர்ச்சிகளில் ஈடுபடக் கூடாது என்ற ஆளுநரின் அறிவுரைகள் ஒட்டக்கூத்தன் பாட்டுக்கு இரட்டைத் தாழ்ப்பாள் என்ற பழமொழியை நினைவூட்டுவதாக இருந்தன. சாக்ரடீஸ் போல் பொறுமை காட்ட வேண்டுமோ என்று கேலியாக வினவிய பாரதி,

> [அவர்] தம் தேசத்துக்குப் போய் தீர்க்காலோசனை யுடன் மனுஷ்ய நாகரிகத்துக்கு நலமென்று சொல்லப்பட்ட ஸ்வராஜ்ய உண்மைப் பேச்சு,

விடுதலையும் ஸ்வராஜ்ய ஆதர்ஷத்தாலும் பிரிட்டிஷ் தேச நாடுகளின் ஊக்கத்தாலும், இந்த பூமண்டலத்தி லுள்ள ஸர்வ தேசங்களிலும் அசைக்க முடியாதபடி வேரூன்றி நிற்கும் காலத்தை தம்முடைய கண்ணால் கண்டனுபவிக்க வேண்டுமென்று எல்லாம் வல்ல திருவருளைப் பிரார்த்திக்கிறோம்

என்று வஞ்சநவிற்சியாகத் தன் வேண்டுதலை முன்வைத்தான்.[18]

ஜூன் 1918 அளவில் நம்பிக்கையினை முற்றுமாக இழந்து விட்டான் பாரதி. பீலிதான் என்றாலும் சால மிகுத்துப் பெய்தால் சாகாடும் அச்சிறும் என்ற அளவையின்படி, சர் எஸ். சுப்பிரமணிய ஐயர் அமெரிக்கக் குடியரசு தலைவருக்கு, இந்தியா விடுதலை பெற உதவ வேண்டும் என்று எழுதியதற்கு மாண்டேகு பிரபு அவரைக் கண்டித்தது பாரதியின் நம்பிக்கைக்கு முற்றுப்புள்ளி வைத்தது.[19]

பத்தாண்டுகளுக்கு மேல் நீண்டுவிட்ட புதுச்சேரி வாழ்க்கை பாரதிக்குச் சலித்துவிட்டது. பிரெஞ்சு அரசாங்கம் அடைக்கலம் அளித்தாலும் பிரிட்டிஷ் போலீசின் தொல்லைகள் தொடர்ந்தன. மீண்டும் தமிழகம் திரும்ப அனுமதியளித்தால் அரசியலை விட்டு நீங்கிவிடுவதாகப் பலமுறை சென்னை ஆளுநரிடம் மன்றாடியும் அவர் மனமிரங்கவில்லை. 1918ஆம் ஆண்டின் இடைப்பகுதியில் சென்னை மாகாணத்தின் துணை இன்ஸ்பெக்டர் ஜெனரல் பாரதியைப் புதுச்சேரியில் சந்தித்தார். பிரிட்டிஷ் இந்தியாவுக்குத் திரும்புவதானால் போர் முடியும்வரை ஏதேனும் இரண்டு மாவட்டங்களில் முடங்கிக் கிடக்க வேண்டும் என்ற நிபந்தனை நியாயமற்றது என்று கருதிய பாரதி அதற்கு இணங்கவில்லை.

11 நவம்பர் 1918இல் போர் முடிவு ஒப்பந்தம் கைச்சாத்தான ஒரே வாரத்தில் பொறுமையிழந்த பாரதி துணிந்து புதுவையின் எல்லையைக் கடந்தான். உடனே கைது செய்யப்பட்டுக் கடலூர் சிறையில் மூன்று வாரம் அடைக்கப்பட்டான். அதற்குப் பிறகு மூன்றாண்டுகளில் அவனுடைய வாழ்க்கையும் முடிந்தது.

சான்றுக் குறிப்புகள்

1 Fortnightly Reports, 16 December 1914, Govt. of Madras.

2 Fortnightly Reports, 2 March 1915.

3 Fortnightly Reports, 15 March 1916.

4 ‘தி இந்து’, 25 மே 1908, ஆ. இரா. வேங்கடாசலபதி (ப-ர்), *பாரதி கருவூலம்: ‘ஹிந்து’ நாளிதழில் பாரதியின் எழுத்துகள்*, காலச்சுவடு பதிப்பகம், நாகர்கோவில், 2008, ப. 38–40.

5 'தி இந்து', 11 ஆகஸ்டு 1914, ஆ.இரா.வேங்கடாசலபதி (ப–ர்), பாரதி கருவூலம் ப. 84.

6 ஆ.இரா. வேங்கடாசலபதி (ப–ர்), வ.உ.சி., *திலக மகரிஷி*, காலச்சுவடு பதிப்பகம், நாகர்கோவில், 2010, ப. 52.

7 'தி இந்து', ஆ.இரா. வேங்கடாசலபதி (ப–ர்), *பாரதி கருவூலம்*, 2 செப்டம்பர் 1914, ப. 85–8.

8 'தி இந்து', ஆ. இரா. வேங்கடாசலபதி (ப–ர்), *பாரதி கருவூலம்*, ப. 90–3.

9 'Home and the War', *New India*, 3-10-1914, சீனி. விசுவநாதன் (ப–ர்), *காலவரிசைப்படுத்தப்பட்ட பாரதி படைப்புகள்*, தொகுதி 8, சென்னை, 2007, ப. 66–9.

10 'Rights and *Duties*', *New India*, 20 அக்டோபர் 1914, சீனி. விசுவநாதன் (ப–ர்), *மேலது*, தொகுதி 8, சென்னை, 2007, ப. 70–1.

11 'India and the World', *New India*, 18 மார்ச் 1915, சீனி. விசுவநாதன் (ப–ர்), *மேலது*, தொகுதி 8, சென்னை, 2007, ப. 154–5.

12 'India and the War', *Commonweal*, 2 July 1915, சீனி. விசுவநாதன் (ப–ர்), *மேலது*, தொகுதி 8, சென்னை, 2007, ப. 207.

13 'பொன்', சுதேசமித்திரன், 15 டிசம்பர் 1915, சீனி. விசுவநாதன் (ப–ர்), *மேலது*, தொகுதி 8, சென்னை, 2007, ப. 261-5.

14 *சுதேசமித்திரன்*, 25 மே 1916; பெ. தூரன் (ப–ர்), *பாரதி தமிழ்*, சென்னை, 1953, ப. 115.

15 *சுதேசமித்திரன்*, 25 அக்டோபர் 1917.

16 *சுதேசமித்திரன்*, 2 பிப்ரவரி 1917.

17 *சுதேசமித்திரன்*, 8 மே 1917, சீனி. விசுவநாதன் (ப–ர்), *காலவரிசைப்படுத்தப்பட்ட பாரதி படைப்புகள்*, தொகுதி 9, சென்னை, 2008, ப.142.

18 'ஸ்ரீ கவர்னர் பிரசங்கம்,' *சுதேசமித்திரன்*, 1 ஜூன் 1917, சீனி.விசுவநாதன் (ப–ர்), *மேலது*, தொகுதி 9, ப. 171.

19 'காலநிலை: ஒரு விநோதம்', *சுதேசமித்திரன்*, 4 ஜூலை 1918, சீனி. விசுவநாதன் (ப–ர்), *மேலது*, தொகுதி 9, ப. 570–1.

~ ~

3

'ரவீந்திர திக்விஜயம்'

பாரதி பார்வையில் தாகூர்

சி. சுப்பிரமணிய பாரதிக்கு (1882-1921) இருபத்தொரு ஆண்டுகள் மூத்தவரான ரவீந்திரநாத தாகூர் (1861-1941) பாரதி காலமான இருப தாண்டுகள் கழித்துப் புகழுடம்பெய்தினார். தம் நெடும் வாழ்நாளில் எல்லாப் புகழும் அடைந்த தாகூர் நோபெல் பரிசு பெற்றார்; வங்காளத்தின் தலைமகனாக மதிக்கப்பெற்றார்; காந்தியால் குருதேவர் எனப் போற்றப்பட்டார். தன் குறுகிய வாழ்நாளில் பாரதி பெற்ற அறிந்தேற்பு மிகக் குறைவு. இரண்டு தலைமுறைக்கு மேல் செல்வ வளம் மிக்க குடும்பத்தில் பிறந்தவர் தாகூர் என்றால், பாரதி பிறந்ததோ மிக எளிய குடும்பத்தில். தன் படைப்பு வாழ்க்கையின் பெரும்பகுதியைத் திறந்தவெளிச் சிறை வாழ்க்கையாகப் புதுச்சேரியில் கழித்த பாரதி, உலகைச் சுற்றிக் காணப் பேராவல் கொண்டிருந்தான். பாரதி பிறப்பதற்கு முன்பே இங்கிலாந்துக்குச் சென்று திரும்பிய தாகூர், காணாத நாடில்லை என்று சொல்லுமளவுக்கு உலகைச் சுற்றினார். அடிப்படை நியாயத்தை வேண்டி வெள்ளைக்கார ஆட்சியாளர்களிடம் பாரதி மன்றாடிக்கொண்டிருந்த காலத்தில் தாகூருக்கு 'சர்' பட்டம் கிடைத்தது. பிறந்த மண்ணில் அங்கீகாரத்திற்குப் பாரதி ஏங்கிக்கொண்டிருக்க, உலகப் பிரமுகர்களெல்லாம் தாகூருக்கு நடை

பாவாடை விரித்துக்கொண்டிருந்தனர். பாரதியின் இறுதி ஊர்வலத்தில் கலந்துகொண்டோர் பத்துப் பன்னிரண்டு பேர்; யார் எரியூட்டுவது என்று பிரச்சனை. தாகூரின் இறுதி ஊர்வலத்திலோ கலவரம் ஏற்படும் அளவுக்குப் பெருங்கூட்டம்.

இப்படி இருவருக்குமான வேறுபாடுகள் பல. இருப்பினும் நவீன இந்திய மறுமலர்ச்சியில் இருவரின் பெயரும் ஒன்றாகவே குறிப்பிடப்படுவதைக் காணலாம். நெடிய கவிதை மரபு கொண்ட ஒரு மொழிக்கு நவீன முகம் கொடுத்தவன் பாரதி. சில நூற்றாண்டு இலக்கிய வரலாறே கொண்ட மொழியில் கவிதை, கட்டுரை, சிறுகதை, நாவல், சுயசரிதை, நாடகம், இசை, ஓவியம், கல்வி எனத் தொட்ட அனைத்துத் துறைகளையும் துலங்கவைத்தவர் தாகூர்.

பாரதியையும் தாகூரையும் ஒப்பிட்டுக் க. கைலாசபதியும் தொ.மு.சி. ரகுநாதனும் எழுதியுள்ளனர். இடதுசாரி விமரிசகர்களான இருவருமே தாகூர் நூற்றாண்டையொட்டி, 1961ஆம் ஆண்டில் சிறு நூல்களை எழுதினர். கொழும்பு தமிழ் நாளேடான ‘தினகர’னில் தொடராக எழுதி நூலாக்கம் பெற்ற ‘இரு மகாகவிகள்’ கைலாசபதியின் இளமைக்கால முயற்சி. ரகுநாதனின் ‘கங்கையும் காவிரியும்’ மக்களிடமிருந்து அந்நியப்பட்டவராகத் தாகூரைச் சித்தரித்து, பாரதிக்கு முதன்மை கொடுக்கும் முயற்சி. பி.ஸ்ரீ.யும் தம் பாணியில் ஒரு சிறு நூல் எழுதியுள்ளார் (‘பாரதியும் தாகூரும்’, 1970). இவர்களைத் தாண்டி பாரதி – தாகூர் ஒப்பீட்டு ஆய்வு மேலே செல்லவில்லை என்பது மகிழ்ச்சி தரும் செய்தியாக இருக்க முடியாது.

பாரதியையும் தாகூரையும் ஒப்பிடும் கட்டுரை அல்ல இது. தன் வாழ்நாளில் தாகூரைப் பாரதி எவ்வாறு எதிர்கொண்டான் என்பதை நெட்டோட்டமாகக் காட்டும் முயற்சியினையே இக்கட்டுரை மேற்கொள்கிறது.

நடைபெறாத சந்திப்பு

பாரதியும் தாகூரும் சந்தித்ததில்லை. 1906 டிசம்பரில் கல்கத்தாவில் கூடிய காங்கிரஸ் ஆண்டு மாநாட்டில் சென்னையிலிருந்து சென்று பாரதி கலந்துகொண்டான். தாகூர் எந்த ஆர்வமும் கொள்ளாத மாநாடு இது. ‘கல்கத்தா கும்பலிலிருந்து ஏமாற்றமுற்றுக் களைத்துத் தப்பித்தேன்’ என்று சலிப்புடன் இது பற்றித் தாகூரே எழுதியிருக்கிறார். இந்த மாநாட்டுக்குச் சென்றிருந்தபோது சகோதரி நிவேதிதா தேவியைச் சந்தித்தது மட்டுமல்லாமல் அச்சந்திப்பினால் பெரும் மனஎழுச்சி பெற்று அவருக்குத் தன் முதல் இரண்டு நூல்களையும் காணிக்கையாக்கினான் பாரதி. கல்கத்தாவில் பாரதி தாகூரைக் காண நேரிட்டதா? அந்தக்

காலப் பகுதியில் தாகூரையும் அவருடைய எழுத்தையும் அவன் அறிந்திருந்தானா? இந்தக் கேள்விகளுக்குத் தெளிவான விடை இல்லை.

கல்கத்தா காங்கிரஸ் நடந்து முடிந்த பன்னிரண்டு ஆண்டு களுக்குப் பிறகு, 1919ஆம் ஆண்டின் தொடக்கத்தில் தாகூர் தென்னகத்திற்கு வருகை புரிந்தார். மதுரை, திருச்சி, தஞ்சாவூர், கும்பகோணம், சென்னை ஆகிய ஊர்களில் அவர் உரை யாற்றினார். இது பல அதிர்வலைகளை எழுப்பிய பயணமாகும். அப்பொழுது திருவனந்தபுரத்தில் கல்லூரி மாணவராக இருந்த ஏ.என். சட்டநாதன், காசு கொடுத்து நுழைவுச் சீட்டு வாங்கித் தாகூரின் பேச்சைக் கேட்கச் சென்றிருக்கிறார். உடன்வந்த தாகூரின் மருமகள் பரிமளா தேவியின் எளிய வங்காளப் புடவையும் முடியாத கார்குழலும் ஐம்பதாண்டுகள் கழித்து அவர் எழுதிய சுயசரிதையில் நினைவுகூரும் அளவுக்கு நினைவில் ஆழப் பதிந்திருக்கின்றன. அவருடன் இருந்த பேராசிரியர் ஒருவரைத் தாகூரின் தாடி அதைவிட அதிகம் கவர்ந்திருக்கிறது.[1] சென்னைக்கு வந்த தாகூர் உ.வே. சாமிநாதையரை அவருடைய இல்லத்திற்குச் சென்று சந்தித்தார்.

10 மார்ச் 1919ஆம் நாள் சென்னையில் கோகலே அரங்கத்தில் தாகூர் உரையாற்றினார். 1918 நவம்பரில் புதுச்சேரியிலிருந்து பிரிட்டிஷ் இந்தியாவிற்குள் நுழைந்து கைது செய்யப்பட்ட பாரதி சில வாரங்கள் கழித்து விடுதலையாகி, கடயம் சென்றான். தாகூர் சென்னையில் உரையாற்றிய பத்து நாளுக்கு முன் அதே சென்னையில் விக்டோரியா பப்ளிக் ஹாலில் பாரதியும் உரையாற்றியிருக்கிறான். சென்னையிலிருந்த இந்தச் சமயத்திலேனும் அவன் தாகூரைக் கண்டானா?

சாந்தி நிகேதனில் தாம் நிறுவியிருந்த விஸ்வபாரதி என்ற உலகக் கல்வி நிறுவனத்திற்கு நிதி திரட்டுவதற்காகவே தாகூர் 1919இல் தென்னகம் வந்திருந்தார். இந்த வருகையைத் திட்டமிட்டவர் பாரதியின் பாடல்கள் இரண்டொன்றை ஆங்கிலத்தில் மொழிபெயர்த்திருந்த ஐரிஷ் கவிஞரும், சென்னையில் தலைமையகத்தைக் கொண்டிருந்த பிரம்மஞான சபை (Theosophical Society) உறுப்பினருமான ஜே.எச். கஸின்ஸ் (J.H. Cousins). மேலும் தாகூரின் தென்னக வருகை பற்றி மிக விரிவாகச் செய்திகளை 'இந்து' ஆங்கில நாளேடும் 'சுதேசமித்திர'னும் வெளியிட்டிருந்தன. எனவே, தாகூரின் வருகையைப் பாரதி அறியாமலிருந்திருக்க வாய்ப்பில்லை. ஆனால், தாகூர் தரிசனம் பாரதிக்கு அமைந்ததற்கான எந்தத் தடயமும் இல்லை.

பாரதியினுடைய வாழ்க்கையின் ஒரு நெருக்கடியான தருணத்தில் தாகூரின் வருகை அமைந்திருந்தது. அரசியலில்

எழுக, நீ புலவன்!

பங்கு கொள்வதில்லை என்றும், தான் எழுதும் அனைத்தையும் அரசாங்கத்தின் முன்னனுமதி பெற்றே வெளியிடுவதாகவும் பாரதி கையெழுத்திட்டுக் கொடுத்திருந்தான். பத்தாண்டுகள் புதுச்சேரியில் கரந்துறைந்த பிறகு மீண்டும் பிரிட்டிஷ் இந்தியாவில் அவன் காலூன்ற முயன்றுகொண்டிருந்த வேளை அது. இந்த நெருக்கடியில் அவன் தாகூரைச் சந்திக்க முயற்சி எடுக்காமலிருந்திருந்தாலும் அது புரிந்துகொள்ளக் கூடியதே.

தாகூரை ஒரு முறை பார்த்திருந்தாலும் பாரதி அதனைப் பதிவு செய்யாமல்போயிருப்பதற்கு வாய்ப்பில்லை. எனவே இருவரும் சந்தித்ததில்லை என்பது உறுதி. சந்தித்திருந்தால் அது இலக்கிய வரலாற்றாசிரியர்கள் நினைவுகூரத்தக்கதாக அமைந்திருக்கும் என்பதிலும் ஐயமில்லை.

பாரதி மறைந்த பிறகு இருபதாண்டுகள் தாகூர் வாழ்ந்தார். இந்தக் காலத்திலேனும் தம்மீது பெருமதிப்புக் கொண்டிருந்த பாரதி என்றொரு பெருங்கவிஞன் தமிழகத்தில் வாழ்ந்து மறைந்தான் என்பதைத் தாகூர் அறிய வந்தாரா? இக்கேள்விக்கான விடையைத் தேட வேண்டிய கடமை தாகூர் ஆய்வாளர்களுடையது.

தாகூருக்குப் புகழஞ்சலி

பாரதியின் கல்கத்தா பயணம், தாகூரின் சென்னை வருகை – இவ்விரண்டுக்கும் இடைப்பட்ட காலத்தில் எவ்வளவோ நடந்து முடிந்துவிட்டது. இந்தப் பன்னிரண்டு ஆண்டுக் காலம்தான் பாரதியின் படைப்பு வாழ்க்கையின் வளமான பகுதி. இதுதான் தாகூரின் படைப்புகள் அனைத்தையும் படித்து, அவர்மீது பேரபிமானத்தை அவன் வெளிப்படுத்திய காலமுமாகும்.

1904ஆம் ஆண்டின் கடைப்பகுதியில் சென்னைக்கு ஓர் இளம் பத்திரிகையாளனாக வந்துசேர்ந்த பாரதி அப்பொழுது கிளர்ந்தெழுந்த சுதேசி இயக்கத்தில் மிக விரைவில் தன்னை இணைத்துக்கொண்டான். அவனைச் சுதேசி இயக்கத்தின் குழந்தை என்று சுட்டினாலும் பொருந்தும். பாரதியின் அக்கால எழுத்துகளை மேலோட்டமாக வாசித்தாலும்கூட எந்த அளவிற்கு அவன் வங்காளத்தின் அரசியல், பண்பாட்டுப் போக்குகளையும் செய்திகளையும் அறிந்திருந்தான் என்பதை உணர முடியும்; சுதேசி இயக்கத்தின் ஊற்றுக்கண்ணாக விளங்கிய வங்காளத்தின் அன்றாடச் செய்திகளைப் பாரதி விடாமல் கவனித்து வந்திருந்தான் என்பதும் புலப்படும். பங்கிம் சந்திரரின் வந்தே மாதர கீதத்தை அவன் இருமுறை மொழிபெயர்த்தான். வங்காளப் பிரமுகர்களைத் தன் பாடல்களில் வைத்தான். அரவிந்தர் மீது பெரு மதிப்புக் கொண்டிருந்தான். பிரம்ம

சமாஜம், இராமகிருஷ்ணர் இயக்கம் ஆகியவற்றைப் பற்றிய ஆழ்ந்த பார்வையை வெளிப்படுத்தினான். விவேகானந்தரைப் போற்றினான். வங்காளத்தில் கொழுந்துவிட்டெரிந்த போராட்டச் செய்திகளைத் தன் பத்திரிகைகளில் மிக விரிவாக வெளியிட்டான்.

இந்தக் காலப்பகுதியில் தாகூரைப் பற்றிய எந்தக் குறிப்பும் பாரதியின் எழுத்துகளில் தென்படவில்லை என்பது பெரு வியப்புக்குரியது. ஜமால்பூரில் நிகழ்ந்த இந்து – முஸ்லிம் கலவரத்திற்குப் பிறகு தாகூரின் பார்வையில் ஒரு பெருமாற்றம் நிகழ்ந்தது. சுதேசி இயக்கத்தின் இந்துச் சார்பை அவர் விமர்சனபூர்வமாகப் பார்க்கலானார். இந்தியத் தேசியத்தை நிபந்தனையின்றி ஆதரித்த பாரதி, தாகூரின் விமரிசனங்களை அறிந்திருந்தானா; அறிந்திருந்தால் என்ன நினைத்தான் என்பன பற்றி ஒன்றும் அறிய முடியவில்லை. சுதேசி இயக்கத்தை விமரிசனபூர்வமாகச் சித்தரித்த தாகூரின் 'காய்ரே பாய்ரே' (*The Home and the World;* வீடும் வெளியும்) நாவலைப் பற்றிப் பாரதி என்ன கருதினான் என்பதையும் அறிய முடியவில்லை. (தேசியங்களின் எழுச்சி உலகப் போர்களை விளைவித்ததைத் தொடர்ந்து தேசியம் பற்றிய விமரிசனத்தைத் தாகூர் கடுமையாக்கினார். இவற்றைப் படிக்கப் பாரதி உயிருடன் இல்லை என்பது வேறு.)

'ரவீந்திரருடைய கீர்த்தி உலகத்தில் அதிகமாகப் பரவி ஏறக்குறைய நான்கு வருஷங்களாகவில்லை'[2] என்று 1916இல் பாரதி எழுதியிருக்கிறான். நோபெல் பரிசினையும் அதன் பின்விளைவுகளையுமே அவன் சுட்டுகிறான். பாரதியும்கூடத் தாகூரை இதற்குப் பிறகே அறிந்துகொண்டான் போலும்.

தாகூரைப் பற்றிய பாரதியின் முதல் குறிப்பு ஆங்கிலத்தில் அமைந்துள்ளது. தாகூருக்கு நோபெல் பரிசு கிடைத்த இரண்டு ஆண்டுகளுக்குள், 1914இல், இக்குறிப்பு வரையப்பட்டிருக்கிறது. அப்போது பாரதி புதுச்சேரியில் இருந்தான். அரவிந்தரோடு அவனுக்கு நெருக்கம் ஏற்பட்டிருந்தது. வங்க மொழியையும் கொஞ்சம் கற்கத் தொடங்கியிருந்தான்.

இவ்வேளையில், இந்திய தேசியவாதிகள் அன்னி பெசண்டின் தலைமையை ஏற்றுக்கொள்ள முற்பட்டிருந்ததைப் பற்றிய ஒரு விமரிசனக் குறிப்பை 'இந்து' நாளேட்டிற்குப் பாரதி எழுதினான். இந்தியர்களின் சமய விவகாரங்களில் தலையிடாமலும், எந்தத் துறையிலும் அவர் தலைமை பூண விரும்பாமலும் இருக்கும்வரை அன்னி பெசண்டின் அரசியல் நுழைவை ஏற்றுக்கொள்ளலாம் என்ற கருத்தை அதில் பாரதி வெளிப்படுத்தியிருக்கிறான். 'அறிவார்ந்த விஷயங்களிலும் தார்மீக நெறிகளிலும் இவருடைய ஆளுமையால் ஆதிக்கம் செலுத்தப்பட முடியாத ஆண்களும்,

பெண்களும்கூட, நம் தேசத்தில் உள்ளனர்' என்று எழுதிய பாரதி, இதற்கு ஆதாரமாகச் சுட்டியது என்னவென்றால், 'தாகூர், [ஜகதீஷ் சந்திர] போஸ் போன்றோரை நம் தேசம் உருவாக்கியுள்ளது' என்பதே.[3]

இதற்கு இரண்டாண்டுகளுக்குப் பிறகு புதுச்சேரியில் அவனைச் சந்தித்த 'இந்து' பத்திரிகையின் மைசூர் நிருபர் பாரதியின் உடல் மொழியையும் சரளமான பேச்சையும் குறிப்பிட்டு, அவருடைய பேச்சிலிருந்து தாம் பெற்றுக்கொண்ட ஒரே செய்தியாகக் குறிப்பிட்டது, 'திலகரே இந்தியாவின் முதல் அரசியல்வாணர்; பேராசிரியர் ஜகதீஷ் சந்திர போஸே முதல் விஞ்ஞானி; இரவீந்திரநாத் தாகூரே முதல் கவிஞர்.'[4] தாகூரைப் பற்றிக் குறிப்பிடும்பொழுதெல்லாம் ஜகதீஷ் சந்திர போஸ் பெயரையும் பாரதி குறிப்பிடுவதைக் காண முடிகிறது. (தாகூரைத் தவிரப் பாரதி தமிழாக்கிய மிகச் சிலருள் ஒருவர் போஸ் என்பதையும் இங்கு நினைவுகூரலாம்.)

தாகூர் பற்றிய பாரதியின் முதல் அழுத்தமான பதிவை, 29 நவம்பர் 1915 'சுதேசமித்திர'னில் எழுதிய 'புனர் ஜன்மம்' என்ற கட்டுரையில் பயிலக் காண்கிறோம். இந்தியாவின் பண்டைக்காலப் பெருமை, இடைக்கால வீழ்ச்சி என்ற கதையாடலில் அமையும் இக்கட்டுரையில், இந்தியப் புனர் ஜன்மத்தின் முதல் கீற்றுகள் வெளிப்படுவதைக் காணும் பாரதி, பின்வருமாறு அறிவிக்கிறான்: 'இந்தப் புனர் ஜன்மத்தின் குறிகளை எல்லாவற்றிலும் காண்கிறோம். பாரத ஜாதி புதிதாய்விட்டது. தற்காலத்திலே பூமண்டலத்து மஹா கவிகளில் நமது ரவீந்திரநாதன் ஒருவர் என்று உலகம் ஒப்புக்கொள்கிறது.'

தாகூருக்குக் கிட்டிய உலகப் புகழ் பாரதியின் பெருமிதத்திற்கு காரணமாகியது என்பதற்குத் தொடர்ந்து சான்றுகள் கிடைக்கின்றன. இந்தக் காலப் பகுதியில், 'சுதேசமித்திரன்' நாளிதழில் 'தராசு' என்றொரு பத்தியினைப் பாரதி எழுதிவந்தான். தராசுக் கடையில் நண்பர்கள் குழுமி விவாதிப்பதன் பதிவாக இப்பத்தி அமைந்திருக்கிறது. ஒருநாள் தராசுக் கடைக்கு ஒரு கவிராயர் வந்து, 'கீதாஞ்சலி' நூலில் சிறிய பாட்டொன்றைத் தாம் தமிழில் வசனமாக மொழிபெயர்த்திருப்பதாகவும் அது சரிதானா என்று பார்க்க வேண்டும் என்றும் கேட்கிறார். அவர் மொழிபெயர்த்தது, 'Where the mind is without fear' என்ற புகழ்பெற்ற பாட்டு என்பது எதிர்பார்க்கக்கூடியதே. மொழியாக்கத்தை முழுவதுமாக வெளியிட்டுவிட்டுப் பாரதியின் தராசு கூறிய தீர்ப்பு: 'மொழிபெயர்ப்பிலே பிழையில்லை. ஆனாலும் இன்னும் சிறிது சுலபமான நடையில் இருக்கலாம்'.[5]

இதற்கு ஓராண்டு கழித்து, பாரதியே தாகூர் பாடல்களை மொழிபெயர்க்கலானான். மொழிபெயர்க்க அவன் தேர்ந் தெடுத்தது, குழந்தையை மையமாக வைத்து எழுதப்பட்ட *The Crescent Moon* – வளர்பிறை – நூலிலிருந்து சில பாடல்களை. 'மிகவும் சாமர்த்யமாக எழுதியிருக்கிறார்' தாகூர் என்று கருதிய பாரதி, *'The Beginning', 'Playthings'* ஆகிய பாடல்களிலிருந்து சில பகுதிகளைத் தமிழாக்கியதோடு, *'The Champak Flower', 'Hero'* ஆகிய பாடல்களைப் பற்றியும் குறிப்பிடுகிறான். 'தெய்வமே தாயென்று நம்பி எவன் குழந்தைபோல் நடக்கிறானோ அவனே ஞானியென்பது. . . நூலின் கருத்து' என்பது பாரதியின் மதிப்பீடு.[6]

இம்மொழிபெயர்ப்புகள் வசனத்தில் அமைந்திருக்க, தேசியக் கல்வியைப் பற்றித் தாகூர் எழுதிய பாடலை 'விளக்கிலே திரி நன்கு சமைந்தது மேவுவீர் இங்கு தீக்கொண்டு தோழரே!' என்று தொடங்கும் நான்கு செய்யுளாகப் பாரதி மொழிபெயர்த்து, 'சுதேசமித்திரன்' இதழில் வெளியிட்டான்.[7]

இவையனைத்தும் ஆங்கிலத்திலிருந்து மொழிபெயர்க்கப் பட்டவை. தாகூரை நேரடியாக வங்காளத்திலிருந்து பாரதி மொழிபெயர்க்க முயன்றதாகத் தெரியவில்லை.

ஜூன் 1916இல் எழுதிய 'லோக குரு' என்ற மிக முக்கியமான கட்டுரையில் ஜப்பானின் டோக்கியோ இம்பீரியல் கல்லூரியில் தாகூர் ஆற்றிய உரையிலிருந்து பல நெடும் பத்திகளைத் தமிழாக்கியதோடு அதைப் பற்றிய தன் கருத்தையும் விரிவாகப் பதிவு செய்திருக்கிறான் பாரதி. உறங்கிக்கொண்டிருக்கும் ஆசியக் கண்டத்தை ஜப்பான் எழுப்புவதாகவே தாகூரின் உரையை அவன் பொருள் கொண்டான். விவேகானந்தரின் பணியைத் தாகூர் தொடர்வதாகக் கருதிய பாரதி,

> ரவீந்திரநாதர் செய்த பிரசங்கம் பூமண்டலத்தின் சரித்திரத்திலே ஒரு புதிய நெறி காட்டுவது. விவேகாநந்தர் செய்துவிட்டுப்போன தொழிலை வளர்ப்போரில் ரவீந்திரர் ஒருவர்.
>
> விவேகாநந்தர் ஆத்மாவின் பயிற்சியை மட்டும் காட்டினார். ரவீந்திரர் உலக வாழ்க்கையும் உண்மையான கவிதையும் ஆத்ம ஞானமும் ஒரே தர்மத்தில் நிற்பனவென்பதை வெளிநாடுகளுக்குச் சொல்லும்பொருட்டாக பாரத மாதாவினால் அனுப்பப்பட்டிருக்கிறார்.

இப்பணியை மேற்கொள்வதற்கான தாகூரின் தகுதியைக் குறிப்பிடவந்த பாரதி, 'இந்தத் தொழிலுக்கு அவர் மிகவும்

தகுதியுடையவர், பூமண்டலம் முழுவதும் அவருடைய கவிதையின் கீர்த்தி ஏற்கெனவே பரவியிருக்கிறது. உலகத்து மஹாகவிகளின் தொகையில் அவரைச் சேர்த்தாய்விட்டது' என்று தொடங்கி,

> கீதாஞ்சலி முதலாக அவர் இங்கிலீஷ் பாஷையில் மொழிபெயர்த்து வெளியிட்டிருக்கும் நூல்கள் மிகவும் சிறியன. பார காவியங்களல்ல. பெரிய நாடகங்களல்ல. தனிப்பாடல்கள் சில காண்பித்தார். உலகம் வியப்படைந்தது. நல்வயிர மணிகள் பத்துப் பனிரண்டு விற்றால் லக்ஷக்கணக்கான பணம் சேர்ந்துவிடாதோ? தெய்வீகக் கவிதையிலே பத்துப் பக்கம் காட்டினால் உலகத்துப் புலவரெல்லாம் வசப்பட மாட்டாரோ?'[8]

என்று அவருடைய இலக்கியச் சாதனையை எடுத்துரைக்கிறான். தாகூரின் உலகப் புகழ் பற்றிப் பேசும்பொழுதெல்லாம் அவருடைய இலக்கிய மேன்மையினையும் திறத்தையும் பாரதி குறிப்பிடத் தவறவில்லை என்பது மனங்கொள்ள வேண்டிய செய்தி.

இவ்வாறு தாகூரின் பெருமை உலகமெலாம் பேசப்படுகையில் இந்தியப் பத்திரிகைகள் அவருடைய உலக வெற்றியைப் பற்றிப் போதுமான அளவு செய்தி வெளியிடவில்லை என்ற மனக்குறையும் பாரதிக்கு இருந்தது. 'ஜப்பானில் ரவீந்திரநாத தாகூரின் செயல்பாடுகள் பற்றி இந்தியப் பத்திரிகைகள் முழு நியாயம் செய்யவில்லை. ஓர் இந்தியர் ஜப்பானுக்குச் செல்வதும், அங்குப் பிரதம மந்திரி ஓகூமா முதல் ஒரு புத்தக் கோயிலின் எளிய பிக்கு வரை அனைத்துத் தரப்பினரின் கௌரவத்தையும் பெறுவதும் எல்லா நாளும் நடக்குமா?' என்றும் தன் ஆதங்கத்தை அவன் வெளிப்படுத்தினான்.[9]

தாகூரைப் பற்றிய பாரதியின் பார்வையில் அடிநாதமாக ஓடுவது இரண்டு கருத்துகள். ஓராயிரமாண்டு வீழ்ச்சிக்குப் பிறகு துயிலெழும் இந்தியப் பண்பாட்டின் அறிகுறியாகத் தாகூர் விளங்கினார் என்பது ஒன்று. மற்றொன்று, மேற்குலகின் மேலாதிக்கத்தை முறியடித்து, ஆசிய கண்டம் மேலோங்கும் என்பதும், அதற்கு இந்தியாவின் சார்பாகப் பங்களிப்பவராக அவர் தாகூரைக் கண்டார் என்பதுமாகும்.

தாகூரின் மொழிபெயர்ப்பாளன்

தனது புதுச்சேரி வாழ்க்கையின் இறுதி ஆண்டில் தாகூரை மொழிபெயர்ப்பதில் பாரதி மிக மும்முரமாக ஈடுபட்டிருந் திருக்கிறான். ஏற்கெனவே குறிப்பிட்ட கவிதையைத் தவிர,

சுதேசமித்திரன் புத்தகசாலை வழியாகத் தாகூரின் ஐந்து கட்டுரைகளைப் 'பஞ்ச வியாசங்கள்' என்ற தலைப்பில் 1918இல் அவன் நூலாக வெளியிட்டான். இக்கட்டுரைகள் Modern Review (MR) இதழில் வெளிவந்தவை. அவையாவன: 'சிறிதும் பெரிதும்' ('The Small and the Great', MR, டிசம்பர் 1917), 'அடங்கி நட' ('Thou Shalt Obey', MR, செப்டம்பர் 1917), 'ஜாதி' ('The Nation', from Creative Unity[10]), 'ஜப்பானுடைய ஆவி' ('The Spirit of Japan', MR, ஜூன் 1917), 'கல்வி கற்பிக்கும் பாஷை' ('The Medium of Education', MR, அக்டோபர் 1917). இவை யாவும் பாரதியே 'மாடர்ன் ரிவியூ'விலிருந்து தேர்ந்தெடுத்து மொழிபெயர்த்தது என்று தெரிகிறது. 'ஜாதி', 'சுதேசமித்திர'னில் பிப்ரவரி 1918இல் வெளிவந்ததாகும். பிற கட்டுரைகளும் 'சுதேசமித்திர'னிலேயே வெளிவந்திருக்கலாம்.

இந்நூல் வெளியான உடனே, தாகூர் கதைகள் சிலவற்றைத் தமிழாக்கிச் சுதேசமித்திரன் புத்தகசாலை வழியாக இரு தொகுதிகளாக வெளியிட்டான். பாரதி மொழிபெயர்த்த எட்டுக் கதைகளாவன: 'ஆசாபங்கம்' ('False Hope'), 'நஷ்டபூஷணம் அல்லது காணாமல்போன நகைகள்' ('The Lost Jewels'), 'மானபங்கம்' ('Giribala'), 'நள்ளிரவிலே' ('In the Middle of the Night'), 'பத்திராதிபர்' ('The Editor'), 'ஸுபா' ('Subha'), 'ரஜாக் காலம்' ('The Homecoming'), 'ஸமாப்தி!' ('The Conclusion').

இடைப்பிறவரலாகத் தவிர வேறு எந்த எழுத்தாளரையும் பாரதி மொழிபெயர்க்கவில்லை என்று கருதும்போது தாகூர் மீது அவன் எவ்வளவு பேரபிமானம் கொண்டிருந்தான் என்பது விளங்கும். அவன் மொழிபெயர்த்த தாகூர் படைப்புகளின் எண்ணிக்கை ஒன்றே இதற்குப் போதுமான சான்றாகும். இந்தப் பணியில் அவன் உள்ளமும் உணர்வும் செலுத்தினான் என்பதும் அவற்றைப் படிக்கும்போது நன்கு புலப்படுகிறது.

கதைத் தலைப்புகளை நேராக மொழிபெயர்ப்பதையே வழக்கமாகக் கொண்டிருந்த பாரதி இரண்டொரு தலைப்பு களை மட்டும் சிறிது சுதந்திரம் எடுத்துக்கொண்டு மொழிபெயர்த் துள்ளான். 'Giribala' என்பதை 'மானபங்கம்' என்றும், 'Homecoming' என்பதை 'ரஜாக் காலம்' (விடுமுறை) என்றும் கதைப்பொருளுணர்ந்து மொழிபெயர்த்துள்ளான். வாசகர்களுக்குப் புரிய வேண்டும் என்ற பேராவலில் கதையின் போக்கில் பல இடங்களில் விளக்கங்களையும் அடிக்குறிப்புகளையும் அவன் இணைத்துள்ளான்.

'ஆசாபங்கம்' கதையில் 'டார்ஜிலிங்', 'இது ஹிமய மலை மீதுள்ளது' என்றும், 'கம்பெனி பகதூர்' 'அதாவது கிழக்கிந்தியக்

எழுக, நீ புலவன்! 47

கம்பெனி' என்றும் விளக்குகிறான். 'ஸுபா' கதையில் ஸுபாஷினி என்ற தலைமைக் கதை மாந்தரின் பெயரின் பொருள் கதைப் போக்கை உணர்ந்துகொள்வதற்கு இன்றியமையாததாதலால் 'நன்கு மொழிவாள்' என்று விளக்குகிறான். வாசகர்களுக்குப் புரிய வேண்டும் என்பதற்காக ஓரிடத்தில் 'பாதி மயிர் காய், பாதி மயிர் பழம்' என்பதை அடைப்புக்குறிக்குள் 'அதாவது மீசை மயிர் கருமையும் தலைமயிர் வெண்மையுமாகிய' என விளக்குகிறான்.

சில சமயங்களில் அடிக்குறிப்புகளையும் தருகிறான் பாரதி. 'ரஜாக் காலம்' கதையில், '"பாடிக்" என்ற பெயரை *Fatik* என்றும், "மாக்கன்" என்பதை *Makhan* என்றும் உச்சரிக்கவும்' என்கிறான். அதே கதையில், 'பூஜா விடுமுறைக் காலம்' என்பதற்குப் பின்வரும் விரிவான குறிப்பைத் தருகிறான்: 'பங்காளத்தில் நவராத்திரி பண்டிகையின் ஆரம்பத்திலிருந்து தீபாவளிக்கடுத்த அமாவாசை வரை தேவீபூஜை நடைபெறுகிறது. இது அவர்களுக்கு ஓர் நீண்ட விடுமுறைக்காலமாகும். தமிழ் ஐப்பசி மாதம் பங்காளிகளுடைய கார்த்திகை மாதத்திற்கு ஒத்திருக்கிறது. ஆகையால்தான் தென்னாட்டில் ஐப்பசி மாதத்தில் நடைபெறும் இப்பண்டிகைகளைக் கார்த்திகையில் நடைபெறுவதாக மேலே கூறப்பட்டிருக்கிறது.' தமிழ்ச் சூழலுக்கேற்பச் சில மாற்றங்களை அவன் செய்திருப்பதும் புலப்படுகிறது. எனவே ஆடி மழை, ஆவணி மழை போன்ற தொடர்களைப் பாரதி பயன்படுத்துகிறான்.

அதேபோல் 'மானபங்கம்' கதையின் திருப்பமான முடிவில் பின்வரும் குறிப்பைப் பாரதி சேர்த்துள்ளான்: 'வட இந்தியாவில் அதுவும் மிகுதியாக பங்காளத்தில் மேற்குலத்து ஸ்திரீகளில் பெரும்பாலோர் நம் நாட்டு மகமதிய ஸ்திரீகளைப் போல "கோஷா"வில் இருப்பார்கள். விவாக காலத்திலும்கூட மணமகளை "கோஷா"வில் வைத்தே சடங்குகள் நடைபெறும். விவாகம் முடிந்து தீர்ந்த பிறகுதான் மணமகனும் தன் மனைவியாகிய மணமகளைக் காண்பது. இச்சடங்குக்கு தர்சனச் சடங்கு என்று பெயர்.'

கதைகளை மொழிபெயர்க்கும்பொழுது இவ்வாறு விளக்கக் குறிப்புகள் எழுதுவதோடு அமைந்த பாரதி, கட்டுரைகளை மொழியாக்கும்பொழுது தாகூரோடு தான் மாறுபாடு கொள்ளும் இடங்களில் தன் கருத்தை விரிவாகப் பதிவு செய்கிறான். தாகூரின் 'அடங்கி நட' கட்டுரையில் 'பிரம்மஞானமும் விரிந்த வாழ்வும் சூத்திரனுக்குக் கிடையாதென்று முன்பு பிராமணர் விதி போட்டது போல்தான்' என்று வரும் வாக்கியத்துக்கு உடுக்குறியிட்டு, 'மொழிபெயர்த்தவருடைய ஆக்ஷேபம்' என்ற தலைப்பில் பாரதி பின்வருமாறு எழுதுகிறான்: 'அப்படி

பிராமணர் விதி போடவில்லை. உபநிஷத்தில் ஸத்யகாமனுடைய கதையையும், புராணத்தில் தர்மவியாதனுடைய கதையையும், நாயன்மார்களிலும் ஆழ்வார்களிலும் பலர் சூத்திரராயினும் அவர்களைப் பிராமணர் கோயிலில் வைத்துக் கும்பிட்டு முக்தராகப் போற்றுவதையும் அறியாத பாமரர் சொல்லுகிற வார்த்தையை இங்கு ரவீந்திரநாதர் வேகத்தினால் எழுதிவிட்டார் போலும்!' என்று கடுமையான கருத்தைச் சிறிது கேலியாக எழுதுகிறார். 'பிராமணன் ...ஜனங்களின் அறிவை ஒடுக்கிவிட்டான்' என்ற தாகூரின் கருத்துக்கு, 'மேற்படி வார்த்தைக்குச் சரித்திரத்தில் ப்ரமாணம் கிடையாது' என்று மறுதலிக்கிறான். 'அறிவின் வேர்களை சூத்திரனிடமிருந்து பறித்துவிட்டபடியால்' என்பதை மிகச் சுருக்கமாக 'கதை' என்று மறுக்கிறான்.

இது தகுமோ, இது முறையோ, இது தருமந்தானோ என்று நாம் கருதினாலும் இதுதான் பாரதி. தாகூரின் மீதான மறுப்பையும் மீறித் தனது சித்தாந்த நிலைப்பாடு மேலெழத் தன் கருத்தை முன்வைக்கும் ஆவேசம் அவனிடம் தென்படுகிறது. இந்தியாவின் பாரம்பரியச் சமூக அமைப்பை விமரிசிப்பவர் தாகூரேயானாலும் பாரதியால் அதைப் பொறுத்துக்கொள்ள முடியவில்லை. தமிழ்நாட்டில் பார்ப்பனரல்லாதார் இயக்கம் கிளர்ந்துவந்த சூழல் இது என்பதையும் இங்கு நினைவுகூரலாம்.

மேலும், மொழிபெயர்க்கையில், சில சொற்கள் தவறான பொருள் தந்துவிடுமோ என்று அஞ்சியும் சில விளக்கங்களைப் பாரதி தருகிறான். '*People*' என்பதை 'ஜனம்' என்றும், 'தேசம்' என்பதை 'ஜாதி' என்றும் மொழிபெயர்க்கும் பாரதி, அவற்றைப் பின்வருமாறு அடிக்குறிப்பில் விளக்குகிறான்.

> இதில் ஆசிரியர் மனிதப் பிரிவுகளை 'ஜனம்', 'ஜாதி' என இரண்டு வகையாக நோக்குகிறார். நிலம், பாஷை முதலியவற்றால் ஏற்படும் இயற்கைப் பிரிவுக்கு 'ஜனம்' என்ற பெயர் சொல்லுகிறார். அதற்குத் திருஷ்டாந்தம், ஆரிய ஜனம்; நீகிரோவ ஜனம். ராஜ்ய பேதத்தால் கற்பிக்கப்படும் பிரிவுக்கு ஜாதி என்ற பெயர் சொல்லுகிறார். திருஷ்டாந்தம்: உருஷிய ஜாதி, ஜெர்மன் ஜாதி, ஜப்பானிய ஜாதி.

'இந்த விசேஷப் பொருளை ஞாபகத்தில் வைத்துக்கொண்டு படிக்க வேண்டும்' என்றும் வாசகர்களை அவன் அறிவுறுத்துகிறான்.

பாரதிக்கு இயல்பான ஆற்றொழுக்கான நடையை அவனுடைய தாகூர் மொழிபெயர்ப்புகளில் காண முடியவில்லை என்பதையும் இங்குச் சுட்ட வேண்டும். ஆங்கில மூலத்தின் தொடரமைப்பை அவன் அப்படியே பேண முயன்றிருப்பது

தெரிகிறது. சீனர் முடியலங்காரமான *pigtail* போன்ற தொடர்களை 'பன்றிக் குடுமி' என்றும் நேர் மொழியாக்கம் செய்திருக்கிறான்.

தாகூரின் வெற்றி

பெரிதும் காந்தியின் புகழ்பாடுவதாக அமைந்த 'பாரத மாதா நவரத்ன மாலை' என்ற பாடலை ஏப்ரல் 1919 அளவில் பாரதி பாடினான். அதில் பின்வரும் வரிகள் அமைந்துள்ளன:

. . . உலகெலாம் புகழ
இன்ப வளஞ்செறி பண்பல பயிற்றுங்
கவீந்திர னாகிய ரவீந்திர நாதன்
சொற்றது கேளீர்: 'புவிமிசை யின்று
மனிதர்க் கெல்லாந் தலைப்படு மனிதன்,
தர்மமே யுருவாம் மோஹன தாஸ
கர்ம சந்த்ர காந்தி'யென் றுரைத்தான்.

இது 12 ஏப்ரல் 1919இல் தாகூர், காந்திக்கு எழுதிய பின்வரும் கடித வரிகளின் கவிதை மொழிபெயர்ப்பேயாகும்: *'a great leader of men [who] have stood among us to proclaim your faith in the ideal which you know to be that of India.'*[11*]

தாகூரின் ஒவ்வொரு நடவடிக்கையையும் எழுத்தையும் பாரதி தவறாமல் கவனித்து வந்தான் என்பது வெள்ளிடைமலை. நவம்பர் 1920இல் ஜெர்மனியின் பிராங்பர்ட் நகரில் தாகூரின் 'இருட்டறை வேந்தன்' *(King of the Dark Chamber)* நாடகத்தின் ஜெர்மன் மொழி மேடையேற்றத்தைப் பற்றி உடனுக்குடன் பாரதி கருத்தறிவித்திருக்கிறான். கீழைத் தேயங்களின் எழுச்சி பற்றியும், இந்தியாவின் புத்தெழுச்சி பற்றியும், தேசியக் கல்வி பற்றியும் எப்பொழுது எழுதினாலும் தாகூரின் பெயரை அவன் சுட்டத் தவறியதேயில்லை. தாகூரின் பெயரை எப்பொழுதும் 'ரவீந்திரர்' என்றே மிகுந்த மரியாதையுடன் சுட்டுகிறான்.

நாமறிந்து பாரதியின் வாழ்நாளில் கடைசியாக அச்சான எழுத்து, 'சுதேசமித்திரன்' 25 ஆகஸ்டு 1921 இதழில் வெளிவந்த 'ஸ்ரீ ரவீந்திர திக் விஜயம்' என்ற கட்டுரையாகும். அவன் காலமாவதற்கு மூன்று வாரங்களுக்கு முன் இது வெளியானது. இதை ஒரு கவித்துவ அணி என்று சொல்லலாம். 'மன்னற்குத் தன் தேச

---

* இப்பாடல் பாரதியின் காலவரிசைப் பதிப்புகளில் (தமிழ்ப் பல்கலைக்கழகம், சீனி. விசுவாநாதன் ஆகியோர் பதிப்புகள்) 'சுதேச கீதங்கள் 2' (பாரதி ஆச்ரமப் பதிப்பு) நூலில் முதலில் தொகுக்கப்பட்டதைக் கொண்டு மார்ச் 1922 என்ற காலத்தில் அமைக்கப்பட்டுள்ளது. ஏப்ரல் 1919இல் அமைப்பதே பொருத்தமானது.

மல்லாமல் சிறப்பில்லை; கற்றோர்க்குச் சென்ற இடமெல்லாம் சிறப்பு' என்ற பழம் பாடல் வரிகளுடன் தொடங்கும் இக்கட்டுரை, தாகூரின் புகழுக்கான காரணத்தை விளக்குகிறது.

> கீர்த்தி யடைந்தால் மஹான் ரவீந்த்ரரைப் போலே அடைய வேண்டும். வங்காளத்தில் மாத்திரமா? இந்தியா முழுமையுமா? ஆசியா முழுதுமா? ஜெர்மனி, ஆஸ்த்ரியா, பிரான்ஸ், பூமண்டல முழுமையும் பரவின கீர்த்தி. இத்தனைக்கும் அவர் பாடிய பாட்டுகளோ வங்க பாஷையில் உள்ளன. வெறும் மொழிபெயர்ப்புக்களைத்தான் உலகம் பார்த்திருக்கிறது. அதற்குத்தான் இந்தக் கீர்த்தி.

ஆனால் பாரதியைப் பொறுத்தவரை இது தாகூருக்கு மட்டுமே உரிய புகழ் அன்று. இது பாரத மாதாவின் திருவடிகளில் காணிக்கையாகும் புகழ் மலர். 'தன் பொருட்டாகச் சேகரிக்கப்படும் கீர்த்தி யொரு கீர்த்தியாகுமோ? ஒரு தேச முழுமைக்கும் கீர்த்தி சேகரித்துக் கொடுப்போனுடைய புகழே புகழ்.'

தன் சமகாலக் கவிஞனை இந்த அளவுக்கு வஞ்சனையின்றிப் பகையின்றிச் சூதின்றிப் புகழ்ந்த இன்னொரு கவிஞன் வேறு எவனும் இருந்திருக்கமாட்டான். அதுவும் தன் வாழ்நாளில் தான் துய்த்தறியாத புகழை இன்னொரு கவிஞன் அடைந்ததை நிபந்தனையின்றிப் பாராட்ட எவ்வளவு பரந்த மனமும் பெருங்கண்ணோட்டமும் இருந்திருக்க வேண்டும்.

தாகூரின் மீது பாரதி பொறாமை கொண்டிருந்தான் என்னும் அற்பர்கள் நரகத்தில் உழல்க!

1920களில் தாகூரின் உலகப் புகழ் மங்கத் தொடங்கிவிட்டது. கிழக்கிலிருந்து வந்த தீர்க்கதரிசியாகத் தாகூரைக் கண்ட மேற்குலகு, ஏகாதிபத்தியப் போர்களை அவர் கண்டித்ததும் தன் முகத்தைத் திருப்பிக்கொண்டது. உலகை வெற்றி கொள்ள முனைந்த ஜப்பானும் அவரைப் புறக்கணிக்கலானது. தாகூர் புகழின் மங்குதசையைக் காணப் பாரதி இல்லை.

~

பாரதி பங்குகொள்ளத் தவறிய தாகூரின் தென்னகப் பயணத்தின் பொழுது மதுரையில் தமக்கு அளிக்கப்பட்ட வரவேற்பிற்குத் தாகூர் அளித்த ஏற்புரையுடன் நாம் இக்கட்டுரையை முடிக்கலாம்.

> ஒரு கவிஞனைக் கௌரவப்படுத்துவதால் நேரமும் ஆற்றலும் வீணாகின்றன. அமைதியான புறக்கணிப்பி லேயே கவிதைக்கான சிறந்த பாடுபொருள் செழிக்

கிறது. ஒதுக்கத்திலும் புகழ்படியா இருளிலும் கவிஞர்களைத் தனியே விட்டுவிட வேண்டும்; அவையே அவர்களுக்குச் சிறந்த இடங்கள். மிதமிஞ்சிய கொண்டாட்டத்தால் கவிஞர்களைக் கெடுத்துவிடக் கூடாது!

சான்றுக் குறிப்புகள்

1. ஏ.என். சட்டநாதன், *ஒரு சூத்திரனின் கதை*, காலச்சுவடு பதிப்பகம், 2010, ப. 136–7.

2. *சுதேசமித்திரன்*, 9 ஆகஸ்டு 1916.

3. *The Hindu*, 11 ஜூலை 1914; ஆ.இரா. வேங்கடாசலபதி (ப-ர்), *பாரதி கருவூலம்*, காலச்சுவடு பதிப்பகம், நாகர்கோவில், 2008, ப. 81.

4. *The Hindu*, 22 செப்டம்பர் 1916; *பாரதி கருவூலம்*, ப. 126.

5. *சுதேசமித்திரன்*, 22 ஜனவரி 1916.

6. *சுதேசமித்திரன்*, 11 ஜனவரி 1917.

7. *சுதேசமித்திரன்*, 8 ஏப்ரல் 1918.

8. 'லோக குரு', *சுதேசமித்திரன்*, 9 ஆகஸ்டு 1916.

9. *New India*, 14 செப்டம்பர் 1916.

10. இதன் முதல் வெளியீட்டை என்னால் கண்டறிய இயல்வில்லை.

11. Tagore to Gandhi, 12 April 1919, Sabyasachi Bhattacharya (ed.), *The Mahatma and the Poet,* National Book Trust of India, New Delhi, 1997, p. 49.

12. *சுதேசமித்திரன்*, 10 டிசம்பர் 1920.

~~

4

‘பரிமளா’

பாரதி பாராட்டிய நாவல்?

1988ஆம் ஆண்டின் பிற்பகுதியில் புது தில்லி நேரு நினைவு நூலகம் மற்றும் அருங்காட்சியகத்தில் ‘சுதேசமித்திரன்’ நாளிதழின் நுண்படச் சுருள்களைப் பார்த்துக்கொண்டிருந்தேன். அப்போது 5 மே 1920ஆம் நாளிட்ட இதழின் முதல் பக்கத்தில் கண்ணுற்ற விளம்பரம் இது.

பரிமளா.

துப்பறிதலின் புதுச்சுவை ததும்பிய
அற்புதமான இனிய தமிழ் நாவல்.

தமிழ் நாட்டுக்கு வழி காட்டிய முதல் முதல் பத்து வருஷங்களுக்கு முன் வெளியான துப்பறியும் நாவல். கதை இனிமையாயும், வாசகங்கள் அழகாயும், வார்த்தைகளின் அர்த்த புஷ்டியுள்ளவையாயுமிருக்கின்றன. தமிழ் மொழியிலே தற்காலக் கதைகளுக்குள்ளே சுவையிலும், சிறப்பிலும் மற்றெதற்கும் பின் வாங்காதது பரிமளாவே என்று ஸ்ரீமான் ஸி. சுப்பிரமணிய பாரதியவர்கள் தெரிவித்துள்ளார்.

விலை ரூ. 1. வி. பி. யில் ரூ. 1-2.

M. A. நெல்லையப்பர்,
160, பிராட்வே, மதராஸ்.

பரிமளா

துப்பறிதலின் புதுச்சுவை ததும்பிய
அற்புதமான இனிய தமிழ் நாவல்.

தமிழ்நாட்டுக்கு வழிகாட்டிய முதல் முதல் பத்து வருஷங்களுக்கு முன் வெளியான துப்பறியும் நாவல். கதை இனிமையாயும்,

வாசகங்கள் அழகாயும், வார்த்தைகள் அர்த்தபுஷ்டியுள்ளனவாயுமிருக்கின்றன. தமிழ் மொழியிலே தற்காலக் கதைகளுக்குள்ளே சுவையிலும் சிறப்பிலும் மற்றெதற்கும் பின்வாங்காதது பரிமளாவே என்று ஸ்ரீமான் ஸி. சுப்பிரமணிய பாரதி யவர்கள் தெரிவித்துள்ளார்

விலை. ரூ. 1. வி.பி.பில் ரூ. 1–2–0

M.A. நெல்லையப்பர்
160, பிராட்வே, மதராஸ்.

பாரதி பாராட்டிய நாவலாயிற்றே என்று பலகால் பல இடங்களில் 'பரிமளா'வைத் தேடினேன். எம்.ஏ. நெல்லையப்பர் என்ற பெயரில் இப்படி ஒரு நாவலை என்னால் கண்டெடுக்கவே முடியவில்லை.

கடைசியில், இலண்டனிலுள்ள பிரிட்டிஷ் நூலகத்தில் 'பரிமளா, பங்கிம் சந்திர சாட்டர்ஜி [எழுதியது], T.V. கிருஷ்ணசாமி சாஸ்திரியாரவர்கள் மொழிபெயர்த்தது. திரிசிரபுரம் பிரஜாநுகூலன் பத்திராதிபர் S.G. இராமாநுஜலு நாயுடு அவர்களால் தமிழிற்கு அவசியமான சீர்திருத்தங்களுடன் சென்னை நாஷனல் பிரிண்டிங் ஒர்க்ஸில் பதிப்பித்துப் பிரசுரிக்கப்பட்டது. 1907' என்ற முகப்புடன் அந்நூலைக் கண்டெடுத்தேன்.

29–10–1907 நாளிட்ட ஒரு முகவுரையை எஸ்.ஜி. இராமாநுஜலு நாயுடு அதில் வரைந்திருக்கிறார். அதிலுள்ள செய்திகளின் தன்மையை உணர இராமாநுஜலு நாயுடு யார் என்பதை அறிந்துகொள்வது பயன்தரும்.* 'கதை சொல்வதில் சமர்த்தர்' என்று புதுமைப்பித்தனால் பாராட்டப்பட்ட எஸ்.ஜி. இராமாநுஜலு நாயுடு (1886 – 1935), பழம்பெரும் பத்திரிகையாளர். 'பிரஜாநுகூலன்', 'ஆநந்த/அமிர்த குணபோதினி' ஆகிய இதழ்களின் ஆசிரியர். பாரதியை நேரில் அறிந்த இவர், பாரதி இறந்த நாலைந்து நாளுக்குள் 'சுதேசமித்திரன்' நாளேட்டில் எழுதிய குறிப்புகளே பாரதியின் வாழ்க்கைவரலாற்றுச் செய்திகளை முதன்முதலில் பதிவுசெய்த கட்டுரை ஆகலாம். 1928 – 29இல், 'ஆநந்த / அமிர்த குணபோதினி'யில் வெளியான 'சென்றுபோன நாட்கள்' தொடரில் இவர் பாரதி பற்றி எழுதிய நெடும் கட்டுரை பாரதியின் வாழ்வும் இலக்கியமும் பற்றிய முதல் விரிவான பதிவு என்ற பெருமைக்கு உரியது. பாரதியில் ஆழ்ந்த தோய்வுடைய

* இவரைப் பற்றிய மேலும் செய்திகளுக்குக் காண்க: ஆ.இரா. வேங்கடாசலபதி (ப–ர்), எஸ்.ஜி. இராமாநுஜலு நாயுடு, *சென்றுபோன நாட்கள்*, காலச்சுவடு பதிப்பகம், நாகர்கோவில், 2015, முன்னுரை.

இவர் தாம் தொகுத்த 'ஆநந்த கதா கல்பகம்', 'கதாமோகன ரஞ்சிதம்' முதலான நூல்களில், பாரதி வாழ்ந்தபோதே அவருடைய எழுத்துகளை மறுபதிப்பிட்டிருக்கிறார்.

> சென்ற சில வருஷங்களாக நான் 'பாலபாஸ்கரன்' என்ற மறுபெயர் புனைந்து சென்னை இராஜதானி யின்கண் தமிழ் பாஷையிற் பிரகடனமுறும் பத்திரிகைகளில் முக்காற் பிரசுரங்கட்கும், தேசம், மதம், பாஷை ஆகிய பல விஷயங்களைப் பற்றியும், ஸ்திரீ வித்தியாபியாஸம் – அவர்களின் அபிவிர்த்தி முதலியவைகளைப் பற்றியும் எழுதிவருவதிலும், அதற்கநுசரணையான காரியங்களில் பிரவர்த்திப்ப திலும், இவைகட்கு உதவியாக திரிச்சிராப்பள்ளியி னின்றும் *பிரஜானுகூலன்* பத்திரிகையை நடத்துவ திலும், இன்னுமிது போன்றுள்ள விஷயங்களில் எனது காலத்தைச் செலவழித்திருப்பதை யநேகர் அறிந்திருப்பர்

என்ற பீடிகையோடு தொடங்கும் இராமாநுஜலு நாயுடுவின் முகவுரை, தமது 'பிரஜாநுகூலன்' இதழின் உதவியாசிரியரான டி.வி. கிருஷ்ணசாமி சாஸ்திரி செய்த மொழிபெயர்ப்பைத் 'தமிழிற் கவசியமான சில மாறுதல்களுடன் பலவிதத்திலும் சீர்திருத்தி' வெளியிட்டதாகச் சொல்கிறார். ஆனால் எந்த மொழியிலிருந்து மொழிபெயர்க்கப்பட்டது என்பதை அவர் குறிப்பிடவில்லை. பங்கிம் சந்திர சாட்டர்ஜியின் பெயர் மூல நூலாசிரியர் எனக் குறித்துள்ளதால் அது வங்க மொழியிலிருந்து பெயர்க்கப்பட்டது என்று கொள்வது தர்க்கத்திற்குப் பொருந்தினாலும் சரியென்று கொள்ள முடியுமா என்பது ஐயமே.

இவ்வாறு மொழிநடையைச் செப்பம் செய்ததோடு, 'காலதேச வர்த்தமானங்களை யனுசரித்து ஸ்ரீ லாலா லஜபத் ராய், சிவாஜி தன் சைநியத்தாருக்குக் கூறியது போன்ற சிலவற்றையும் சேர்த்து, கதையின் இறுதியில் ஸ்வதேசிய, ஸ்வராஜிய பிரஸ்தாபங்களையும் புரிந்து, இங்ஙனம் அவசியம் வேண்டற்பாலதான சீர்திருத்தங்களோடு முடிவுபடுத்தி' நூலை வெளியிட்டுள்ளதாக இராமாநுஜலு நாயுடு அறிவிக்கிறார்.

அவர் குறிப்பிடும் இரண்டும் பாரதி எழுதிய பாடல்கள் என்பதை உணர்வதில் எந்தச் சிரமமும் இல்லை. நூலின் 54–56ஆம் பக்கங்களில், 'லஜ்பத் ராயின் பிரலாபம்' என இருபது கண்ணிகள் கொண்ட பாடலும், 'சிவாஜி தனது சைநியத்தாருக்குக் கூறியது' என்ற பாடலை 'ஜயஜய பவானி' முதல் 'நீரதன் புதல்வர் இந்நினை வகற்றாதீர்' வரையும் வெளியிட்டதோடு, இவற்றுக்கு உடுக்குறியிட்டு, 'இக்குறி இடப்பட்டவை ஸ்ரீ ஸி. சுப்ரமண்ய பாரதி

அவர்கள் இயற்றியது' என்றும் சுட்டியிருக்கிறார். மேலும், சிவாஜி பாடலுக்கு அடிக்குறிப்பாக, 'சுதேசப் பற்று மிகுதிப்படுவதற்கு மேற்கூறிய விதமான செய்யுட்கள் மிகவும் ஆவஸியகரமானவை. இதில் தோன்றும் வீர ரஸமும் கவனிக்கத்தக்கது' என்று அழுத்தமாகக் குறிப்பிடுகிறார்.

பங்கிம் சந்திர சாட்டர்ஜியின் கதையில் பாரதியின் பாடல்கள் இடையில் செருகப்படுவது விந்தை என்று கருதினால் அடுத்து வரும் செய்திகளை என்னென்பது!

'பரிமளா' வெளிவந்த இரண்டொரு மாதங்களில், அதாவது 1908 தை மாதத்தில், பங்கிம் சந்திரரின் புகழ்பெற்ற 'ஆநந்த மடம்' தேசிய நாவலின் முழுத் தமிழாக்கம் வெளியானது. இதை மொழிபெயர்த்தவர் மா. குப்புஸ்வாமி ஐயர் என்ற மஹேசகுமார சர்மா. தமிழ், தெலுங்கு, வங்காளம், இந்தி, சமஸ்கிருதம், ஆங்கிலம் ஆகிய மொழிகளை நன்கறிந்த இவர், பிரம்ம சமாஜம், ஆரிய சமாஜம், இராமகிருஷ்ண மடம், பிரமஞான (தியசாபிகல்) சபை ஆகியவற்றோடு தொடர்புகொண்டவர். சென்னை அரசாங்கத்தில் தெலுங்கு மொழிபெயர்ப்பாளராகப் பணியாற்றியவர். 1914 முதல் சிங்கப்பூர் மாஜிஸ்டிரேட் கோர்ட்டிலும் சுப்ரீம் கோர்ட்டிலும் இந்திய மொழிகளின் மொழிபெயர்ப்பாளராக இருந்து 1929இல் காலமானவர். 'இராமகிருஷ்ண விஜயம்', 'விவேகாநந்த விஜயம்', அஸ்வினி குமார தத்தரின் 'பக்தி யோகம்' ஆகியவற்றைத் தமிழாக்கியதோடு, திருக்குறட்பாக்கள் பலவற்றை சமஸ்கிருதத்தில் மொழிபெயர்த்தவர். 1912இல் இவர் பங்கிம் சந்திரரின் 'சந்திரசேகரன்' நாவலையும் மொழிபெயர்த்து வெளியிட்டார். எஸ்.ஜி. இராமாநுஜலு நாயுடுவைப் போலவே இவரும் பாரதியின் நண்பர் என்பதும் மனங்கொள்ள வேண்டிய செய்தி. இந்த நூலில் அவர் 'வந்தே மாதரம்' பாடலுக்குப் பாரதியின் முதல் மொழிபெயர்ப்பினைப் பயன்படுத்தியிருக்கிறார் ('இனிய நீர்ப்பெருக்கினை, இன்கனி வளத்தினை').

இந்த நூலின் முன்னுரையில் பங்கிம் சந்திரரின் படைப்பு களுக்கு இந்திய மொழிகளில் வந்த பெயர்ப்புகளை, முக்கியமாகத் தமிழாக்கங்களை, ஒரு நெட்டோட்டமாகப் பார்வையிடுகிறார் மஹேசகுமார சர்மா. அதில் 'தமிழில் "துர்க்கேச நந்தினி" என்பது ஏற்கெனவே வெளியாகியிருக்கிறது. "ராதாராணி", "ஹிரண்மயி" என்ற சிறுகதைகளிரண்டையும் 4 வருஷங்களுக்கு முன் ஸ்ரீயுத தி.அ. சுவாமிநாதய்யரவர்களின் வேண்டுகோளுக்கிணங்கி நானே தமிழில் மொழிபெயர்த்துக் கொடுத்தேன்' என்று குறிப்பிடும் மஹேசகுமார சர்மா, '"பரிமளா" என்ற ஒரு நாவல் பங்கிம் சந்திர சாட்டர்ஜியால் இயற்றப்பட்ட நாவலின் மொழிபெயர்ப்பாகத் தமிழில் பிரசுரிக்கப்பட்டுள்ளதெனத் தெரிகின்றது. ஆனால்

பங்கிம் பாபுவின் நாவல் தொகுதியிலே அப்பெயர் கொண்ட நூலொன்றையுங் காண்கிலேன். ஒரு வேளை பெயர் மாறி யிருக்கிறதோ என்னவோ தெரியாது' என்று முடிக்கிறார்.

இந்தப் பத்தி இடம்பெறும் அதே பக்கத்தில்தான்,

> 'ஆநந்த மடம்' நாவலில் வரும், 'வந்தே மாதரம்' பாடலையும் ஜயதேவ கவியின் கீதகோவிந்த கீர்த்தனைகளிற் சிலவற்றையும் நான் கேட்ட பொழுதெல்லாம், தமக்குள்ள அவசரமான வேலைகளைக்கூடப் பாராட்டாமல், மனமுவந்து தயைகூர்ந்து இன்சுவை யொழுகும் செந்தமிழ்ப் பாக்களில் மொழிபெயர்த்துபகரித்த தேசபக்த ஆசுகவியும், இந்தியா பத்திராசிரியருமான ஸ்ரீயுத சி. சுப்பிரமணிய பாரதியாரிடம் நான் பெரிதும் நன்றிக்கடன் பட்டவனாயுள்ளேன்

என்று பாரதிக்கு நன்றி பாராட்டியிருக்கிறார் மஹேசகுமார சர்மா!

அப்படியெனில் 'பரிமளா'வின் ஆசிரியத் தன்மை பற்றி மஹேசகுமார சர்மா எழுப்பிய ஐயப்பாட்டைப் பாரதி அறியாமல் இருந்திருக்க முடியாது.

இந்தப் புதிரில் மேலும் ஒரு முடிச்சாக, 1928இல் எஸ்.ஜி. இராமாநுஜலு நாயுடு எழுதிய 'சென்றுபோன நாட்கள்' தொடரில், 'பரிமளா' வெளியீட்டின்போதே பாரதிக்கு அதனோடு தொடர்பிருந்தது என்பதைக் குறிப்பிடுகிறார். 1907ஆம் ஆண்டில் 'பரிமளா'வை அச்சிடத் தாம் சென்னை நகருக்குச் சென்றிருந்ததாகவும், அப்பொழுது தாம் கடுமையான முறைக்காய்ச்சலில் (மலேரியா) படுத்த படுக்கையாக இருந்ததினால் பாரதியே அதன் மெய்ப்புப் படிகளில் முக்கால் பகுதியைத் திருத்தியுதவியதாகவும் சொல்கிறார். அதோடு நில்லாமல், 'பரிமளா'வைப் பற்றி இந்தியா இதழின் தலையங்கப் பகுதியில் 'ஆறு கலங்கள் வரை' பாரதி மதிப்புரை எழுதியதாகக் கூறும் நாயுடு, அதிலே மொழிபெயர்ப்பின் இயல்பைப் பற்றியும், தமிழிலே வடசொற்களைக் கலப்பது பற்றியும் விரிவாகக் கருத்துரைத்ததுடன், நூலில் கையாளப்பட்ட 'அங்கனாமணி' என்ற சொல்லைவிடப் 'பெண்மணி' என்ற தமிழ்ச் சொல்லே இனிமையானது என்றும் எழுதியதாக நினைவுகூர்கிறார்.

நாம் அறிந்தவரை 'இந்தியா'வில் இப்படிப்பட்ட விரிவான மதிப்புரை வந்ததாகத் தெரியவில்லை. அதே வேளையில் 'பரிமளா' வெளிவந்த காலப்பகுதியான 1907 இடைப்பகுதியிலிருந்து

1908யின் நடுப்பகுதிவரை வெளியான இந்தியா இதழ்களில் இரண்டொன்றே இன்று கிடைக்கின்றன. எஸ்.ஜி. இராமாநுஜலு நாயுடு தமது நினைவுரையில் குறிப்பிடும் விரிவான மதிப்பீடு இன்று கிடைக்கப்பெறாத இதழ்களில் வெளியாகியிருக்கும் வாய்ப்பை மறுப்பதற்கில்லை.

ஆனால், 18 செப்டம்பர் 1909 இந்தியா இதழில் ஒரு விரிவான விளம்பரம் வெளிவந்துள்ளது.

பரிமளா

பிரஜாநுகூலன் பத்திராதிபரவர்கள் இயற்றியது!

இவ்வற்புதக் கதைப் புத்தகம் நமது தமிழ்நாட்டிற்குப் புதியது. பிரெஞ்சு, கிரீக், கன்னடம் முதலிய பல பாஷைகளிலும் மொழிபெயர்த்திருப்பதும், வெளிவந்த சில வாரங்களுக்குள்ளாக 1500 பிரதிகள் விலையாய்விட்டதுமே இதன் பெருமைக்குப் போதிய சான்றாகும். இதில் தோன்றும் வர்ணனைகளும், டிடெக்டிவ் போலீஸ் வீரர்களின் சாதுர்யங்களும், வஞ்சகர்களின் சூழச்சிகளும், இடையிடையே சேர்ந்திருக்கும் கிளைக்கதைகளும், இனிய சம்பாஷணைகளும் படிப்பதற்கு மிகுந்த உத்ஸாகத்தையும் ஆவலையும் விளைவிக்கும். தேனினுமினிய செந்தமிழ் நடையில் நகைச்சுவையோடுங் கூடியதாய் எழுதப்பட்டிருக்கிறது. தமிழில் இது ஒரு அற்புதமான டிடெக்டிவ் நாவல். வந்தே மாதரம் கீதாசிரியரான ஸ்ரீ பங்கிம் சந்திர சாட்டர்ஜி அவர்கள் இயற்றியது. வங்காளத்திலிருந்தும் மொழிபெயர்த்தது. 42 அத்தியாயங்கள் கொண்ட பெரிய புத்தகம். தேசபக்தியைப் புகட்டும் இனிய கீதங்கள் நிரம்பியது. தமிழ்நாட்டார் இதுகாறும் பார்த்திராதது. சோகரஸம் ததும்பிக் கிடக்கின்றது. நவரசங்களும் செறிந்து நிற்கின்றன. இதிலுள்ள இன்ப ரசத்தை நம்மால் எழுதி முடியாது. புத்திமான்கள் மதிக்கத்தக்கது. உயர்ந்த கடிதத்தில் புதிய எழுத்துக்களில் பதிப்பிக்கப்பட்டு சொகுசான பயிண்டுடன் பிரகாசிக்கிறது. ஜான் ரஸ்கின், அன்னிய பெஜண்ட், ஆனரபிள் ஜஸ்டிஸ் ரானடே, ஸர் S. சுப்பிரமணிய ஐயர், லாலா லஜபதி ராய், சுரேந்திரநாத் பானர்ஜீ முதலிய பெரியோர்களின் அபிப்பிராயங்களைத் தழுவி எழுதிய அற்புதமான

> வியாசமொன்றும் இதற்கு முகவுரையாகச் சேர்க்கப் பட்டிருக்கிறது. விலை அணா 10தான்.
>
> உடனே எழுதுங்கள்: மானேஜர், பிரஜாநுகூலன் ஆபீஸ், திரிச்சினாப்பள்ளி.
>
> *இந்தியா, 18–9–1909*

மேலும், இந்தியா, 12–2–1910 இதழில் ஒரு சிறு மதிப்புரையும் வெளியாகியிருக்கிறது.

பரிமளா

> வங்காள தேசத்திய பிரபல கவியான ஸ்ரீயுத பங்கிம் சந்திர சட்டர்ஜீயவர்கள் எழுதிய சிறந்த துப்பறியும் கதை. இதைத் திருச்சிராப்பள்ளி பிரஜானுகூலன் பத்திராதிபர் தமிழில் மொழிபெயர்த்திருக்கிறார். அந்தப் பத்திரிகையின் காரியஸ்தலத்தில் 10 அணாவுக்குக் கிடைக்கும். ஒரு முறை புத்தகத்தைத் தொட்டால் அதை முடித்தால்தான் அதைக் கீழே வைக்க மனம் வரும். முதல் நூல் வழி பிறழாது மொழிபெயர்க்கப்பட்டுள்ளது.

எஸ்.ஜி. இராமாநுஜலு நாயுடு சொல்வது போல் 'பரிமளா' வந்தவுடனேயே ஆறு கலம் வரை மதிப்புரை வெளியிட்ட 'இந்தியா' இரண்டாண்டுகள் கழித்து அதே முதல் பதிப்புக்கு 'வரப்பெற்றோம்' போன்றதொரு சாரமில்லாத சிறு குறிப்பை ஏன் வெளியிட வேண்டும் என்பது புலப்படவில்லை.

பத்தாண்டு கழித்துப் 'பரிமளா'வின் இரண்டாம் பதிப்பு, சென்னை கார்டியன் பிரஸில் அச்சிடப்பட்டு, திருச்சி 'பிரஜாநுகூலன்' அலுவலகத்திலிருந்து 1920இல் வெளியிடப்பட்டிருக்கிறது. (இப் பதிப்பு எனக்குக் காணக்கிடைக்கவில்லை.) இதன் விளம்பரமே 'சுதேசமித்திரன்' இதழில் எம்.ஏ. நெல்லையப்ப முதலியாரால் வெளியிடப்பட்டிருக்கிறது. இவர் எஸ்.ஜி. இராமாநுஜலு நாயுடுவின் நண்பர் என்பதையும், 'சுதேசமித்திர'னில் பணி யாற்றியவர் என்பதையும் இங்கு மனங்கொள்ள வேண்டும். இந்த விளம்பரம் தொடர்ந்து பல மாதங்களுக்கு விட்டுவிட்டு வந்துள்ளது என்பது மட்டுமல்ல, பாரதி தம் கடைசி காலத்தில் 'சுதேசமித்திர'னில் பணியாற்றிக்கொண்டிருந்த சமயத்திலும் வெளிவந்துள்ளது என்பது கவனித்திற்குரியது. எனவே இது பாரதியின் இசைவுடன்தான் வந்தது எனக் கொள்வதில் தடையில்லை. மேலும், தமிழ் நாவல் வரலாற்றை எழுதிய சிட்டி – சிவபாதசுந்தரம், 'பரிமளா'வின் 1923ஆம் ஆண்டுப் பதிப்பில்

இதனைப் பாரதி பாராட்டியதாக எஸ்.ஜி. இராமாநுஜலு நாயுடு தம் முன்னுரையில் குறிப்பிட்டிருப்பதாகவும் சொல்கின்றனர்.

அப்படியென்றால் மகேசகுமார சர்மா 'பரிமளா'வின் ஆசிரியத்தன்மை பற்றி எழுப்பிய ஆதாரமான கேள்வி பற்றிப் பாரதியின் நிலைப்பாடு என்ன?

'பரிமளா'வை ஒரு துப்பறியும் கதை என்று விளம்பரப்படுத்தியிருந்தார் எஸ்.ஜி. இராமாநுஜலு நாயுடு. உண்மையில் 'பரிமளா'வின் வரலாறு எந்தவொரு துப்பறியும் கதையினையும் தோற்கடித்துவிடும் என்று சொல்லலாம்.

~

பின்குறிப்பு

இவ்வளவு குழப்பத்துக்கும் காரணமான 'பரிமளா'வின் கதைதான் என்ன?

இராமகுமாரன் மகள் விமலைக்கும் தேவிதாஸனுக்கும் திருமணம் உறுதி செய்யப்பட்டுள்ளது. இராமகுமாரனின் சகோதரி மகளே பரிமளா. அவளுடைய பெற்றோர் உயிருடன் இல்லை. திருமண நாளன்று திடீரென விமலையைக் காணவில்லை. கட்டிலில் குருதியும் குருதி தோய்ந்த கத்தியும் காணப்படுகின்றன. தம் மகளைக் கொன்றவனை அழிக்க இராமகுமாரன் வஞ்சினம் உரைக்கிறார். சிறந்த துப்பறிவாளனான சஞ்சீவ சந்திர முக்கியோபாத்யாயர் துப்புத் துலக்க வருகிறார். இதற்கிடையில் தேவிதாசனின் மாமா கனச்யாம் முக்கியோபாத்யாயர் ஓர் உயிலை விட்டுச் சென்றுள்ளார்; இவர் இராமகுமாரனின் மாமனாரும்கூட. உயிலின்படி சொத்துக்கள் தேவிதாசனுக்கும், பிறக்கவுள்ள பேத்திக்கும் உரியன. இதற்கிடையில் அவர் தேவிதாசனுக்கும் பரிமளாவுக்குமான உறவைச் சந்தேகிக்கிறார். குருதி தோய்ந்த கத்தி இராமகுமாரனுடையது எனக் கண்டுபிடிக்கப்படுகின்றது. ஒரு கடிதத் துணுக்கும் அவர் மேல் ஐயத்தை ஏற்படுத்துகின்றது. ஒரு புஷ்கரணியில் துண்டித்த கை கண்டெடுக்கப்படுகிறது. இராமகுமாரனின் இறந்த உடல் கண்டெடுக்கப்படுகிறது. சஞ்சீவ சந்திரன் மறைந்த விமலையை மீட்டுவர உறுதி பூணுகிறான். தேவிதாசனுக்கும் சஞ்சீவ சந்திரனுக்கும் சண்டை மூள்கிறது; பிறகு இருவரும் கைகோக்கின்றனர். தேவிதாசன் தன் சிறிய தந்தையையும் அவருடைய மகனையும் சந்தேகப்படுகிறான். இவ்விவகாரங்களில் பரிமளாவும் சம்பந்தப்பட்டிருப்பாளோ?

அப்பொழுது சரபம் முத்துசாமிக் கவிராயரின் ஸ்ரீராம நாடகத்திலிருந்தும், பாரதி இயற்றிய 'லஜபதிராய் பிரலாபம்,'

‘சிவாஜி தன் சைநியத்தாருக்குக் கூறியது ஆகிய பாடல்களையும் பரிமளா இசையுடன் பாடுகிறாள்.

இரகசியமான வீட்டில் ஒரு பிரேதத்தை சஞ்சீவ சந்திரன் காண்கிறான். இப்பொழுது மீண்டும் பரிமளாவைச் சந்தேகிக் கிறான்.

இப்பொழுது தேவிதாசன் கொல்லப்படுகிறான். இறந்து விட்டதாகக் கருதப்பட்ட பரிமளாவின் இரட்டைச் சகோதரி மீண்டு வருகிறாள். உண்மையில் அவள்தான் கொலைகாரி. விமலை உண்மையில் சாகவில்லை; பரிமளாவின் சகோதரியின் பாதுகாப்பில் இருந்திருக்கிறாள். கடைசியில் சஞ்சீவ சந்திரன் பரிமளாவை மணம் புரிந்துகொள்கிறான்.

127 பக்கங்களில் இவையும் இவற்றுக்கு மேற்பட்ட சிக்கலான சம்பவங்களாலும் கோக்கப்பட்ட நாவல் பரிமளா!

~~

5

'வம்சமணி தீபிகை'

பாரதி எழுதத் தவறிய எட்டயபுர வரலாறு

'புவியனைத்தும் போற்றிட வான் புகழ் படைத்துத் தமிழ் மொழியைப் புகழிலேற்றும் கவியரசர் தமிழ்நாட்டுக்கு இல்லை எனும் வசை என்னால் கழிந்ததன்றே?' என்றும், 'பண்ணளவு உயர்ந்ததென் பண், பாவளவு உயர்ந்ததென்பா' என்றும் எட்டயபுரம் ஜமீன்தாருக்குப் பாரதி எழுதிய சீட்டுக்கவிகள் மிகப் புகழ்பெற்றவை. ஜமீன்தாரின் ஆதரவை நாடி, இலக்கியச் சுவையும் புலமைப் பெருமிதமும் மிகுந்த இந்த இரண்டு ஓலைத்தூக்குகளை எழுதிய மூன்று மாதங்களில் அதே ஜமீன்தாருக்கு மற்றொரு கடிதமும் எழுதினான் பாரதி. உரைநடையில் அமைந்த அக்கடிதம் வருமாறு:

எட்டயபுரம்
6 ஆகஸ்ட் 1919

ஸ்ரீமான் மஹாராஜ ராஜ பூஜித மஹாராஜ ராஜ ஸ்ரீ எட்டயபுரம் மஹாராஜா, வெங்கடேசுர எட்டப்ப நாயக்க ஐயனவர்கள் ஸந்நிதானத்துக்கு சி. சுப்பிரமணிய பாரதி அநேக ஆசீர்வாதம்.

முன்பு கவி கேஸரி ஸ்ரீ ஸ்வாமி தீக்ஷிதரால் எழுதப் பட்ட 'வம்சமணி தீபிகை' என்ற எட்டயபுரத்து ராஜ வம்சத்தின் சரித்திரம் மிகவும் கொச்சையான தமிழ் நடையில் பலவிதமான குற்றங்களுடையதாக இருப்பது ஸந்நிதானத்துக்குத் தெரிந்த விஷயமே.

அதைத் திருத்தி நல்ல, இனிய, தெளிந்த தமிழ் நடையில் நான் சமைத்துத் தருவேன். அங்ஙனம் செய்தால் அந்நூலை ராஜாங்க பாடசாலைகளில் தமிழ்ப் பாடமாக வைக்க ஏற்பாடு செய்யலாம். சில மாஸங்களுக்கு முன் கூடலூரில் என்னை விடுதலை செய்யுங் காலத்தில் விதிக்கப்பட்ட தடைகளெல்லாம் சமீபத்தில் நீங்கிவிட்டதினின்றும் ஆங்கில ராஜாங்கத்தார் என்னிடம் பரிபூர்ணமான நல்லெண்ணம் செலுத்துகிறார்களென்பது தெளிவாகப் புலப்படும். எனவே அந்நூலை சர்க்கார் பள்ளிக்கூடப் பாடங்களில் சேர்க்கும்படி செய்தல் எளிதாகும்.

மேலும், நான் அதை எழுதுகிற மாதிரியை ஒட்டியும் என் பெயரை ஒட்டியும் அந்நூல் தமிழ்நாட்டில் வசன காவியத்துக்கோர் இலக்கியமாக எக்காலத்திலும் நின்று நிலவும்படி செய்யப்படும்.

அதை அரமனை அச்சுக்கூடத்திலேயே அடிக்கலாம். ஸந்நிதானத்தின் உத்தரவு கிடைத்ததற்கு மறுநாள் முதலாகவே அச்சுக்கூடத்தில் கோப்பு வேலை தொடங்கி விடலாம். அன்றாடம் சேர்க்க வேண்டிய பகுதியை நான் முதல் நாள் எழுதிக் கொடுப்பேன். இக்காரியத்தால் இவ்விடத்து ராஜ குடும்பத்துக்கு அழியாத கீர்த்தியும் தமிழ் மொழிக்கொரு மேன்மையும் பொருந்திய சரித்திர நூலும் சமையும்.

இது தொடங்குவதற்கு விரைவில் உத்தரவளிக்கும்படி ப்ரார்த்திக்கிறேன். நூலின் 'காபிரைட்' அரமனைக்கே சேரும்.

ஸந்நிதானத்துக்கு மஹாசக்தி அமரத்தன்மை தருக.

ஸந்நிதானத்திடம் மிக்க அன்புள்ள
சி. சுப்பிரமணிய பாரதி

குறிப்பு: நான் இவ்வூரிலேயே ஸ்திரமாக வசிப்பேன். கைம்மாறு விஷயம் ஸந்நிதானத்தின் உத்தரவுப்படி.
– பாரதி

நல்ல காலமாகவோ, கெட்ட காலமாகவோ பாரதியின் வேண்டுகோளை எட்டயபுர ஜமீன்தார் ஏற்கவில்லை. போற்றுவாரின்றி, சென்னைக்குத் திரும்பி, மீண்டும் 'சுதேசமித்திர'னிலேயே பணிக்கமர்ந்து, இக்கடிதம் எழுதிய இரண்டாண்டு அளவில் பாரதி இறந்தும் போனான்.

பாரதி தன் குறை வாழ்நாளில் கவிதை, பாடல், காவியம், வசன கவிதை, கட்டுரை, உரை, கதை, மொழிபெயர்ப்பு எனக் கணிசமாக எழுதியிருக்கிறான். அவன் எழுதிப்பார்க்காத சில வடிவங்களில் வரலாறும் ஒன்று. கடும் வாழ்க்கை நெருக்கடியில், வருவாய்க்கு அடுத்து என்ன செய்வது என்று தெரியாத ஒரு சூழ்நிலையில், பாரதி புதுக்கி எழுத நினைத்த 'வம்சமணி தீபிகை' என்ற நூலைப் பற்றியும் அதன் பின்னணி பற்றியும் அறிந்துகொள்வது பயனுடையதாக இருக்கலாம்.

உ

சுதேசி இயக்கம் கடுமையாக அரசாங்கத்தால் ஒடுக்கப்பட்டுவந்த சூழ்நிலையில், கழுத்தைப் பிடிக்க வந்த போலீஸ் வலையிலிருந்து தப்பி, 1908 செப்டம்பரில் புதுச்சேரியில் அடைக்கலம் புகுந்தான் பாரதி. அதைத் தொடர்ந்து இரண்டு ஆண்டுகளில் மேலும் விரைவு பெற்றுவந்த அவனது அரசியல் செயற்பாடுகள், 'இந்தியா', 'விஜயா', 'சூர்யோதயம்' ஆகிய பத்திரிகைகள், 'கனவு', 'ஆறிலொரு பங்கு' ஆகிய நூல்கள் மீதான தடையின் விளைவாகப் பெரிதும் ஒடுங்கிவிட்டன. பத்தாண்டுகள் புதுச்சேரியில் கம்பியில்லாச் சிறைவாசத்தை முடித்துக்கொண்டு, முதல் உலகப் போர் முடிந்துவிட்ட சூழ்நிலையில் பிரிட்டிஷ் இந்தியாவில் நுழைந்ததும் கடலூரில் அவன் சிறைவைக்கப்பட்டான். 24 நவம்பர் 1918இல் கைது செய்யப்பட்ட பாரதி இருபது நாள் கழித்து – அரசியலிலிருந்து விலகுவது என்றும், முன் ஒப்புதல் பெற்றே எழுதி வெளியிடுவது என்றும் அரசுக்குக் கொடுத்த ஒரு உறுதிமொழியின் பேரில் – 14 டிசம்பரில் விடுதலை செய்யப்பட்டு, உடனே கடயத்துக்குச் சென்றான். அன்றாட வாழ்க்கைக்கு என்ன செய்வது என்று தெரியாத நிலையில் 1919 மே மாதத்தில் மீண்டும் எட்டயபுரத்திற்கு வந்து, மன்னரின் ஆதரவை வேண்டி நின்றான். காலச் சக்கரம் ஒரு முறை சுழன்றுவிட்டது. எந்த எட்டயபுரத்து ஜமீனை முறைத்துக்கொண்டு 15 ஆண்டுகளுக்கு முன்பு வெளியேறினானோ, அதே ஜமீனை நாடி வர வேண்டிய நிலை பாரதிக்கு ஏற்பட்டுவிட்டது.

1919 மே 2, 3 ஆகிய நாட்களில் அடுத்தடுத்து இரண்டு சீட்டுக் கவிகளை எழுதினான். பாரதிக்கு உரிய செம்மாந்த நடையில் அமைந்த முதல் சீட்டுக்கவியில், 'என் கவிதையினை … நின் நயப்படு ஸந்நிதிதனிலே நான் பாட நீ கேட்டு, நன்கு போற்றி, ஜயப்பறைகள் சாற்றுவித்துச் சாலுவைகள் பொற்பைகள் ஜதி பல்லக்கு வயப்பரிவாரங்கள் முதற் பரிசளித்துப் பல்லூழி வாழ்க' என்று கேட்டான். இதற்குப் பதில் கிடைக்காத நிலையில், அடுத்த நாளே, 'காரியங் கருதி நின்னைக் கவிஞர்தாம் காண

உ.

சிவமயம்

ஸ்ரீமஹா கணபதயே நம:.

எட்டயபுரம் சமஸ்தானம்.

பூர்வ இராஜாக்களின் சரித்திரங்களையும்

நாளது இராச்சியபரிபாலனஞ்செய்துவருகின்ற

கனம்பொருந்திய

ஜெகவீர ராமகுமார எட்டப்ப மஹாராஜா

ஐயனவர்களின்

1868ம் வரு நவம்பர் மீ 13உ முதல் 1878ம் வரு ஆகஸ்ட் மீ 1உ வரையுள்ள

சரித்திரத்தையும் விளக்குகின்ற

வம்சமணிதீபிகை

இஃது

ஷை மகாராஜா அவர்களின் விருப்பத்தின்படி

ஷை சமஸ்தானம் சமஸ்கிருத பண்டிதர்

கவிகேசரி. சாமிதீக்ஷிதரவர்கள்

பூர்வ இராஜாக்களா லெழுதிவைக்கப்பட்டிருக்கின்ற

தஸ்தாவேஜுகளாலும்

ஷையார்களுக்கு கனம்பொருந்திய இங்கிலீஷ் துரைத்தனத்தாரவர்களால்

அனுப்பப்பட்டிருக்கின்ற லிகிதங்களாலும்,

மற்றும்

பூர்வ விர்த்தாந்தங்களை நன்குணர்ந்த வயோவிர்த்தர்களின்

வாய்மொழிகளாலுந்,

தெளிந்து

யாவரும் எளிதிலறியும்பொருட்டு

வசனரூபமாயியற்றி

திருநெல்வேலி

அம்பலவாணன்கவிராஜரவர்கள்

R. சோமசுந்தர முதலியாரவர்கள்

புதூர். வள்ளிநாயகம்பிள்ளையவர்கள்

இவர்களது

முத்தமிழாகர அச்சுக்கூடத்திற்

பதிப்பிக்கப்பட்டது.

வேண்டின் நேரில் அப்போதே எய்தி வழிபட நினைகிலாயோ?' என்று இறைஞ்சினான். இதற்கும் விடை இல்லை. அடுத்த மூன்று மாதங்களில் பாரதி என்ன அல்லலுற்றானோ? செம்மாந்த நடையில், உயர் கவிதையில் ஆதரவு வேண்டிப் பாடல் புனைந்த பாரதி, உரைநடையில் கடிதம் எழுதுகிறான். (ராஜ ராஜ பட்டங்களை அடுக்கியபொழுதும், பாரதியின் வரவழைத்துக் கொண்ட பணிவை மீறி, 'சி. சுப்பிரமணிய பாரதி அநேக ஆசீர்வாதம்' என்றே அவனது விளிப்பு அமைகிறது.)

'வம்சமணி தீபிகை' என்பது 'எட்டயபுரத்து ராஜ வம்சத்தின் சரித்திரம்' என்று பாரதியின் கடிதம் தெளிவுபடுத்தினாலும் பாரதி எழுதத் தவறிய அந்த நூலின் உள்ளடக்கம் மற்றும் பிற செய்திகளை ஆராய்ந்து அறிந்துகொள்வதும் பாரதியியலுக்கு ஒரு பங்களிப்பாக இருக்க முடியும்.

பத்தொன்பதாம் நூற்றாண்டின் பெரும்பாலான நூல்களைப் போலவே, 'வம்சமணி தீபிகை'யின் முகப்புப் பக்கமும் ஒரு தகவல் களஞ்சியமாகவே அமைந்துள்ளது. 'உ, சிவமயம், ஸ்ரீ மஹா கணபதயே நம:, எட்டயபுரம் சமஸ்தானம், பூர்வ ராஜாக்களின் சரித்திரங்களையும் நாளது இராச்சிய பரிபாலனஞ் செய்துவருகின்ற கனம் பொருந்திய ஜெக வீர ராம குமார எட்டப்ப மஹாராஜா ஐயனவர்களின் 1868ம் ௵ நவம்பர் ௴ 13௨ முதல் 1878௵ ஆகஸ்ட்டு ௴ 1௨ வரையுள்ள சரித்திரத்தையும் விளக்குகின்ற வம்சமணி தீபிகை. இஃது ஷை மகாராஜா அவர்களின் விருப்பத்தின்படி ஷை சமஸ்தானம் சமஸ்கிருத பண்டிதர் கவிகேசரி சாமி தீக்ஷிதரவர்கள் பூர்வ இராஜாக்களா லெழுதி வைக்கப்பட்டிருக்கின்ற தஸ்தாவேசுகளாலும் ஷையார்களுக்கு கனம் பொருந்திய இங்கிலீஷ் துரைத்தனத்தாரவர்களால் அனுப்பப்பட்டிருக்கின்ற லிகிதங்களாலும், மற்றும் பூர்வ விர்த்தாந்தங்களை நன்குணர்ந்த வயோவிர்த்தர்களின் வாய்மொழிகளாலுந், தெளிந்து யாரும் எளிதிலறியும்பொருட்டு வசன ரூபமாயியற்றி, திருநெல்வேலி அம்பலவாணன் கவிராஜரவர்கள், R. சோமசுந்தர முதலியா ரவர்கள், புதூர் வள்ளிநாயகம் பிள்ளையவர்கள் இவர்களது முத்தமிழாகர அச்சுக்கூடத்திற் பதிப்பிக்கப்பட்டது, 1879.'

நூலின் தலைப்புப் பக்கமே ஓரளவுக்கு அதன் உள்ளடக்கத்தைப் புலப்படுத்திவிடுகிறது. நூலாசிரியரைப் பற்றி நூல் தரும் செய்திகளைத் தவிர வேறு எதுவும் தெரியவில்லை. இவர் எட்டயபுர சமஸ்தானத்தின் சமஸ்கிருதப் பண்டிதர் என்பதற்கு மேல், இவர் தந்தையின் பெயர் அண்ணா தீக்ஷிதர் (ப. 77); 1854இல் ஏழாயிரம் ரூபாய் செலவில் ஒரு சோமயாகத்தை எட்டயபுர மன்னருக்காக இவர் நடத்திக் கொடுத்தார் (ப. 77);

‘ஸ்காந்தப் புராணத்தில் சங்கா சம்மிதையில் சிவரகசிய கண்டத்தின் சுருக்கமான வல்லி பரிணயமென்று பெயருடைய சம்பு காவிய’த்தை எட்டயபுர மன்னரின் ஆணையின் பேரில் எழுதிக் கழுகுமலை முருகன் கோயிலில் அரங்கேற்றினார்;

> மகாகனம் பொருந்திய மகாராணியம்மாளவர்கள் இராச்சியமாளுகிற சிறப்பைக் குறித்து உரு சுலோகமடங்கிய பஞ்சரற்றின மாலையென்று பெயர் விளங்கிய ஒரு பிரபந்தமும் பிரின்ஸாவ் வேல்ஸ் அவர்கள் இவ்விடம் திருநெல்வேலி ஜில்லா தூத்துக்குடிக்கு வந்தது முதல் கல்கத்தா நகரம் விட்டுப் புறப்படுகிறவரையிலும் நடந்த விர்த்தாந்தங்களில் முக்கியமான சில பாகங்களைக் குறித்தும் அவர்கள் ஜெகவீர ராம குமார எட்டப்ப நாயக்கர் அய்யனவர்களுக்குச் சந்தோஷத்துடன் கெவர்வமான பேட்டி கொடுத்த விசேஷத்தைக் குறித்தும் உஎ சுலோகமடங்கிய நிக்ஷேத்திர மாலை யென்று பெயர் விளங்கிய ஒரு பிரபந்தமும் சமஸ்கிருத பாஷையினாலே .... செய்யப்பட்டது ...இந்த இரண்டு பிரபந்தங்களையும் இங்கிலீஷ் தர்ஜமாவுடன் அநேக புஸ்தகங்கள் அச்சிற் பதிப்பித்தார்.’

இதற்கு மேல் வேறு விவரங்கள் தெரியவில்லை. 1890இல் எட்டயபுர வரலாற்றை ஆங்கிலத்தில் எழுதி வெளியிட்ட கணபதி பிள்ளையும், ‘வம்சமணி தீபிகை’யையே பெரிதும் தழுவி எழுதியிருந்தாலும், சாமி தீக்ஷிதரைப் பற்றி வேறு தகவல்களைத் தரவில்லை. 1931இல் ‘திருநெல்வேலிச் சீமை சரித்திரம்’ எழுதி வெளியிட்ட எஸ். குருகுஹதாஸப் பிள்ளையும், இந்நூலைச் சான்றுப் பட்டியலில் தருவதோடு, ‘ஆந்திர ஸம்ஸ்கிருத வித்வான்கள்’ என்ற வரிசையில் இவர் பெயரைக் குறிப்பிடுகிறார்.

இந்த சாமி தீக்ஷிதர் வரலாறு எழுதிய எட்டயபுரத்தின் பெருமைதான் என்ன? திருநெல்வேலியிலிருந்த பதினைந்திருபது ஜமீன்களில் எட்டயபுரமே மிகப் பெரியது. பாரதி காலத்தில் அதன் மக்கள் தொகை ஒன்றரை லட்சம். மொத்தம் 349 கிராமங்கள். 9000 ஏக்கர் நஞ்சையும், 2,90,000 ஏக்கர் புஞ்சையும், 4,000 ஏக்கர் தோட்ட நிலமும், 58,000 ஏக்கர் தரிசு நிலமும் கொண்ட ஜமீன் இது. ஜமீனின் ஆண்டு வருவாய் மூன்றரை லட்சம் ரூபாய். நெல்லை மாவட்டத்தின் பஞ்சு விளைச்சலில் அரைப் பங்கு எட்டயபுரத்தில் விளைந்தது. பாரதி தன் முதல் படைப்பை – 1897இல் எழுதிய கவிதைக் கடிதம் – இளசைச் சுப்பிரமணியன்

என்று எட்டயபுரத்தின் மற்றொரு பெயரைச் சூடிக்கொண்ட, 'தென்பாண்டி நாட்டிலே, பொதிய மலைக்கு வடக்கே இருபது காத தூரத்தில் பூமி தேவிக்குத் திலகம் (வைத்து அது உலர்ந்து போயிருப்பது) போல' அமைந்த ஊரின் நிலைமை இதுதான். அப்படியாயின், பாரதியின் ஊர் என்பதைத் தவிர, தல வரலாறு எழுதப்படுவதற்கான எட்டயபுரத்தின் பெருமைதான் என்ன?

'1800ஆம் ஆண்டளவில் திருநெல்வேலி மாவட்டத்தில் விசுவாசமற்ற பாளையக்காரர்கள் மேன்மை தாங்கிய கிழக்கிந்தியக் கம்பெனியை எதிர்த்தும் மறுதலித்தும் ஆயுதம் ஏந்தியபொழுது, எட்டயபுர ஜமீன் ஆங்கிலேயர் பக்கம் உறுதியாக நின்று, நீண்டதும் குருதி தோய்ந்ததுமான போர்களுக்குப் பிறகு அமைதியும் ஒழுங்கும் நிலைநாட்டுவதற்கு உதவியது' என்கிறார் எட்டயபுர வரலாற்றாசிரியர் கணபதி பிள்ளை. 'பாஞ்சாலங்குறிச்சி கிளர்ச்சியை அடக்குவதற்கு பிரிட்டிஷ் அரசுக்கும் தேசத்திற்கும் எட்டயபுர ஜமீன் செய்த உதவி குறிப்பிடத்தகுந்தது' என்கிறார் திருநெல்வேலி வரலாற்றை எழுதிய இராபர்ட்டு கால்டுவெல். '1797ஆம் ஆண்டளவில், கம்பெனியின் அதிகாரத்திற்கு எதிராகக் கிழக்குச் சீமை பாளையக்காரர்கள் கட்டபொம்மன் தலைமையில் திரண்டபொழுதுதான் எட்டயபுரத்தின் அரசியல் முக்கியத்துவம் வெளிப்பட்டது' என்கிறார் திருநெல்வேலி கெஜட்டியர் எழுதிய எச்.ஆர். பேட்.

இதன் காரணமாகவே, எட்டயபுர வரலாறுகள் கட்டபொம்மன் தலைமையிலான பாளையக்காரர்களின் எழுச்சி பற்றிய செய்திகளால் நிரம்பியுள்ளன. கணபதி பிள்ளையின் 147 பக்க நூலில் 87 பக்கங்கள் கொண்ட மூன்றாம் இயல் கட்டபொம்மன் தலைமையிலான போராட்டங்களை விவரிக்கின்றது.

இந்நூலுக்கு முன்பே எழுதப்பட்ட 'வம்சமணி தீபிகை'யிலும் இதே கதைதான். 103 பக்கம் உள்ள நூலில் 55 பக்கங்கள் பாஞ் சைப் போரைப் பற்றியே பேசுகின்றன. சிறியதும் பெரியதுமான 43 பிரகரணங்கள் கொண்ட நூலில் 13 முதல் 37 வரையான 25 பிரகரணங்கள் இதற்கு மட்டுமே ஒதுக்கப்பட்டுள்ளன.

தொடக்கப் பிரகரணங்களும் எட்டயபுர ஜமீன்தாரின் ஜாதியாகிய கம்பளத்தார் உற்பத்தியிலிருந்து தொடங்குகிறது.

> சகலலோக நாயகராயிருக்கிற கடவுள் உலகத்தை யுண்டு பண்ணுங் காலத்தில் அக்கடவுளின் பாதத்தி லிருந்துற்பத்தியானதாக வேதத்தினாலே சொல்லப் படுகிற நான்காவது வர்னத்தாராகிய சூத்திர ஜாதியி லுள்ப் பிரிவான கம்பளமென்ற ஜாதியார்கள் சுமார்

ருசூ ஷுக்கு முன் துவாபர யுகத்தில் மஹாவிஷ்ணு வானவர் கிருஷ்ணாவதாரஞ் செய்து பிருந்தாவனத்திலும் கோகுலத்திலுந் திருவிளையாடல் செய்து கொண்டிருக்கும்பொழுது சுவாமி கிருஷ்ணமூர்த்திக்கு வெகு காலம் ஊழியஞ்செய்துவந்து சுவாமி பிரசாதத்தினாலே விஞ்சையென்றும் மந்திரோபதேசம் பெற்று சக்கதேவி யென்னுந் தேவதையைக் குல தெய்வமாகக் கொண்டு அதன் மகிமையினாலே விசேஷமான வாக்குப் பலிதமுடையவர்களாக அபிவிர்த்தியடைந்து கொண்டிருக்கிறார்கள்.

இவ்வாறு கம்பளத்தார் உற்பத்தி விவரிக்கப்பட்ட பின்பு, சந்திரகிரியில் ஆட்சி புரிந்துவந்த இவர்கள், மகமது அல்லா உத்தீன் படையெடுப்புக்குப் பின் மதுரைக்கு வந்து கடைசியில் எட்டயபுர ஜமீனை அடையும் பழமரபுக் கதை விவரிக்கப்படுகின்றது.

இதன் பிறகு 'பாஞ்சாலங்குறிச்சிப் பாளையகாரர் செய்த அக்கிரமங்கள்' முதலியன விவரிக்கப்படுகின்றன. கட்டபொம்மன், ஊமைத்துரை ஆகியோர் 'சிவசுப்பிரமணிய பிள்ளை என்ற துர்மந்திரியின் துர்போதனையினால்.... ஆயுதபாணிகளான அநேக ஜனங்களுடன் வெளியேறி அசல் ஜமீன் கிராமங்களிலும் அயன் கிராமங்களிலும் கொள்ளை செய்வதும், ஆட்டுக்கிடை மாட்டுக் கிடைகளை அபகரிப்பதும், தட்டைப் படப்பு முதலானதுகளில்த் தீயைப் போடுவதும், ஜனங்களைக் கொலை செய்வதும் இவ்விதமான குரூர நடபடிக்கைகளை நடத்தி வந்ததுந் தவிர கலைக்கட்டர் துரையவர்கள் அதிகாரத்துக்கு விரோதமாக அவர் திசை காவலுக்குட்பட்ட அயன் கிராமங்களிற் பணவசூல் முதலானதுகளுஞ் செய்தார்.' 'பாஞ் சாலங்குறிச்சிப் பாளையகாரருக்கு கெவர்ன்மெண்டாரவர்கள் மன்னிப்புச் செய்தும் கீழ்ப்பணியாமலிருந்ததனால் அவர் பேரிற் படையெடுக்க உத்தரவு' செய்யப்படுகிறது. 'ஓடிப்போன கட்டபொம்மு நாயக்கரைத் துடர்ந்து சென்ற ஜெகவீர ராமகுமார எட்டப்ப நாயக்கர் ஐயனவர்களாற் பிடிபட்ட கைதிகள் தெண்'டிக்கப்படுகின்றனர். கடைசியில் கட்டபொம்மன் கயத்தாற்றில் தூக்கிலிடப்படுகிறார்.

தீவிர வைராக்கியத்துடனோடிப்போன கட்டபொம்மு நாயக்கரைத் தொடர்ந்து சகாயத்துக்காக வனுப்பப்பட்ட கும்பினித் துருப்புகள் வருகிறதற்கு முன்னமே யெதிர்த்துத் தன் பக்கத்தில் அநேக ஜனச் சேதத்துடன் அவர் சேவகர்களெல்லாரையும் முறிபடத் துறத்தியவரைக் குதிரையைவிட்டுக்

> குதித்துக் காட்டிலொழிக்கிறவரையிலுந் துறத்தினதற்காகவும், அவரைச் சேர்ந்த மந்திரி சிவசுப்பிரமணிய பிள்ளை வகையறா முப்பத்தி நாலு கைதிகளையும் பிடித்துக்கொண்டு வந்ததற்காகவுங் கவர்ன்மெண்டாரவர்களாலே எட்டயபுரம் ஜெகவீர ராமகுமார எட்டப்ப நாயக்கர் ஐயனவர்களுக்கு சிவஞானபுர மென்னும் ஒரு கிராமம் வெகுமானமாகக் கொடுக்கப்பட்டது.

இதன் பிறகும் எட்டயபுரத்தாரின் கும்பினி சேவை முடிந்தபாடில்லை. ஊமைத்துரையின் கிளர்ச்சியை அடக்கவும் அவர் துணை நிற்கிறார். 'கும்பினித் துருப்புகள் வடபுரத்திலும் எட்டயபுரந் துருப்புகள் மேல்புரத்திலுமாகப் பாஞ்சாலங்குறிச்சிக் கோட்டையை வளைத்து யுத்தஞ் செய்ய ஆரம்பித்துச் சண்டை நடந்தது.' 'கோட்டை இடிபட்டும் எதிரிகள் வெளிஏறாமலிருந்ததில் எதிரிகள் நிலவரைக்குள்ளிருக்கலாமென்று' எட்டயபுரத்தார் ஊகித்ததின் பேரில் கோட்டை வெற்றி கொள்ளப் பெறுகிறது. 'பாஞ்சாலங்குறிச்சிக் கிராமத்தை உழுது கொட்டை முத்து' (ஆமணக்கு) விதைக்க எட்டயபுர பாளையத்தாருக்கு உத்தரவிடப்பட அவ்வாறே செய்யப்படுகிறது. கடைசியில், 'பாஞ்சாலங்குறிச்சியைச் சேர்ந்த ஆறு வணிதங்களையும் விட்டுக்கொடுத்ததுந் தவிரப் பச்சைக் கர்நாடகத் தொட்டிப் பல்லக்கும் தங்கக் கலசம் வைத்த கூடாரமும் தம்புரு உ-ம் சில குதிரைகளும் 30,000 பெறுமான பச்சைப் பாசிப் பந்தும் பச்சை வைத்த துறாயும் சில்பேசும் ஆக இவ்வளவுங் கவர்ன்மெண்டாரவர்களாலே வெகுமானமாகக் கொடுக்கப்பட்டது'. இது மட்டுமல்லாமல் வரலாற்றின் களங்கத்தையும், எட்டப்பன் என்றால் விபீஷணன், துரோகி என்ற அவப்பெயரையும் எட்டயபுரம் பெற்றது.

ந

'மிகவும் கொச்சையான தமிழ் நடையில் பலவிதமான குற்றங்களுடையதாக' இருந்த இந்த 'வம்சமணி தீபிகை'யைத்தான், 'திருத்தி, நல்ல, இனிய, தெளிந்த தமிழ் நடையில்' அமைத்துத் தரப் பாரதி முன்வந்தான். நெல்லையிலும் காசியிலும் கல்வி பயின்ற பின்னர் 1903இல் எட்டயபுரம் மீண்ட பாரதி, ஜமீன்தாரின் அவைப் புலவராகத் தன் வாழ்க்கையைத் தொடங்கினான். 'யமகம், திரிபு, பசுமூத்ர பந்தம், நாகபந்தம், ரதபந்தம், தீப்பந்தம் முதலிய யாருக்கும் அர்த்தமாகாத நிர்ப்பந்தங்களை'க் கட்டும் கவிராயர் வாழ்க்கையையும் ஜமீனின் தொண்டூழியத்தையும் உதறிவிட்டு 1904ஆம் ஆண்டின் பிற்பகுதியில் பொது வாழ்க்கையில் நுழைந்தான். எட்டயபுர ஜமீனுடனான முறிவு இணக்கமானதாக

இல்லை; மனக்கசப்பும் கோபமும் மிகுந்ததாக அமைந்திருந்தது. இரண்டாண்டு ஜமீன் வாழ்க்கையின் கசப்பு பாரதியிடம் ஆழ ஊன்றிவிட்டதை 1913இல் அவன் எழுதிய 'சின்னச் சங்கரன் கதை' காட்டுகிறது. வெளிப்படையான சுயசரிதைத் தன்மை கொண்ட முற்றுப்பெறாத இந்நூலில் குமிழியிடும் நகைச்சுவையும், நுட்பமான கிண்டலும் குத்தலும் கேலியும் அங்கதமும் பகடியும் எட்டயபுர ஜமீன்தாரை முக்கிய இலக்காகக் கொண்டுள்ளன. நூலின் முற்பகுதியை 'வம்சமணி தீபிகை' போன்ற போலிச் சரித்திரங்கள் பற்றிய பகடியாகக் கொள்ளலாம். கவுண்டனூர் என்பதை எட்டயபுரம் என்றும், ராமசாமிக் கவுண்டரை எட்டப்ப நாயக்கன் என்றும் திருத்திக்கொண்டால் அப்படியே பொருந்தும்.

> ... நமது கதை தொடங்கும் காலத்தில் மகா கீர்த்திமானாகிய ராமசாமிக் கவுண்டரவர்கள் அரசு செலுத்தி வந்தனர். வெளியூர்ப் பாமர ஜனங்கள் இவரை 'ஜமீன்தார்' என்பார்கள். கவுண்டபுரத்திலே இவருக்கு 'மகா ராஜா' என்றும் பட்டம்.

'அர்ஜுனனும் வீமனும் அபிமன்யுவும் தோன்றிய சந்திர வம்சத்தில் நேரே பிறந்ததாக இதிகாஸங்களிலே கோஷிக்கப் படுகின்ற ராஜகுலத்தில் பிறந்த' எட்டயபுர மகாராஜா ராமசாமிக் கவுண்டருக்கு முக்கால் நரையான தலை; நெடுந்தூரம் குழிந்த கண்கள். பொடியினால் அலங்கரிக்கப்பட்ட மூக்கு. வெற்றிலைக் காவியினாலும் புகையிலைச் சாற்றினாலும் அலங்கரிக்கப்பட்ட பற்கள். குத்துயிரோடு கிடக்கும் உதடு. பூதாகாரமான உடல். பிள்ளையார் வயிறு. இது தவிர, 'பார்ப்பான் எடுத்ததற்கெல்லாம் ஆசமனம்' செய்வது போல் அபினி லேகியம் உண்பவர். கோழிச் சண்டை பார்ப்பதில் அவருக்கு மிக விருப்பம். அப்பொழுது 'இரு பக்கத்துக் கோழிகளின் தாய், பாட்டி, அக்காள், தங்கை எல்லோரையும் வாய் குளிர' வைவார்; நீசபாஷையும் பொறுக்க முடியாமலிருக்கும். அவர் குளிக்கும் முறையே தனி. 'நேபாளத்து ராஜாவின் பிரேதத்துக்குக்கூட இந்த உபசாரம் நடக்காது.' அவர் சாஹித்தியம் கட்டுவதிலும் வல்லவர். 'ஜலதோஷம் பிடித்த பன்னிரண்டு குயில்கள் சேர்ந்து சுருதியும் லயமும் ஒன்றுபடாமல் பாடுவது போல்' தம்பூரின் சுருதியைப் பொருட்படுத்தாமல் அவர் பாடுவார். மீதூண் விரும்புபவர். ஒவ்வொரு வேளையும் முப்பத்திரண்டு கவளம் குறையாமல் உண்பார். அவர் அலுவலகக் கச்சேரி நடத்துவதும் தனி அழகு. மாலையில் ஆட்டு வண்டியில் ஊர்வலம் வருவார். சில சமயங்களில் குதிரைச் சவாரி செய்வதுமுண்டு. அப்பொழுது 'முன்னும் பின்னும் பக்கங்களிலுமாக ஏழெட்டு மறவர் நின்று (குதிரையைத்) தள்ளிக்கொண்டு போவார்கள். ஜமீன்தார்

கடிவாளத்தை ஒரு கையிலும் பிராணனை மற்றொரு கையிலும் பிடித்துக்கொண்டு பவனி வருவார்.' ஜமீன்தாருக்கு ஐந்து மனைவிகள். 'ஜமீன்தாரவர்களோ அர்ஜுனனுக்கு நிகரானவர் – விராட நகரத்தில் இருந்த அர்ஜுனனுக்கு – அதாவது, மகாராஜ ராஜ பூஜித மகாராஜ ராஜ ஸ்ரீ மகாராஜ மார்த்தாண்ட சண்ட பிரசண்ட அண்ட பகிரண்ட கவுண்டாதி கவுண்ட கவுண்ட நகராதிப ராமசாமிக் கவுண்டரவர்கள் பரிபூரண நபும்ஸகனென்று தாத்பரியம்.'

மொத்தத்தில் 'எட்டயபுரம்' சரித்திரப் பெருமையும் 'க்ஷேத்திர மகாத்மியமும்' நிறைந்த ஊர்.

'வம்சமணி தீபிகை'யைப் பகடி செய்வது போல் மிகக் கடுமையாக ஆனால் நுட்பமாகவும் நகைச்சுவையாகவும் பாரதி எழுதிய அரிய நூல் 'சின்னச் சங்கரன் கதை'.

சு

'மன்னரையும் பொய்ஞ்ஞான மதக்குரவர் தங்களையும் வணங்கலாதேன்' என்று அடித்துக்கூறிய பாரதியை, எந்த ஜமீனைக் கேலியும் கிண்டலும் செய்தாரோ, அதே ஜமீனின் முன் பொருளும் பணியும் வேண்டி மண்டியிடச் செய்தது காலமும் வாழ்க்கையும்.

இதற்கிடையில் 'சின்னச் சங்கரன் கதை'யில் கேலி செய்யப்பட்ட ஜமீன்தார் 1915இல் காலமாகிவிட்டார். நேர் வாரிசில்லாததால் அவருடைய சிற்றப்பன் ஜமீன்தாராகியிருந்தார்.

எட்டயபுர மன்னரின் பட்டங்களைக் கேலி செய்தது போக உண்மையிலேயே, 'ஸ்ரீமான் மஹாராஜ ராஜ பூஜித மஹாராஜ ராஜ ஸ்ரீ எட்டயபுரம் மஹாராஜா, வெங்கடேசுர எட்டப்ப நாயக்க ஐயனவர்கள் ஸந்நிதானத்துக்கு' என்று எழுத்தையும் எழுதுகோலையும் தெய்வமாகக் கருதிய பாரதி எழுதவேண்டியதாயிற்று.

'சின்னச் சங்கரன் கதை'யின் நிதர்சன வடிவமான 'வம்சமணி தீபிகை'யைத் திருத்தி எழுதப் பாரதி முன்வருகிறான். கடலூர் சிறையிலிருந்து மீண்டபொழுது, இனி அச்சிடும் எழுத்துகள் அனைத்தையும் அரசாங்க ஒப்புதல் பெற்றே வெளியிடுவேன் என்று கொடுத்த உறுதிமொழி தீர்ந்துவிட்டதைத் தெளிவுபடுத்தி, 'ஆங்கில ராஜாங்கத்தார் என்னிடம் பரிபூர்ணமான நல்லெண்ணம் செலுத்துகிறார்கள்' என்று எழுதி, அரசின் விரோதம் நேருமென்று அச்சம் வேண்டாம் என்றும் சொல்லாமல் சொல்கிறான்.

‘நாமிருக்கும் நாடு நமதென்பதறிந்தோம், இது நமக்கே உரிமையாம் என்பதறிந்தோம்’ என்று அடித்துக் கூறியவன், சக பாளையக்காரனை வெள்ளையருக்குக் காட்டிக்கொடுத்த ஜமீன் சரித்திரத்தை எழுத முன்வந்ததோடு, ‘பித்தர் பயிலும் பேடிக் கல்வி’ பயிற்றுவிக்கப்படும் அரசு பள்ளிக்கூடங்களிலும் பாடமாக வைக்கலாம் என ஆசை காட்டுகிறான். இந்த இடத்திலும் தன் பெருமையினையும் பாரதி உணர்த்தத் தவறவில்லை. ‘நான் அதை எழுதுகிற மாதிரியை ஒட்டியும் என் பெயரை ஒட்டியும் அந்நூல் தமிழ் நாட்டில் வசன காவியத்துக்கோர் இலக்கியமாக எக்காலத்திலும் நின்று நிலவும்படி செய்யப்படும்!’ மேலும் நூலின் உரிமை முழுவதையும் அரண்மனைக்கே தரவும் பாரதி ஒப்புகிறான்.

இவ்வளவும் எதற்காக? ‘கைம்மாறு விஷயம் ஸந்நிதானத்தின் உத்தரவுப்படி’ என்கிறது பின்குறிப்பு. ‘அவ்விய நெஞ்சத்தான் ஆக்கமும் செவ்வியான் கேடும் நினைக்கப்படும்’ என்று தீயவர்கள் வளமாக வாழ நல்லவர்கள் ஏன் தாழ்ந்துகிடக்கிறார்கள் என்று விளக்கமறியாது வள்ளுவனே திகைத்து நிற்கும்பொழுது, பாரதியின் இந்தக் கடிதத்தை ஒரு சாதாரண வரலாற்றாசிரியன் விளக்க முடியுமா?

ஆனாலும், சென்றுபோனவற்றைப் பற்றி ‘இப்படி மட்டும் நடந்திருந்தால், நடக்காதிருந்தால்’ என்ற கேள்வியைப் பேதை நெஞ்சு எழுப்புவதைத் தவிர்க்க முடிவதில்லை. எட்டயபுர மன்னர் பாரதிக்கு ஆதரவளிக்க முன்வந்து, அவனும் ‘வம்சமணி தீபிகை’யைப் புதுக்கி எழுதியிருந்தால்...?

எட்டயபுர ‘ராஜகுடும்பத்துக்கு அழியாத கீர்த்தியும் தமிழ் மொழிக்கொரு மேன்மையும் பொருந்திய சரித்திர நூல்’ கிடைத்திருக்குமா? விலங்கிடப்பட்ட நிலையில் பாரதியின் படைப்பாற்றல் எப்படித் தொழிற்பட்டிருக்கும் என்ற ஒரு சோதனைக்கு மேல் வேறு சிறப்பு எஞ்சியிருக்கும் எனச் சொல்வதற்கில்லை. கட்டபொம்மனைப் பற்றிப் பாரதி எங்குமே குறிப்பிட்டதில்லை என்ற குறை நீங்கி எட்டப்பனைப் பாராட்டிய பழி மட்டுமே மிஞ்சியிருக்கலாம். மன்னரின் ஆதரவு மட்டும் கிட்டியிருந்தால், புரவலர் இன்றித் தவித்து, மீண்டும் சென்னைக்கு வந்து ‘சுதேசமித்திரன்’ உதவியாசிரியராக அமர்ந்து, அல்லலுற்று, அடுத்த இரண்டாண்டுகளுக்குள் பாரதி மறைந்திருக்க வேண்டி இல்லாது போயிருக்கலாம். 39 என்பது இறப்பதற்குரிய வயதல்ல. ஆனால், தீயூழாக, இறந்த கவிஞனையே சிறந்த கவிஞனாகச் சமூகம் கொண்டாடுகிறது.

சான்றுப் பட்டியல்

சாமி தீக்ஷிதர், *வம்சமணி தீபிகை,* 1879.

எஸ். குருகுஹதாஸப் பிள்ளை, *திருநெல்வேலிச் சீமைச் சரித்திரம்,* 1931.

ரா. அ. பத்மநாபன், *பாரதியின் கடிதங்கள்,* 1982.

R. Caldwell, *A History of Tinnevelly,* 1881.

W.E. Ganapathy Pillai, *Etaiyapuram: Past and Present,* 1890.

H.R. Pate, *Tinnevelly District Gazetteers,* 1917.

~ ~

2004 'தினமணி' தீபாவளி மலரில் இக்கட்டுரை வெளியானது. இதற்குச் சில ஆண்டுகளுக்குப் பிறகு 'பாரதி பதிப்பிக்க நினைத்த புத்தகம்' என்ற அட்டைப்படப் பொறிப்புடன் 'வம்சமணி தீபிகை' மறுபதிப்பானது (பதிப்பாசிரியர்: இளசை மணியன். வெளியீடு: தென்திசை, சென்னை, 2008). இதன் முன்னுரை, அணிந்துரைகளில் இந்தக் கட்டுரை குறிப்பிடப்படவில்லை.

6

‘இன்னுமொருகால் இளசைக் கேகிடின்’

பாரதியின் சுயசரிதைகள்

பாரதி முதன்மையாகக் கவிஞனாகவே தமிழுலகில் அறியப்படுகிறான். ஆனால் அவனுடைய உரைநடை எழுத்துகள் எளிதில் புறந்தள்ளிவிடக் கூடியனவல்ல. பத்திரிகைப் பணியினையே வருவாய்க்குரிய வழியாகத் தன் வாழ்நாளின் பெரும்பகுதியில் கொண்டிருந்த பாரதி கணிசமாக உரைநடை எழுதியதில் வியப்பில்லை. அன்றாடப் பத்திரிகையின் செய்திசார் எழுத்துகளைத் தவிர, ‘ஆறிலொரு பங்கு’, ‘சந்திரிகையின் கதை’, ‘பகவத் கீதை’ (மொழிபெயர்ப்பும் முன்னுரையும்) முதலான பொருட்படுத்தத்தக்க உரைநடைப் படைப்பு களையும் அவன் எழுதியிருக்கிறான். ‘தராசு’ என்ற தொடரின் மூலம் ‘பத்தி எழுத்து’ (*column*) என்ற வகைமைக்கும் தமிழில் பாரதியே முன்னோடியாவான். நிதானித்து எழுதிய பல உரைநடை எழுத்துகள் பத்திரிகையில் வெளிப்பாடு கண்டனவேயன்றி அவை பத்திரிகைகளுக்காக எழுதியன என்று சொல்ல முடியாது என்பதையும் நினைவில்கொள்ள வேண்டும். எடுத்துக்காட்டாக, ஏழெட்டு வாரங் களுக்கு மேல், 1909ஆம் ஆண்டின் தொடக்கத்தில் ‘இந்தியா’ வார இதழில் தொடராக வெளிவந்த ‘ஞானரதம்’ தனிப் புத்தகமாக வெளியிடும் பொருட்டு ஒரு கட்டத்தில் ‘உபசாந்தி லோகம்’,

‘கந்தர்வ லோகம்’ என்ற அளவில் நிறுத்தப்பட்டு, 1910 தை மாதத்தில் முழு நூலாக்கம் பெற்றது.

சுயசரிதை எழுத்திலும் பாரதி ஒரு முன்னோடி என்பதைப் பலர் அறிய மாட்டார்கள். அவ்வகையில் சுயசரிதைப் பாங்கில் அவன் எழுதிய (முற்றுப்பெறாத) ‘சின்னச் சங்கரன் கதை’யினையும், அதனோடு இணைத்து எண்ணத்தக்க ‘கனவு’ என்ற சிறு பாடல் நூலையும் கவனப்படுத்துவது இக்கட்டுரையின் நோக்கம்.

தன்வரலாறு என்பது ஒரு நவீன இலக்கிய வகைமை. கூட்டு அடையாளங்களிலிருந்து தனிமனித உணர்வும் அடையாளமும் முகிழ்க்கும் வரலாற்றுத் தருணத்திலேயே சுயசரிதை என்ற இலக்கிய வடிவம் தோன்ற முடியும். அவ்வகையில் இது முக்கிய நவீனத்துவ இலக்கிய வடிவமாகும். ‘சுயசரிதை எழுதுவது மேற்கிற்கே உரிய விசித்திர வழக்கம். மேற்கின் செல்வாக்கில்லாத எவரும் கிழக்குலகில் சுயசரிதை எழுதியதாக எனக்குத் தெரியவில்லை’ என்றார் ‘சத்திய சோதனை’ எழுதிய காந்தி. தனித்துவமானதொரு தன்னிலையின் பிரதியாக்கமே சுயசரிதை எனலாம்.

தமிழ் இலக்கியம் தன்வரலாற்று எழுத்துகளுக்குப் பெயர்போனதல்ல. ‘இரட்சணிய யாத்ரீகம்’ எழுதிய எச்.ஏ. கிருஷ்ண பிள்ளை, ‘பாளையங்கோட்டை கிருஷ்ண பிள்ளை கிறிஸ்தவனான வரலாறு’ என்ற சிறு நூலை 1890களில் எழுதியிருக்கிறார். முற்றிலும் செய்யுளில் அமைந்த ‘குருபரதத்துவ நூல்’ வண்ணச்சரபம் தண்டபாணி சுவாமிகளின் சுயசரிதை என்று சொல்லலாம். பாரதி சுயசரிதை எழுதும் முயற்சியில் ஈடுபட்டிருந்த அதே தருணத்தில் சிறையிலிருந்தவாறு தம் சுயசரிதையின் முதற் பகுதியை அகவற்பாவில் எழுதிக்கொண்டிருந்தார் வ.உ.சி. இவை எதுவும் பாரதி காலத்தில் அச்சேறவில்லை என்னும்போது இவற்றைப் பற்றி அவன் அறிந்திருக்கும் வாய்ப்பு அருமை என்பதையும் மனங்கொள்ள வேண்டும். தமிழின் புகழ்மிக்க சுயசரிதைகளான உ.வே. சாமிநாதையரின் ‘என் சரித்திரம்’, திரு.வி.க.வின் ‘வாழ்க்கைக் குறிப்புக்கள்’, நாமக்கல் ராமலிங்கம் பிள்ளையின் ‘என் கதை’, டி.எஸ்.எஸ். ராஜனின் ‘நினைவு அலைகள்’ ஆகியன 1940களில்தான் வெளிவந்தன.

பாரதி கவிதைத் தொகுப்புகளில் ‘தன்வரலாறும் பிற பாடல்களும்’ என்றொரு பிரிவு உண்டு. அதில் முதல் இடம் பிடிப்பது ‘ஸ்வசரிதை’. 49 பாடல்களாக அமைந்த இச்சிறுநூல் ‘கனவு’ என்ற பெயரில் ஆகஸ்ட் 1910இல் வெளியானது. (இவை விருத்தங்கள் என்கிறது தமிழ்ப் பல்லைக்கழகப் பாரதி பாடல்கள் ஆய்வுப் பதிப்பு. அல்ல, கட்டளைக் கலிப்பா யாப்பிலமைந்தவை என்கிறார் ய. மணிகண்டன்.)

சுதேசியக் கைத்தொழில், அந்நியப் பொருள் புறக்கணிப்பு, தேசியக் கல்வி என்ற செயல்திட்டத்தை வழிமுறையாகக் கொண்டு, வங்காளப் பிரிவினைக்கு எதிராகத் தோன்றிய சுதேசி இயக்கத்தின் குழந்தை பாரதி. 1905ஆம் ஆண்டளவில் தொடங்கிய அவ்வியக்கம் அரசாங்கத்தின் கடும் ஒடுக்குமுறைக்கு ஆளாகி இருந்த நிலையில் 1908 ஆம் ஆண்டின் பிற்பகுதியில் பிரெஞ்சு ஆட்சிப்பகுதியான புதுச்சேரியில் பாரதி தஞ்சமடைந் திருந்தான். பிரிட்டிஷ் இந்தியாவில் அவன் நடத்திவந்த 'இந்தியா', 'விஜயா' பத்திரிகைகள் புதுவைக்கு இடம் மாறின. ஆனால் அவையும் 1910ஆம் ஆண்டின் முற்பகுதியில் புதிய அச்சுச் சட்டத்தினால் பிரிட்டிஷ் இந்தியாவுக்குள் நுழைவது தடைசெய்யப்பட்டன. இதனால் பாரதியின் எழுத்துகளை வெளியிடும் பத்திரிகை ஒன்றுகூட இருக்கவில்லை. இத் தருணத்தில் அவன் எழுதி வெளியிட்ட சுயசரிதையே 'கனவு'. அப்போது அவனுக்கு வயது இருபத்தெட்டு.

'பொய்யாய்ப் பழங்கதையாய்க் கனவாய் மெல்லப் போனதுவே' என்ற பட்டினத்தாரின் வாசகத்தை முகப்பில் கொண்டிருந்த இச்சிறு நூல் அதன் தலைப்பையும் அதிலிருந்தே எடுத்தாண்டிருந்தது. சுயசரிதை எழுத்து தமிழுக்கு முற்றிலும் புதியது என்ற தன்னுணர்வு பாரதிக்கு இருந்ததை அந் நூலுக்கான முகவுரை காட்டுகின்றது. 'இச்சிறிய செய்யுள் நூல் விநோதார்த்தமாக எழுதப்பட்டது. இதன் இயல் தலைவன் கூற்றெனப்படும் – அதாவது, கதாநாயகன் தனது சரிதையைத் தான் நேராகவே சொல்லும் நடை' என்ற பாரதி, 'இப்புதிய வழி தமிழறிந்த மேலோர்கள் அங்கீகரிக்கத்தக்கதுதானா என்று பார்வையிடும்பொருட்டுச் சிறிய நூலொன்றை முதலில் வெளியிடுகின்றேன்' என்று தன்னடக்கத்துடன் கூறுகிறான்.

பாரதி அத்வைதத்தில் ஆழ்ந்த பற்றும் நம்பிக்கையும் கொண்டிருந்தாலும் மாயையைப் பழித்தவன். நடைமுறை உலகம் பொய் என்ற கருத்தாக்கம் இந்தியாவையொத்த அடிமை நாட்டை மேலும் பாழ்படுத்திவிடும் என்று கருதியவன். இருப்பினும் விடுதலை பெற்றுத் தந்துவிடும் என்று உறுதியாக நம்பிய சுதேசி இயக்கம் தோல்வியுற்று, அதனுடைய தலைவர்களும் கைதாகி, தானும் புகலிடம் நாடிப் புதுவையில் அடைக்கலமடைந்திருந்த நிலையில் அவனுக்கு வாழ்க்கை பற்றிய கைப்புணர்வு மிகுந் திருந்தது எதிர்பார்க்கக் கூடியதே. இந்தக் கைப்புணர்வு 'கனவு' முழுதும் இழையோடுகிறது.

நான்கு அடிக்கருத்துகள் 'கன'வில் வெளிப்படுகின்றன. தோல்வியில் முடிந்த காதல், அவன் வெறுத்த அடிமைக் (ஆங்கிலக்) கல்வி, விரும்பாத இளமைத் திருமணம், 'ஊணர்

செய்த சதியால்' கைத்தொழிலில் அவன் தந்தை நொடிந்துபோய்க் குடும்பம் வறுமை நிலையை அடைந்தது: இவை அனைத்தும் சேர்ந்து 'ஏன் பிறந்தனன் இத்துயர் நாட்டிலே?' என்று தன்னைத் தானே கழிவிரக்கத்தோடு நொந்துகொள்ளும் நிலையோடு 'கனவு' முடிவுறுகிறது.

'கனவு' வெளிவந்த ஓராண்டில் – 17 ஜூன் 1911இல் – திருநெல்வேலி ஆட்சியர் ஆஷ் கொல்லப்பட்டார். இதைத் தொடர்ந்த நர வேட்டையில், இக்கொலைச் சதியில் கைதுசெய்யப்பட்டவர்கள் சிலரிடம் பாரதியின் பாடல்களும் பத்திரிகைகளும் இருந்த நிலையில் பாரதியின்மீது அரசின் கவனம் குவிமையம் கொண்டது. தன் இளமைக் காதலியின் பின்னழகைக் கண்டு களிக்க அவள் போகும் வழியில் காத்திருந்த நிலையைப் 'புலைஇயல் சாரர்கள் (ஒற்றர்கள்) தேசபக்தர் வரவினைக் காத்தல்' போன்றது என்று உவமை கூறிய பாரதியின் மீதான காவல் துறையின் நெருக்கடி ஆஷ் கொலைக்குப் பிறகு மேலும் வலுவடைந்தது. 1911 அக்டோபரில் 'கனவு'ம் 'ஆறிலொரு பங்கு'ம் தடை செய்யப்பட்டன. ஆங்கிலக் கல்விமுறை பற்றிய ஒன்பது பாடல்களும் (21–29), 33, 39, 46ஆம் பாடல்களில் சில வரிகளும் தடை உத்தரவுக்குக் காரணமாயின. இவை இரண்டும் குற்றமற்ற நூல்கள் (two innocuous booklets) என்று வாதிட்டுப் பாரதி 'இந்து' நாளிதழுக்குக் கடிதம் எழுதினான். அரசாங்கத்திடமும் முறையிட்டான். பயனில்லை. இந்தத் தடை இன்றுவரை முறையாக விலக்கப்படவில்லை. பாரதி பிரசுராலயம் 1937இல் வெளியிட்ட 'பாரதி நூல்கள்: காவியங்கள்' என்ற தொகுப்பின் மூன்றாம் பதிப்பில் 'ஸ்வசரிதை' என்ற பெயரில் 'கனவு' இடம்பெற்றது. ஜூலை 1937இல் முதல் காங்கிரஸ் அமைச்சரவை சென்னை மாகாணத்தில் பொறுப்பேற்றது. பல தேசிய இயக்க நூல்களின்மீதிருந்த தடையை உரிய விண்ணப்பத்தின் பேரில் முதலமைச்சர் இராஜாஜி நீக்கினார். பாரதி பிரசுராலயம் தடையை நீக்குமாறு விண்ணப்பிக்கவில்லை என்றாலும் வாய்ப்பான இத்தருணத்தைப் பயன்படுத்திக்கொண்டது என்று கருதலாம். தலைப்பு மாற்றம் அரசு நடவடிக்கை எடுக்கலாம் என்ற கருத்தில் செய்யப்பட்டது என்று தமிழ்ப் பல்கலைக்கழகப் பாரதி பாடல்கள் ஆய்வுப் பதிப்பு குறித்திருப்பது முழுப் பொருத்தமுடையதாகக் கொள்ள இயலவில்லை. (பாரதி பிரசுராலயம் வேறொரு மாற்றத்தையும் செய்தது. 'காதல்' என்று பாரதி இட்ட துணைத் தலைப்பு 'பிள்ளைக் காதல்' என்றாகிவிட்டது! இம்மாற்றம் பாரதியின் நோக்கத்திற்கு மாறானது. தன் இளமைக் காதலை முதிராக் காதலாக அல்லாமல் உண்மைக் காதலாகவே பாரதி கருதியிருக்கிறான்.) அதன் பிறகு

இன்றுவரை வெளிவரும் பாரதி கவிதைத் தொகுப்புகளில் எல்லாம் 'சுயசரிதை' என்ற பெயரிலேயே இது இடம்பெற்று வருகின்றது.

உ

'கன'வைத் தவிரப் பாரதி மற்றொரு சுயசரிதைத் துணுக்கினையும் எழுதியிருக்கிறான். 'கனவு' வெளியான மூன்றாண்டுகளில் 'சின்னச் சங்கரன் கதை' என்ற பெயரில் முற்றுப்பெறாத ஒரு தொடரை சுப்பிரமணிய சிவாவின் 'ஞானபாநு' மாத இதழில் வெளியிட்டான். அப்போது அவனுக்கு முப்பத்தொரு வயது. இவ்வளவு குறைந்த வயதில் இரண்டு சுயசரிதைகளைப் பாரதி ஏன் எழுதத் துணிந்தான் என்பது எண்ணுதற்குரியது.

இது புனைவு வடிவத்ததாயினும் முற்றிலும் சுயசரிதையே. பாரதியின் இளமைக் காலத்தைப் பற்றி எழுதிய அனைத்து வரலாற்றாசிரியர்களுமே 'சின்னச் சங்கரன் கதை'யை அடிப்படையாகக் கொண்டே எழுதியுள்ளனர். கணக்கும் இலக்கணமும் தெரியாமல் இளம் பாரதி விழித்ததைப் பற்றிய வரிகள் இதிலிருந்து நேராக எடுக்கப்பட்டவையே.

'சின்னச் சங்கரன் கதை' பல படித்தான முக்கியத்துவமுடையது. பாரதியின் இளமை வாழ்க்கையைப் பற்றிய சற்று விரிவான பதிவு என்பது ஒரு புறம். தமிழின் மிகச் சிறந்த நகைச்சுவைச் சித்திரங்களில் ஒன்று என்பது மற்றொரு புறம்.

எண்வகை மெய்ப்பாடுகளில் 'நகை' என்பதைத் தொல்காப்பியம் பட்டியலிடுவதோடு, 'அங்கதம்' என்பதற்கு இலக்கணமும் எழுதியிருந்தாலும், தமிழில் அவற்றுக்கு எடுத்துக்காட்டுகள் காட்டிட உரையாசிரியர்கள் திண்டாடியிருக்கிறார்கள். அங்கொன்றும் இங்கொன்றுமாகக் கலித்தொகையிலும் கம்பராமாயணத்திலும் இரண்டொரு பாடல்களுக்குமேல் தமிழ்ப் புலவர்களால் காட்ட முடிந்ததில்லை. காளமேகப் புலவரும் தனிப்பாடல்களும் ஓங்கும் பிற்காலத்தில்தான் நகைச்சுவை தமிழ் இலக்கியத்தில் தலைகாட்டுகிறது. நவீனத் தமிழ் இலக்கியத்தில் நகைச்சுவைக்குத் தொடக்கப்புள்ளியாகப் 'பிரதாப முதலியார் சரித்திரம்' அமைந்திருக்கின்றது. நவீனத் தமிழ் இலக்கியத்தில் மெல்ல மெல்ல நகைச்சுவை திரள்கிறது. 1920களில் விகடப் பத்திரிகைகள் என்ற தனிவகையும் உருவாகிறது. நகைச்சுவை என்பது பல்வேறு கோலங்கள் கொண்ட ஒரு மெய்ப்பாடு, ரசம் ஆகும். *Wit, sarcasm, humour, satire, farce, burlesque, parody* என்று அது பல வடிவம் கொள்ளும். நவீனத் தமிழ் இலக்கியத்தில் புதுமைப்பித்தன், நகைச்சுவையை ஒரு விழுமிய தளத்திற்கு நகர்த்திச் செல்கிறார்.

இந்தப் பாதையில் முதல் மைல்கல்களில் ஒன்றாக விளங்குவது 'சின்னச் சங்கரன் கதை'.

இந்தத் தன்வரலாற்றை எழுதுவதற்குப் பாரதி புனைவு வடிவத்தைக் கையாள்கிறான். புனைபெயரிலேயே இதனை வெளியிடவும் செய்கிறான். இதற்கான காரணம் நூலுக்குள் சென்றதும் எளிதில் புலப்பட்டுவிடுகிறது. வடிவம் பற்றிய தன்னுணர்வும் அவனுக்கு இருப்பது வெளிப்படையாகவே தெரிகிறது. 'நமது நாட்டுக் கதைகளிலே பெரும்பாலும் அடி தொடங்கிக் கதாநாயகனுடைய ஊர், பெயர், குலம், கோத்திரம், பிறப்பு வளர்ப்பெல்லாம் கிரமமாகச் சொல்லிக்கொண்டு போவது வழக்கம்' என்று தொடங்கும் பாரதி, 'நாடகத்தை நட்ட நடுவில் தொடங்'குவது ஐரோப்பிய முறை (இதை in medias res என்பர் இலக்கியக் கோட்பாட்டாளர்) என்று சுட்டி, இவ்விரண்டு வழிகளையும் கலந்து எழுதப்போவதாகப் பீடிகை போடுகிறான். ஓரிடத்தில் தான் (அதாவது கதைசொல்லி) வட ஆப்பிரிக்காவில் வசித்து வருவதாகவும், தமிழ்நாட்டுக்கு வெளியே சென்று முப்பது ஆண்டுகளாகின்றன என்றும் சொல்கிறான். வகைமையும், அதன் நுவல்முறையும் பற்றிய ஓர்மையுடைய meta fiction தன்மை உடையதாக இப்பிரதி இருக்கிறது.

கதையின் நாயகன் சின்னச் சங்கரன். 'சின்னச் சங்கரன், சங்கரன், சங்கரய்யர், சங்கர நாராயணய்யர், சங்கர நாராயண பாரதியார்' என்று அவனுக்குப் படிப்படியாகப் பரிணமிக்கும் பெயர்கள், சுப்பையா, சுப்பிரமணியன், சுப்பிரமணிய ஐயர், சுப்பிரமணிய பாரதி என்பதற்கு இணைகோடாக அமைகின்றது. மூன்று வயதில் தாய் மறைவு, தகப்பனார் பெயர் சுப்பிரமணிய ஐயர் முதலான குறிப்புகளும் தொடக்கத்திலேயே சுட்டப் படுகின்றன. இளமையிலேயே செய்யுள் இயற்றும் ஆற்றல் பெற்ற சின்னச் சங்கரன், பிஞ்சிலே பழுத்து, காம-சிருங்கார ரசமுடைய பாடல்களைப் பாடுகிறான்.

இங்கு ஒரு முக்கிய அம்சத்தைக் கவனிக்க வேண்டும். நகைச்சுவையின் இன்றியமையாத பண்பு தன்னைத் தானே நகைப்புக்குரியதாக்கிக் கொள்ளுதலாகும். இப்பண்பு இல்லை என்றால் நகைச்சுவை மிளிராது. 'புவி முற்றும் போற்றிடவான் புகழிலேற்றும் கவியரசர் தமிழ்நாட்டுக்கில்லை என்ற வசை என்னால் கழிந்ததன்றே' என்று பாடிய பாரதி, 'சின்னச் சங்கரன் கதை'யில் பிறரைக் கேலி செய்வதற்கு நிகராகவும், மேலாகவும் தன்னைத் தானே கிண்டல் செய்துகொள்கிறான். தன்னைப் பற்றிய சுயவிவரணைப் பகுதி இது:

பையனுடைய கையும் காலும் வாழைத் தண்டைப் போலிருக்கும். பிராணசக்தி வெகு சொற்பம். நெஞ்சு அரையே மாகாணி அடியகலம். கண்கள் ருதுவாகி நோய்பிடித்திருக்கும் கன்னிகளின் கண்களைப் போலிருக்கும். முதுகிலே கூன்... பையனுக்கு ஜீவதாது மிகவும் குறைந்து பொய்மை நிறைந்த சித்த சலனங்கள் மிகுதிப்பட்டுவிட்டன.

தொடக்கத்தில் இப்படி அமையும் தன்வருணனை, பின்னால் மேலும் கூர்மை பெறுகிறது.

கறுப்பு நிறம். குள்ள வடிவம். மூன்று விரல் அகல நெற்றி. கூடு கட்டின நெஞ்சு. குழிந்த கண்கள். இரத்தமற்ற இதழ்கள். நெரிந்த தொண்டை. பின்னுகிற கால்கள். அரையிலே அழுக்கு மல்வேஷ்டி. மேலே அழுக்கான பட்டுக்கரைத் துண்டு. இவ்வளவையும் மீறிக் கொஞ்சம் புத்திக் கூர்மையுடையவன் போல் தோற்றுவிக்கும் முகம்.

உருவம் இப்படியென்றால், அவனுடைய கவிதையாற்றல் பற்றிய குறிப்பு வருமாறு: 'இவன் பாட்டுக்களில் சிலசில பிழைகள் இருந்தபோதிலும் இவனுடைய சிறுவயதைக் கருதி அப்பிழைகளை யாரும் கணிப்பதில்லை. பையன் நாவும் கையும் சிறிதேனும் கூசாமல், காமுகர்களுக்கு வேண்டிய பதங்களைத் தாராளமாகப் பொழிந்து பாடல்கள் செய்யலானான்.' சிறுவயதிலேயே கற்றோரால் 'பாரதி' என்ற சிறப்புப் பெயர் பெற்ற, அதற்கு முந்தி இருந்த பாரதிகளையெல்லாம் காணாமலடித்த ஒருவன் எழுதிய பத்தி இது என்பதை நினைவூட்டிக்கொள்ள வேண்டும்.

இதற்கடுத்த இயல் 'ராமசாமிக் கவுண்டர் திருச்சபை' என்பது. இது முற்றிலும் எட்டயபுர மன்னரை மனத்தில் கொண்டு எழுதியது. கவுண்டனூர் என்பது எட்டயபுரம். கம்பளத்து நாயக்கர் என்பதற்குப் பதிலாகக் கவுண்டர் என்ற சாதிப்பெயர். ராமசாமிக் கவுண்டர்தான் எட்டயபுர மன்னர்.

எட்டயபுரத்தின் இன்னொரு பெயர் இளசை. இன்று கிடைக்கும் பாரதியின் முதல் பாடல் (1897) 'தென் இளசை நன்னகரின் சிங்கம்' என்று அதன் மன்னரை விளித்துத் தொடங்கி, 'இளசைச் சுப்பிரமணியன்' என்ற கைச்சாத்தோடு முடிகிறது. பதினாறு வயதில் அதனை நகர் என்று சுட்டிய பாரதி, சென்னை, காசி, கல்கத்தா, பம்பாய், சூரத் முதலிய நகரங்களைக் கண்டபின் 'இளசை எனும் சிற்றூர்' என்று 1906இல் எழுதுகிறான். 1898ஆம் ஆண்டளவில், எட்டயபுரத்தின் அட்டமூர்த்தீசுவரரைத்

தலைவனாகக் கொண்டு 'இளசை ஒருபா ஒருபஃது' என்று பன்னிரண்டு பாடல்கள் கொண்ட ஒரு சிறுபிரபந்தத்தைப் பாடியிருக்கிறான்.

பாரதியின் இளமை வாழ்க்கையை முழுவதும் ஆட்கொண்ட ஊர் எட்டயபுரம். எட்டயபுர ஜமீன் புலவர்களையும் கலைஞர்களையும் புரந்த பெருமையுடையது. அதன் அரசவைப் புலவர்களைச் 'சின்னச் சங்கரன் கதை' மிகு நையாண்டியும் பகடியும் செய்தாலும், அங்கு ஆஸ்தான வித்துவானாக இருந்த சுப்பராம தீக்ஷிதர்மீது பெரும் மதிப்புக் கொண்டிருந்தவன் பாரதி. கர்ணனோடு கொடையும், கம்பனோடு கவிதையும், பார்த்தனோடு வீரமும் அகன்றது போல, முத்துசாமி தீக்ஷிதரின் வழித்தோன்றலான இந்த 'விற்பன்னனோடு சுவை மிகுந்த பண்வளமும் அகன்றதென'ப் பாடுகிறான் பாரதி. 'என் அகத்தில் நின்றகலாத' சுப்பராம தீக்ஷிதர் இல்லாத இளசைக்கு ஏகினால் தன் மனம் என்ன பாடுபடும் என்றும் அலமந்தான். 1904இன் இறுதியில் எட்டயபுரத்தை விட்டகன்ற பாரதி பதினைந்து ஆண்டுகள் கழித்தே (1919) சொந்த ஊர் திரும்பினான். சுப்பராம தீக்ஷிதரின் இன்மையைவிட அவனை அலைக்கழித்து, ஊரிலிருந்தே விரட்டிவிட வேறு துயரங்களும் ஏமாற்றங்களும் அங்குக் காத்திருந்தன. அந்த அவலம் தனிக் கதை.

பாரதியின் எட்டயபுர வாழ்க்கையைப் பற்றிய மிக விரிவான இரு பதிவுகள் 'கனவு'ம் 'சின்னச் சங்கரன் கதை'யுமே. அவ்வகையிலும் இவ்விரண்டு நூல்களும் முக்கியத்துவமுடையன.

காசியில் கல்வி கற்றுத் திரும்பி, 1904இல் மதுரைக்கும் சென்னைக்கும் சென்று பொது வாழ்க்கையைத் தொடங்கிய இடைப்பட்ட சில ஆண்டுக் காலத்தில் பாரதி எட்டயபுர அரண்மனையில் பணியாற்றினான். எட்டயபுரத்திலிருந்து 16 வயதில் பதின்பருவத்தினனாகப் புறப்பட்ட பாரதி ஷெல்லி முதலான புதிய சிந்தனையாளர்களின் கருத்துகளை உள்வாங்கிக்கொண்டு எட்டயபுரத்திற்குத் திரும்பியிருந்தான். புதிய சிந்தனைகளும் சுதந்திர உணர்ச்சியும் அவனை எட்டயபுரத்தில் மகிழ்ச்சியாக இருக்கவிடவில்லை. எட்டயபுர அரசவை புலவர்களுக்கும் கலைஞர்களுக்கும் பேர் பெற்றதாயினும், காலனிய ஆட்சியின்கீழ், ஈரும் பேனும் மிகுந்த ஒய்யாரக் கொண்டையாக, நவீனத்துவ மாற்றங்களுக்கு இடங்கொடாத நிலப்பிரபுத்துவத் தன்மையுடன் இருந்தது. செய்திகள் புகைமூட்டம் போல் இருந்தாலும், எட்டயபுர ஜமீன்தாரிடம் ஏற்பட்ட நேரடியான உரசலால் பாரதி இரவோடிரவாக ஊரைவிட்டுத் தப்ப வேண்டியிருந்தது என்று

அறிய முடிகிறது. இவ்வனுபவத்தின் ஒளியில் 'சின்னச் சங்கரன் கதை'யை வாசிக்கலாம்.

'தென்பாண்டி நாட்டிலே, பொதிய மலைக்கு வடக்கே இருபது காத தூரத்தில் பூமி தேவிக்குத் திலகம் (வைத்து அது உலர்ந்து போயிருப்பது)' போன்றது கவுண்டபுரம். பாரதி காலத்தில் 349 கிராமங்கள் கொண்ட ஜமீன் அது. ஆனால் கவுண்டபுரத்தில் அவருக்கு 'மஹாராஜா' என்று பட்டம். ராமசாமிக் கவுண்டருடைய உடல் வருணனை அதற்கு ஒரு படிமேல்.

அடுத்து அவருடைய அன்றாட அலுவல்கள். மீதூண் விருப்பம். கோழிச் சண்டையை ரசித்து, அதனிடையே கையாளும் 'நீசபாஷை'. 'பார்ப்பார் எடுத்ததற்கெல்லாம் ஆசமனம் செய்வதுபோல்' அடிக்கடி அபினி லேகியம் போடும் பழக்கம். இவையெல்லாம் கொண்டாட்டத்துடன் விவரிக்கப்படுகின்றன. ஜமீன்தாரின் குளியல் முறையைப் பாரதி விவரிக்கும் முறையே தனி.

அடுத்து அவருடைய இசைப் புலமை. தாம் கட்டிய ஒரு கீர்த்தனைக்குச் சொம்படிக்கும் அரசவையினரைப் பற்றி ஒரு சித்திரத்தை மிகுந்த கேலியாகப் பாரதி விவரிக்கிறான். மன்னருடையதோ, 'ஜலதோஷம் பிடித்த பன்னிரண்டு குயில்கள் சேர்ந்து சுருதியும் லயமும் ஒன்றுபடாமல் பாடுவது போன்ற திவ்விய சாரீரம்'. இதற்காகப் பாரதி இயற்றும் பாடல் கீர்த்தனை வடிவத்தின் அற்புதப் பகடியாகும்.

ஜமீன்தாரின் ராஜ்ய பரிபாலன மகிமை வெள்ளைய ராட்சியில் சுதேச சமஸ்தானங்களின் சீரழிவைப் பற்றிய விரிவான நையாண்டிச் சித்திரத்தை வழங்குகிறது. ஜமீன்தாரின் வீரம் பற்றிய பகுதி பாரதியின் கோபமும் வஞ்சம் தீர்க்கும் வேகமும் நகைச்சுவையாக வெளிப்படும் ரசவாதம். 'ஜமீந்தாரவர்களுக்கு ஐந்து மனைவிகளுண்டு. ஆனால் ஜமீந்தாரவர்களோ அர்ஜுனனுக்கு நிகரானவர் – விராட நகரத்தில் இருந்த அர்ஜுனனுக்கு – அதாவது, மஹாராஜ ராஜ பூஜித மஹாராஜ ராஜஸ்ரீ மஹாராஜ மார்த்தாண்ட சண்ட பிரசண்ட அண்ட பகிரண்ட கவுண்டாதி கவுண்ட கவுண்ட நகராதிப ராமசாமிக் கவுண்டரவர்கள் பரிபூரண நபும்ஸகனென்று தாத்பரியம்'. 'சின்னச் சங்கரன் கதை' ஏன் புனைபெயரில் வெளிவந்தது என்று விளக்க வேண்டியதில்லை.

அடுத்து, அக்காலத் தமிழ்ப் புலமை உலகம் பற்றிய கேலிச்சித்திரம் விரிவாக அமைகிறது. ஜமீன்தாரவர்களிடம்

பேசும்போதெல்லாம் அவையினர் 'புத்தி' என்று சொல்லித் தொடங்குவதைப் பற்றிப் பிறைக்கோட்டுக்குள் (பிறைக்கோட்டுக்குள் மற்றொன்று விரித்தலாக எழுதும் முறை பாரதிக்கு முன்பு தமிழில் இருந்ததா என்பதை ஆராய்ந்து பார்க்க வேண்டும்.) பாரதி பின்வருமாறு கூறுகிறான். 'இந்தச் சொல்லை இந்த இடத்தில் இந்த அர்த்தத்தில் வழங்குவதற்கான விசேஷ காரணத்தைக் கண்டுபிடித்துச் சொல்லும்படி தமிழ்நாட்டில் மலிந்து கிடக்கும் பாஷா பரிசோதனைப் பண்டிதர்களிடம் பிரார்த்தனை செய்துகொள்கிறேன்' என்று குத்தலாக எழுதுகிறான். சி.வை.தாமோதரம் பிள்ளை, மனோன்மணியம் சுந்தரம் பிள்ளை ஆகியோர் பற்றி இந்நூலைத் தவிரப் பாரதி வேறு எங்கும் குறிப்பிட்டதாகத் தெரியவில்லை. சமஸ்கிருதத்திற்கும் தமிழுக்கும் இடையிலான முரணையும் இதில் பாரதி குறிப்பிடுகிறான். இது பற்றி அவனுடைய நிலைப்பாடு மயக்கத்திற்கு இடம் தருவதாக இருந்தாலும், தமிழின் பழம் பெருமை பேசிய தமிழ் மறுமலர்ச்சி இயக்கம் பற்றிய விமரிசனம் கேலியோடு இழையோடுகிறது என்பதை மறுக்க முடியாது.

பத்தொன்பதாம் நூற்றாண்டில் தமிழ் இலக்கிய உற்பத்தி பற்றிய இப்பகுதி தமிழை நவீனமாக்க வேண்டும் என்ற பாரதியின் பார்வையை அழுத்தமாக முன்வைக்கிறது. அவன் பார்வையில் அக்காலப் புலமைச் சண்டைகள் வெற்றுப்பொறாமையால் விளையும் மயிர்பிளக்கும் வாதங்களாகத் தெரிகின்றன. புலவர்கள் பயின்ற நூல்களோ இருளப்ப நாயக்கன் காதல், செறுவூர்க் கோவை, பிச்சித்தேவன் உலா மடல் போல்வன. (புகழ்பெற்ற சிற்றிலக்கியப் பிரபந்தங்களின் பெயர்களை இவ்வாறு புரட்டிப்போடுகிறான் பாரதி.) அவர்கள் எழுதும் பாடல்களோ யமகம், திரிபு, பசுமூத்ர பந்தம், நாகபந்தம், ரதபந்தம், கடிகார பந்தம், தீப்பந்தம் முதலிய யாருக்கும் அர்த்தமாகாத நிர்ப்பந்தங்கள். சின்னச் சங்கரன் யமகமாகப் பாடும் பாடலும், அதற்கு அளிக்கப்படும் விளக்கவுரையும் அக்காலப் புலமை முறையைப் பற்றிய சிறந்த பகடியாகும். 'இருபது முப்பது வருஷங்களுக்கு முன் இந்த நாட்டிலுள்ள கவிகளெல்லோரும் (இப்படித்தான்) இருந்தார்கள்' என்று தொடங்கி, 'இப்போதுதான் ஓரிரண்டு பேர் தமிழில் கொஞ்சம் சரியான பாட்டுக்கள் எழுதத் தலைப்பட்டிருப்பதாகக் கேள்வி' என்கிறான். இங்குத் தன்னைத் தவிர வேறு எவரை மனத்தில் கொண்டிருந்தான் பாரதி என்பதை உய்த்துணர முடியவில்லை. பாரதியை அறிந்தவர்கள் இதை உபசார வழக்காகவே கொள்வர்!

அடுத்துச் சின்னச் சங்கரனுக்கு முத்திருளக் கவுண்டனின் மகளின் மேல் ஏற்படும் காதல் விரிக்கப்படுகிறது. 'கன'விலே

ஏக்கத்துடன், ஒருவிதக் காவியத் தன்மையுடன் விவரிக்கப்படும் காதல் இங்கு முழுவதும் கேலியாகச் சொல்லப்படுகிறது. கம்பராமாயணம் படிக்கப்போன இடத்தில் மன்மதக்கலை அறியலாகிறான் சின்னச் சங்கரன். அவர்களிடையே காதல் செடி வளர்ந்து, பூத்துக், காய்த்துப் பழுக்கத் தொடங்குகிறது. 'பழங்க ளென்றால் யாரும் தப்பெண்ணங் கொண்டுவிட வேண்டாம்' என்றும் பாரதி இடக்காக எழுதுகிறான்.

'இப்படியிருக்கையில் இவ்விருவரின் அகத்துக்கு இடையூறான ஒரு செய்தி வந்துவிட்டது. இவர்களுடைய காதலாகிய மரத்திலே இடிபோல் விழுந்த செய்தி!'

பாரதியின் காதலுக்கு முற்றுப்புள்ளி வைத்த அந்தச் செய்தி என்ன? இதுவரை எவரும் அறியாதது அது. காதலர் இருவருக்கும் மட்டுமல்ல, தமிழ் இலக்கியத்துக்கும் இது இடிதான். ஏனென்றால், இதற்குமேல் 'சின்னச் சங்கரன் கதை' இல்லை. முற்றுப்பெறாமல் நடுவானில் தொங்கிக்கொண்டிருக்கிறது.

௩

ஏன் முற்றுப்பெறவில்லை என்ற கேள்விக்கு விடை தேடச் 'சின்னச் சங்கரன் கதை'யின் கதையை அறிய வேண்டும்.

'சின்னச் சங்கரன் கதை' சுப்பிரமணிய சிவாவின் 'ஞானபாநு' மாத இதழின் முதல் தொகுதியில் (மே, ஜூன், செப்டம்பர், டிசம்பர் 1913; மார்ச் 1914) விட்டுவிட்டு ஐந்து இதழ்களில் வெளிவந்தது. 'சாவித்திரி என்னும் நமது நிருப நேயர் எழுதியது' என்ற குறிப்புடன் வெளிவந்ததால் இதை எழுதியது பாரதிதான் என்பது அவருடைய நட்பு வட்டத்திற்கு வெளியே அறியப்படாத செய்தியாக இருந்தது.

ராமசாமிக் கவுண்டர் என்ற பெயரில் இடம்பெறும் எட்டயபுர ஜமீன்தாரைப் பற்றிய சித்திரம் குறைந்தபட்சம் மானநட்ட வழக்குக்கு அடிகோலக்கூடியது. 'பரிபூர்ண நபும்சகன்' என்ற தொடர் அதற்கும் மேலான ஆபத்தைத் தரவல்லது என்று எட்டயபுர ஜமீன்தாருடன் ஏற்பட்ட பிணக்கால் திடுமென அவ்வூரைவிட்டுத் தப்பித்து வெளியேறிய பாரதி அஞ்சியிருந்தால் அதுவும் புரிந்துகொள்ளக்கூடியதே. புனைபெயரில் ஏன் இதனை எழுதினான் என்ற கேள்விக்கு இதுவே விடையாகலாம்.

1933இல் 'மகாகவி பாரதியார்' என்ற வரலாற்றுச் சித்திரத் தொடரை எழுதிய வ.ரா.தான் 'சின்னச் சங்கரன் கதை'யை எழுதியவர் பாரதியே என வெளியுலகிற்கு முதன்முதலில் அறிவித்தவராகலாம். பாரதி வரலாற்றுக்கான முக்கிய

ஆதாரங்களை விவரிக்கும் வ.ரா., 'சின்னச் சங்கரன் கதை'க்கு முதல் இடம் தருகிறார். பாரதி இதனைத் தனது நெருங்கிய நண்பர் குழாமிடம் படித்துக்காட்டியிருக்கிறார் என்று அவர் பாரதியின் வரலாற்றை 1933இல் 'காந்தி' இதழில் தொடராக எழுதி, பின்பு 1944இல் செப்பம் செய்து வெளியிட்ட 'மகாகவி பாரதியார்' என்ற நூலில் தெரிவிக்கிறார்.

> சிரித்துச் சிரித்து, வயிறு அறுந்துபோவது மாதிரி இருக்கும். சிரிப்பினால் குடல் ஏற்றம் ஏற்பட்டு விடுமோ என்று பலகாலம் பயந்ததுண்டு. படீர், படீர் என்று வெடிக்கும் ஹாஸ்யமும், அந்தக் கதையில் நிறைந்து கிடந்தது. கிண்டல் என்றால் சாதாரணத் தெருக்காட்டுக் கிண்டலா? நமது ஜனங்கள் இப்படியும் வாழத் தகுமோ என்ற துக்கம் தோய்ந்த கிண்டலாகத்தான் நாங்கள் அந்தப் புத்தகத்தில் கண்டோம்.

இவ்வாறு அதன் நகைச்சுவையினையும் உட்கிடையினையும் பொருத்தமாகவே அடையாளம் கண்ட வ.ரா. தெரிவித்த மற்றொரு செய்தி தமிழுலகத்தில் பல காலம் வேரோடியிருக்கிறது. 'சின்னச் சங்கரன் கதை' முழுவதுமாக ஏறத்தாழ முப்பது அத்தியாயங்களில் எழுதி முடிக்கப்பட்ட பின், பாரதி வீட்டில் வேலை செய்த முருகேசன் என்பவரால் களவாடப்பட்டுப் போலீஸ் கையில் சிக்கிவிட்டது என்கிறார் வ.ரா. நண்பர்களின் வற்புறுத்தலின்பேரில் பாரதி மீண்டும் அதனை எழுதத் தொடங்கினான் என்றும், ஆனால் சில பகுதிகளை எழுதிய பின் அதனைத் தொடரப் பாரதி விரும்பவில்லையென்றும், மீண்டும் எழுதிய அரைகுறை வடிவமே 'ஞானபாநு'வில் வெளிவந்தது என்றும் அவர் சொல்கிறார். 1933இல் இவ்வாறு வ.ரா. எழுதியபோதுகூட 'ஞானபாநு' வாசகர்கள் தவிர வேறு எவரும் அதனைப் படித்ததில்லை. ஏனெனில், 'சின்னச் சங்கரன் கதை' பாரதி மறைந்த சில ஆண்டுகளில் செல்லம்மா பாரதி நடத்திய 'பாரதி ஆச்ரமம்' வழியாகவோ, 1920களிலும் 1930களிலும் பாரதியின் தம்பி சி. விசுவநாத ஐயரால் நடத்தப்பட்ட பாரதி பிரசுராலயம் வழியாக வந்த உரைநடைத் தொகுப்புகளிலோ இடம்பெறவில்லை.

1937ஆம் ஆண்டின் கடைசியில், 'மணிக்கொடி' மாதமிருமுறை இதழ் நான்கு பகுதிகளாக (15–10–1937; 1–11–37; 15–11–37; 1–12–37) வெளியிட்டதையும் பதிவு செய்ய வேண்டும். 'தமிழ் மறுமலர்ச்சியின் அருணோதயமான பாரதியாரின் சுயசரிதம் என்று கருதப்படும்... சின்னச் சங்கரன் கதை – "சாவித்திரி" என்ற புனைப்பெயரில் கவி. ஸி. சுப்ரமணிய

பாரதியார் "ஞானபானு"வில் எழுதியது' என்ற குறிப்புகள் தாங்கி 'மணிக்கொடி'யில் வெளிவந்தது.

வி.கோ. சூரியநாராயண சாஸ்திரி என்ற பரிதிமாற் கலைஞரின் மகனும், அந்நாளைய முக்கியப் பாடப்புத்தக வெளியீட்டாளருமான வி.ஜி. சீனிவாசன்தான் 1956இல் மதுரை பாரதி புத்தக நிலையம் வழியாக முதன்முதலாக, பாரதியின் பெயரிலேயே, 'சின்னச் சங்கரன் கதை'யைத் தனி நூலாக வெளியிட்டார். அதற்கு எழுதிய விரிவான பதிப்புரையில் மேற்கண்ட பின்னணியினையும் விவரித்தார். 'மணிக்கொடி' மறுபதிப்பிட்ட செய்தியை அவர் அறிந்ததாகத் தெரியவில்லை.

பாரதியின் 'சின்னச் சங்கரன் கதை'யின் பிற்பகுதி தொலைந்து விட்டது என்ற கருத்தும் ஆதங்கமும் ஆற்றாமையும் பாரதி அன்பர்களிடம் தொடர்ந்து நிலவிவந்தன. 1984இல் 'மகாகவி பாரதி: சில புதிய உண்மைகள்' என்ற நூலை வெளியிட்ட சீனி.விசுவநாதன், வ.ரா.வின் கூற்றுகளைக் கேள்விக்குட்படுத்தி அவற்றின் முன்பின் முரண்களைச் சுட்டிக்காட்டினார். மேலும், 1911 முதல் 1915 வரையான பாரதியின் குறிப்புகள் அடங்கிய *'My Journal of Thoughts and Deeds'* என்ற கையெழுத்துப்படியில் *Fragments to be completed* (எழுதி முடிக்க வேண்டிய துணுக்குகள்) என்ற பட்டியலில் 'சி. சங்கரன் கதை' எனப் பாரதி குறித்துள்ளதைச் சுட்டிக்காட்டி, பாரதி அதனை எழுதி முடிக்கவில்லை என்று நிறுவ முயன்றுள்ளார்.

'சின்னச் சங்கரன் கதை' முழுமை பெறாமல் போனதை எண்ணி, நகைச்சுவைப் படைப்பு ஒன்று கிடைக்காமல் போனது என்பதா, பாரதியின் வாழ்க்கை வரலாறு முழுவதும் கிடைக்காமல் போனதே என்று புலம்புவதா?

~ ~

7

'தமிழறிந்த மன்னரிலை என்ற வசை'
எட்டயபுர ஜமீன்தார்கள் பற்றி

பாரதியின் வாழ்க்கையில் எட்டயபுர ஜமீன்தாருக்கு முக்கிய இடம் உண்டு. யார் அந்த ஜமீன்தார்? ஒருவரா பலரா? பாரதி தன் வாழ்நாளில் எட்டயபுர ஜமீன்தார்கள் எத்தனை பேரை எதிர்கொண்டான்? அவனுடைய வாழ்க்கையில் பெரும் தாக்கத்தை ஏற்படுத்திய ஜமீன்தார் யார்? அவர் எத்தகையவர்? அவருடைய வயது, காலம், படிப்பு, வாழ்க்கை ஆகியன என்ன? இந்தக் கேள்விகளைப் பாரதி ஆய்வாளர்கள் எழுப்பிக்கொண்டதாகத் தெரியவில்லை. இக்கேள்விகளை முன்வைத்துச் சில செய்திகளைப் பகிர்ந்துகொள்வதாக இந்தக் கட்டுரை விரிகிறது.

எட்டயபுர மன்னர் என்று பொதுவாகக் குறிப்பிட்டாலும், பாரதியின் வாழ்நாளில் எட்டய புரத்தில் கோலோச்சிய ஜமீன்தார்கள் ஒருவர் அல்ல, மூவர். ஆட்சிக் கட்டிலில் ஏறியதும் ஜெகம், வீரம், ராமன், எட்டப்பன், ரெட்டு, ஐயன் ஆகிய பெயர்களின் கலவையாக மீண்டும்மீண்டும் ஒரே தன்மைத்தான பட்டப்பெயர்களை எட்டயபுர ஜமீன் பரம்பரை சூட்டிக்கொண்டதும் குழப்பத்திற்கு ஒரு காரணம்.

பாரதி 1882இல் பிறந்தபொழுது ஜமீன்தாராக இருந்தவர் ஜகவீர ராமக் குமார எட்டப்ப நாயக்கர். 1878இல் அரியணை ஏறியவர். பிரிட்டிஷ் இளவரசர் (பின்னாளில் ஏழாம் எட்வர்டு மன்னரானவர்) தூத்துக்குடிக்குக் கப்பலில் வந்திறங்கிய பொழுது அவரை வரவேற்று, புதிதாகப் போடப்பட்டிருந்த இருப்புப் பாதையில் ஊர்ந்த முதல் ரயிலில் அவரோடு கோவில்பட்டி வரை பயணித்தவர் இவர். அப்பொழுது இவர் மைனர். விக்டோரியா மகாராணி 'இந்தியாவின் சக்கரவர்த்தினி'யாக 1 ஜனவரி 1877இல் தில்லி தர்பாரில் முடிசூட்டப்பட்டபொழுது அழைப்பின் பேரில் இவர் அந்நிகழ்ச்சியில் கலந்துகொண்டார். இதன் பிறகே இவருக்கு 21 வயது நிரம்பியது; இதைத் தொடர்ந்து 1878 ஆகஸ்டில் இவர் முடிசூடினார். இதற்குப் பன்னிரண்டாண்டு கழித்து மே 1890இல் இவர் காலமானார். பாரதிக்கு அப்போது எட்டு வயது. பாரதியின் தந்தை சின்னச்சாமி ஐயர் இந்த ஜமீன்தாரின் நம்பிக்கைக்குரியவராக இருந்தவர் என்பதால் அவரைப் பார்த்திருக்கலாம் என்பதற்கு மேல் சுப்பையாவுக்கு அவரோடு வேறு தொடர்பு இருந்திருக்க வாய்ப்பில்லை.

பாரதி காலத்தில் 'பிதா மகாராஜா' என்று சுட்டப்பட்ட இந்த ஜமீன்தாருக்கு 1878இல் ஒரு மகன் பிறந்தார். இவருக்குப் பட்டப் பெயர்: ராஜ ஜகவீர ராம வேங்கடேசுவர எட்டப்ப நாயக்கர். பாரதியைவிட நான்கு வயது மூத்தவர் இவர். இவருடன்தான் பாரதி நெருங்கிப் பழகினான். இளமையிலேயே இருவருக்கும் பழக்கம் ஏற்பட்டிருக்கும் வாய்ப்பை மறுப்பதற்கில்லை. பாரதியின் வாழ்க்கையில் திருப்புமுனையான பங்கு வகித்தவர் இவரே. 'சின்னச் சங்கரன் கதை' முதலான படைப்புகளில் கேலிக்கு ஆளானவரும் இவர்தான்.

தந்தை காலமானபோது இவருக்குப் பன்னிரண்டு வயது. 1890 வரை எட்டயபுரத்திலேயே கல்வி பயின்று வந்திருக்கிறார். ஜமீன் வாரிசான இவர் மைனர் என்பதால் எட்டயபுர நிர்வாகத்தை அரசாங்கம் மேற்பார்த்தது. Court of Wards என்ற அமைப்பின்மூலம் நிர்வாகத்தையும், இளம் ஜமீன்தாரை வளர்த்து ஆளாக்கும் பொறுப்பையும் இந்தச் சட்டபூர்வ அமைப்பு எடுத்துக்கொண்டது.

இந்தியாவில் ஆங்கிலேய ஆட்சிக்கு முட்டுக்கொடுத்தவை சுதேச சமஸ்தானங்களே. நாட்டின் மூன்றில் ஒரு பகுதி நிலப்பரப்பு பெயரளவில் இவர்களுடைய ஆட்சிக்குள்ளாகவே இருந்தன. இருப்பினும் முழு அதிகாரமும் வெள்ளையரின் கையில்தான். பெரிய சமஸ்தானங்கள் அரசாங்கம் அமர்த்திய ஸ்தானிகர் (resident) என்ற அலுவலரின் பொறுப்பில் இருந்தன. தன்னுடைய காலனிய நலன்களுக்காக சமஸ்தான அமைப்பைத் தக்கவைத்தாலும் சுதேச மன்னர்களைப் பற்றிய கீழான

படம் 1

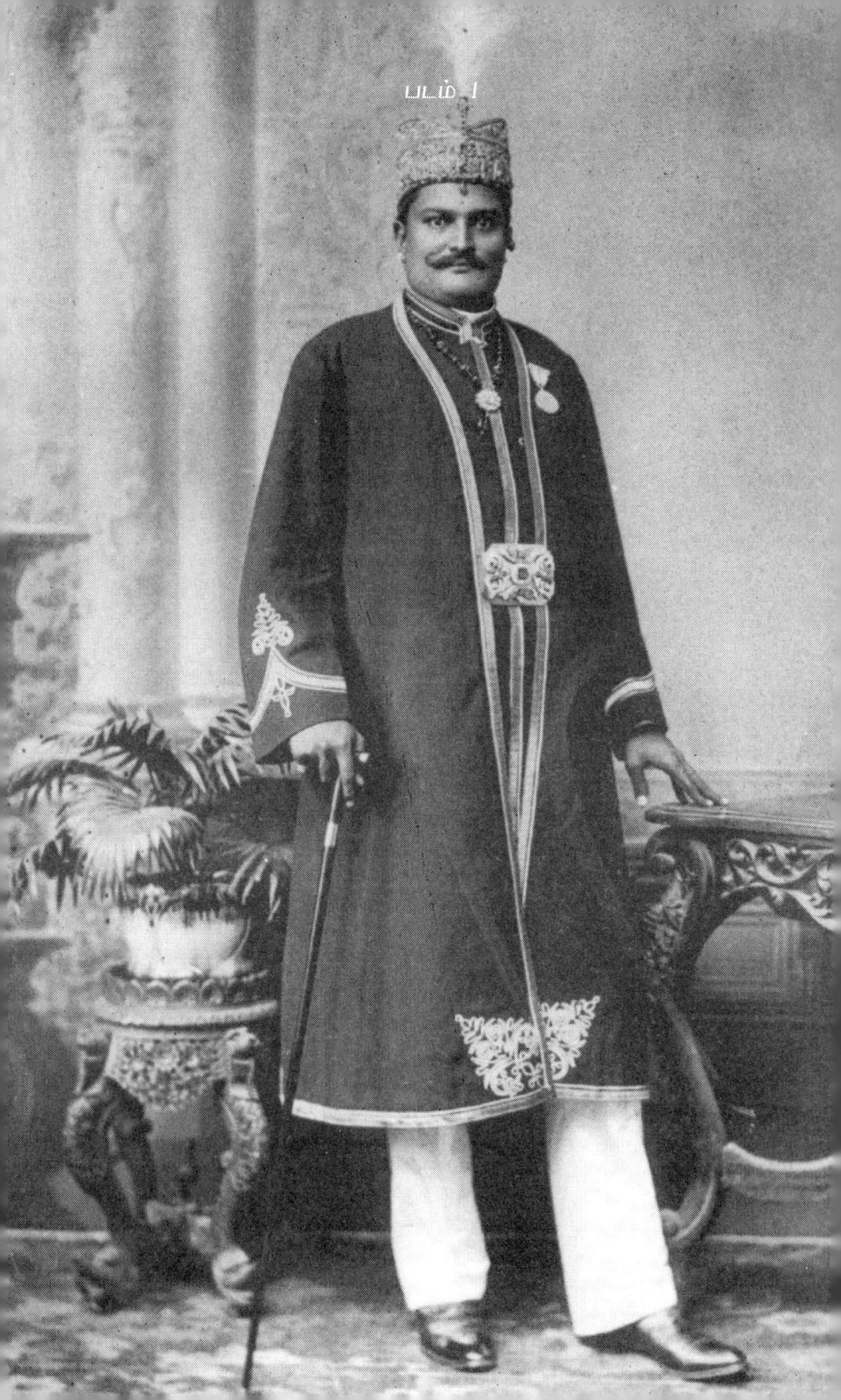

பார்வையினையே அரசாங்கம் கொண்டிருந்தது. சுதேச மன்னர்கள் பொறுப்பற்றவர்கள்; ஊதாரிகள்; சுகபோகிகள்; ஸ்திரீலோலர்கள் என்று கருதியது. இந்தியர்களை முன்னேற்றுவதற்காகவே ஆட்சிப் பொறுப்பை ஏற்றுக்கொண்டதான ஒரு கருத்தியல் மாயையை உருவாக்கியிருந்த ஆங்கிலேய அரசாங்கம் சமஸ்தானங்களை மேற்பார்த்துத் தன் கட்டுப்பாட்டில் வைத்திருந்தது. இந்திய தேசியவாதிகளின் பார்வையும் அரசாங்கத்தினுடைய பார்வையிலிருந்து பெரிதும் வேறுபட்டு விடவில்லை. பரோடா, மைசூர் போன்ற இரண்டொரு சமஸ்தானங்களே மக்கள் நலனைக் கருத்தில் கொண்டவை யாக இருந்ததாக அவர்களும் கருதினர்; (இத்தகைய சமஸ்தானங்களை அரசாங்கம் சந்தேகக் கண்கொண்டு பார்த்தது என்பது வேறு.) தம் ஆட்சியைத் தக்க வைக்க மிகுந்த ராஜ விசுவாசம் காட்டுபவராகவும், குடிமக்களின் நலனில் சிறிதும் அக்கறையற்றவராகவும் சுதேச மன்னர்கள் இருப்பதாகவே அவர்கள் கருதினர்.

ய. மணிகண்டன் கண்டெடுத்துள்ள பாரதியின் சொற்பொழி வில் (சுதேசமித்திரன், 24 ஏப்ரல் 1905) இக்கருத்தே வலுவாக அமைந் திருப்பதைக் கூட்டத் தலைவரின் எதிர்வினையிலிருந்து பெற முடிகிறது. இவ்வுரையை ஆற்றிய காலத்தில் பாரதி எட்டய புரத்திலிருந்து நீங்கி ஓராண்டுகூட ஆகியிருக்கவில்லை. நேர்ப் பட்டறிவின் சூட்டை அவனுடைய உரை வெளிப்படுத்தியது போலும். இதற்கடுத்த ஆண்டில் அடுத்தடுத்து எட்டயபுர ஜமீனைப் பற்றிய எதிர்மறையான செய்திகளை அவன் வெளியிட்டிருக்கிறான். இதிலுள்ள நகைமுரண் என்னவென்றால், பிற சுதேச ஆட்சியாளர்களை ஒப்பிடுகையில் எட்டயபுர ஜமீன் மக்கள் நலனில் அதிக அக்கறை காட்டிய ஆட்சியாகும். கோயில் குளம் தவிர, ஆண்களுக்கு மட்டுமல்லாமல் பெண்களுக்குமான பள்ளி, சாலை, பாலம் முதலான கட்டுமானம் எனப் பல பணிகளை அது மேற்கொண்டிருந்தது. பாரதியின் தந்தை சின்னச்சாமி ஐயரின் சுதேசப் பஞ்சாலையில் அது செய்த முதலீடு கணிசமானது. உமறுப் புலவர், கடிகைமுத்துப் புலவர் முதல் முத்துசாமி தீக்ஷிதர், சுப்பராம தீக்ஷிதர் என எட்டயபுரம் புரந்த கலைஞர்களின் பட்டியல் பெருமைக்குரியது. ராஜவிசுவாசத்தைப் பொறுத்தவரையில் கூடுதலும் இல்லை, குறைவும் இல்லை எனலாம்.

சுதேச மன்னர்களும் ஜமீன்தார்களும் இறக்கும்பொழுது அவர்களுடைய வாரிசுகள் மைனர்களாக இருந்தால் அவர்களை வளர்க்கும் பொறுப்பை அரசாங்கமே ஏற்றுக்கொண்டது. அரண்மனை சூழ்ச்சிகளிலிருந்து அவர்களைப் பாதுகாத்து,

படம் 2

ராஜவிசுவாசம் கூடிய முன்மாதிரி ஆட்சியாளர்களாக அவர்களை வளர்த்தெடுப்பதிலும் கவனம் செலுத்தியது.

அவ்வகையில், எட்டயபுர இளைய ஜமீன்தார் எட்டயபுரத்திலும், சென்னையில் நியூவிங்டன் கல்லூரியிலும் (Newington College) பயிற்றுவிக்கப்பட்டார். (1919இல் அதன் முதல்வர் டி லா ஹயே என்பவர் மர்மமான முறையில் சுட்டுக் கொல்லப்பட்டார். அதைத் தொடர்ந்து இக்கல்லூரி மூடப்பட்டது.) இவருக்குப் பாடம் போதித்தவர்கள் பாட்ஸ் (Potts), எல்லிசன் மாரிசன் (Ellison Morrison), பெய்ன் (Payne) ஆகிய வெள்ளைக்காரர்களும், கே. ஜகந்நாத செட்டியாரும் ஆவர். (ஜமீன்தாருடன் ஜெகந்நாத செட்டியார் எடுத்துக்கொண்ட புகைப்படம் ஒன்றும் கிடைத்துள்ளது. (காண்க: படம் 3) இந்தத் தனிப் பயிற்றுநர்கள் எட்டயபுரம், சென்னை ஆகிய இரண்டு இடங்களிலும் பயிற்றுவித்திருக்கிறார்கள். கல்வியின் பகுதியாகச் சென்னை, வங்காள மாகாணங்களுக்கும், கொழும்புவுக்கும் இளம் ஜமீன்தார் பயணமாக அழைத்துச் செல்லப்பட்டிருக்கிறார். அரசப் பரம்பரையினர் நிலவுடைமைச் சிந்தனைகளிலிருந்து விலகி, நவீன ஐரோப்பியச் சிந்தனைகளைக் கைக்கொண்டு ராஜ விசுவாசிகளாக இருக்க வேண்டும் என்பது கல்வித் திட்டத்தின் நோக்கம். விக்டோரியா மகாராணி ஆட்சிக் காலத்தின் பிற்பகுதியில் கோலோச்சிய சிந்தனைகள் – முக்கியமாக ஆங்கில இலக்கியம், தாராளவாதச் சிந்தனைகள் (liberal; utilitarian philosophy) ஆகியன எட்டயபுர ஜமீன்தாருக்கு அறிமுகமாகியிருக்கும் என நம்பலாம். மேலை நவீனச் சிந்தனைகள் எட்டயபுர ஜமீன்தாரையும் பாரதியையும் இணைத்திருக்கும்.

வாரிசுதாரர் மைனராக இருந்த 1890 முதல் 1899 இறுதிவரை எட்டயபுரத்திற்கு ஜமீன்தார் யாரும் இல்லை. பெரும்பாலும் அவர் சென்னையிலேயே கல்வி கற்று வந்தார். திவான் என்ற அதிகாரியே நிர்வாகத்தை மேற்பார்த்து வந்தார். இந்தக் காலத்தில் வி. வெங்கடராயர், பி. சிவராம ஐயர், கே. ஜகந்நாத செட்டியார், எஸ்.டி. சண்முகம் பிள்ளை என நால்வர் அடுத்தடுத்து திவான்களாக இருந்துள்ளனர்.

இந்த ஒன்பதாண்டுக்கும் மேற்பட்ட காலத்தில் பாரதி வாழ்க்கையில் எவ்வளவோ மாற்றங்கள்.

1892இல் பாரதியின் தந்தை சின்னச்சாமி ஐயர் ஒரு சுதேசப் பஞ்சாலையை நிறுவினார். இதில் எட்டயபுர சமஸ்தானம் ஐயாயிரம் ரூபாய் என்ற பெருந்தொகையை முதலீடு செய்தது. ‘ஊணர் செய்த சதியால்’ இந்த ஆலை நொடித்துப்போய், 1895ஆம் ஆண்டளவில் மூடவும்பட்டது. ஆலையில் முதலீடு செய்தவர் யார்? சமஸ்தான திவானா? ஜமீனின் சிற்றப்பாவா? கோர்ட்

ஆஃப் வார்ட்ஸின் அனுமதியின் பேரில் இது செய்யப்பட்டதா? இந்தக் கேள்விகளுக்கு விடை தெரியவில்லை.

சின்னச்சாமி ஐயர் நொடித்துப்போன நிலையில், 1897இன் தொடக்கத்தில், பாரதியின் கல்வி கேள்விக்குறியானது. அந்த வேளையில் பொருள் வேண்டித் தன் கைப்பட ஒரு விண்ணப்பத்தை, 'தென்னிளசை நன்னகரிற் சிங்கம் வெங்கடேசு ரெட்ட கன்னன் சுமுக சமூகம்' என விளித்து எட்டயபுர ஜமீனுக்கு 'இளசைச் சுப்பிரமணியன்' எனக் கைச்சாத்திட்டுப் பாரதி எழுதினான்.

கைப்பொருள் அற்றான் கற்பது எவ்வகை?
பொருளால் அன்றிக் கல்வியும் வரவில;
கல்வியால் அன்றிப் பொருளும் வரவில;
முதற்கண் கல்வியே பயிறல் முறைமையாம்.
அதற்குப் பொருள்இலை ஆதலின் அடியேன்
வருந்தியே நின்பால் வந்து அடைந்தனன்.
மாந்தர்ப் புரத்தல் வேந்தர்தம் திருஅருட்கு
இலக்கியம் ஆதலின் எளியேற்கு இந்நாள்
அரும்பொருள் உதவிநீ அனைத்தும் அருள்வையால்.

இந்த விண்ணப்பம் இளம் ஜமீன்தாரின் சிற்றப்பனுக்கு எழுதியது என்பது ரா.அ. பத்மநாபன் கருத்து. இதையும் உறுதிப்படுத்த வழியில்லை.

1898 ஜூலையில் சின்னச்சாமி ஐயர் காலமானார். இதை யடுத்துப் பாரதி காசிக்குச் சென்றான்.

21 வயது நிரம்பியதும் வேங்கடேச்வர எட்டப்பன் டிசம்பர் 1899இல் ஜமீன் பொறுப்பையேற்றார். 1903இல் தில்லியில் தர்பார் நடந்தபொழுது அங்கு வந்த இவர், காசியில் பாரதியைக் கண்டபொழுது அவனை எட்டயபுரத்திற்கு வரவழைத்துக்கொண்டது, 1904ஆம் ஆண்டின் பிற்பகுதியில் ஜமீன் வாழ்க்கை கசந்து, ஜமீன்தாருடனான உறவும் முறிந்து அவன் முதலில் மதுரைக்கும் பின்பு சென்னைக்கும் சென்று தேசியக் கவிஞனாக மலர்ந்தது ஆகியன வரலாறு. இந்த ஒன்றரையாண்டு இளசை வாழ்க்கையின் கசப்புத்தான் 'சின்னச் சங்கரன் கதை'க்கு ஊற்றுக்கண்.

1899 டிசம்பரில் அரியணை ஏறிய ஜமீன்தாருக்கு 1911இல் அரசாங்கம் 'ராஜா' என்ற பட்டத்தை வழங்கியது. (இது இவருக்கு மட்டுமே உரியது, ஜமீனுக்கு உரியதல்ல.) 1913இல் சுப்பிரமணிய சிவாவின் 'ஞானபாநு' இதழில் 'சாவித்திரி' என்ற புனைபெயரில் எட்டயபுர ஜமீன்தாரை மிகக் கடுமையாகக் கிண்டல் செய்து 'சின்னச் சங்கரன் கதை'யை எழுதுகிறான் பாரதி. இது ஜமீன்தாரின் பார்வைக்கு வந்ததா என்பது தெரியவில்லை. 1915ஆம் ஆண்டின் பிற்பகுதியில் ஜமீன்தார் காலமானார். தேதி உறுதிபடத் தெரியவில்லை.

படம் 3

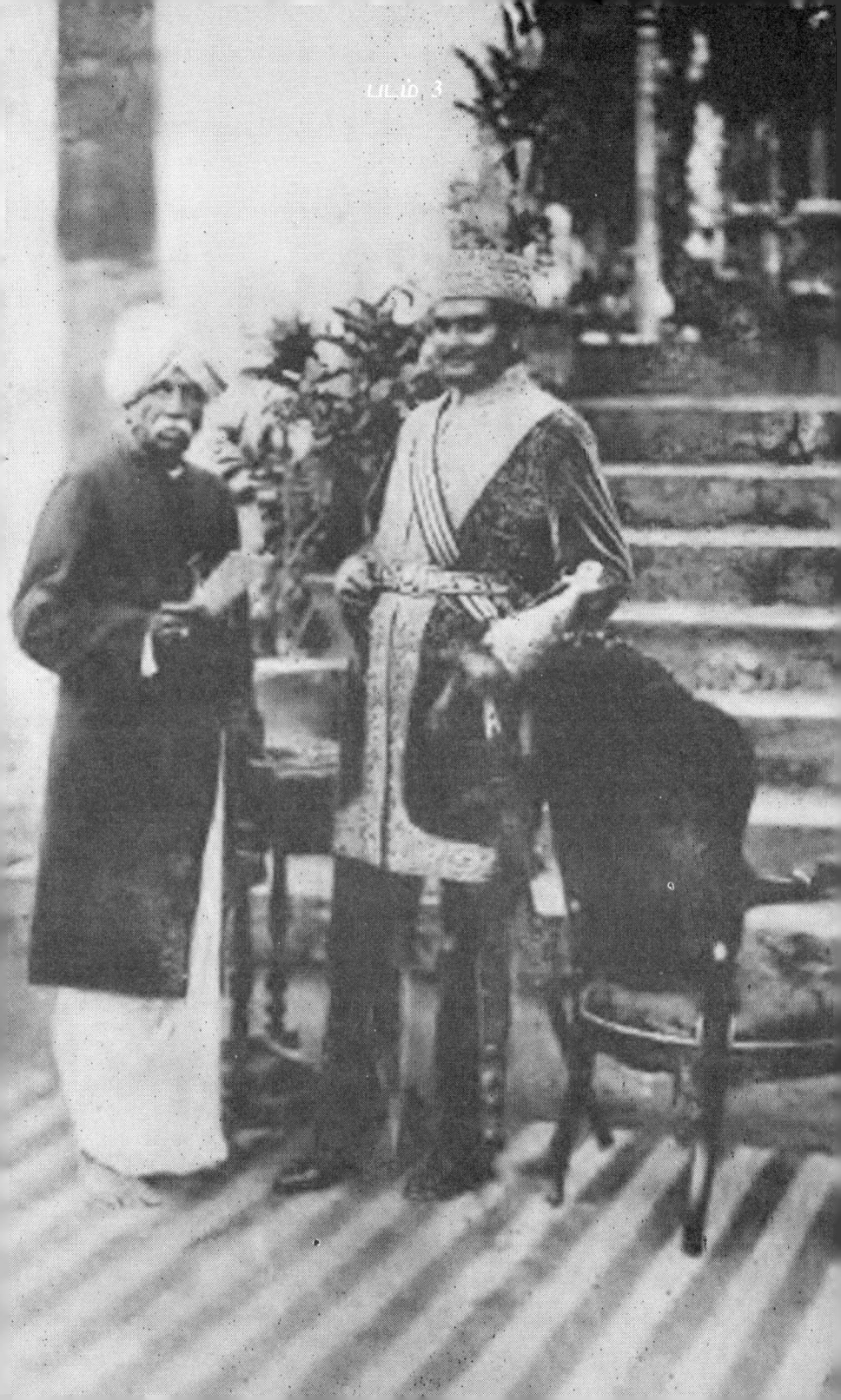

படம் 4

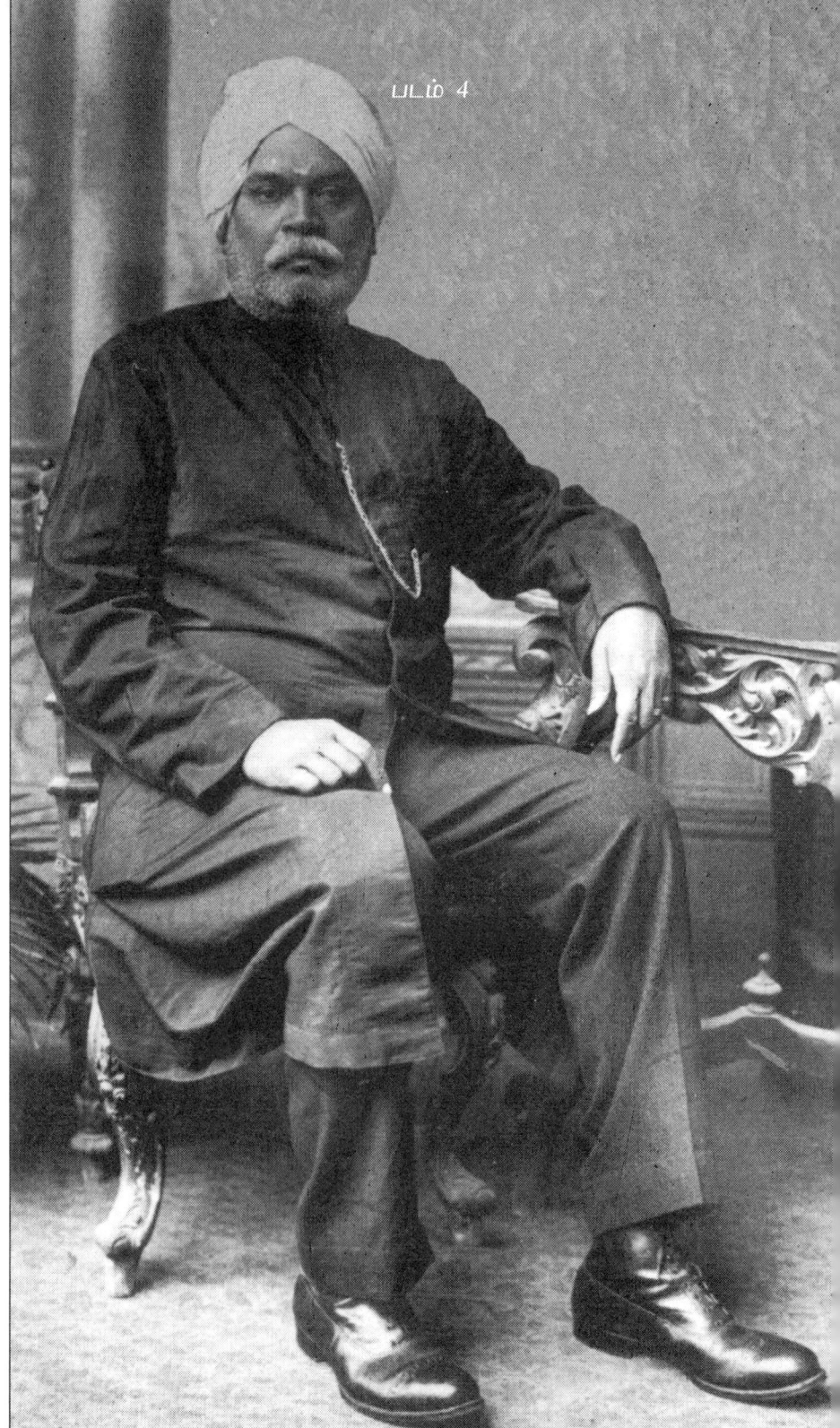

பாரதியின் வாழ்க்கையில் பெரும் தாக்கத்தை ஏற்படுத்திய மேற்கண்ட ஜமீன்தாரின் பெயர் ராஜ ஜகவீர ராம வேங்கடேசுவர எட்டப்ப நாயக்கர் ஐயன். 1878இல் பிறந்து 1915இல் முப்பத்தேழு வயதில் மறைந்தவர். பாரதியின் சமகாலத்தவர். நவீனச் சிந்தனை களிலும் மேலை இலக்கியங்களிலும் இவருக்கு அறிமுகம் உண்டு.

வேங்கடேசுவர எட்டப்பனுக்கு இலக்கிய ஆர்வம் இருந் திருக்கிறது. 'வருடந்தோறும் தக்க நூலொன்றை' வெளிப்படுத்தும் வழக்கத்தை அவர் கைக்கொண்டிருக்கிறார். 1914இல் 'சுத்தஸேநன்' என்றொரு நாடகத்தை எழுதி வெளியிட்டிருக்கிறார். அதற்கு முன்பு 'வள்ளி நாடகம்', 'மநோல்லாசினி' ஆகிய நாடகங் களையும் வெளியிட்டிருக்கிறார். அவர் காலமான ஆண்டிலும் 'ஞானவல்லி' என்ற 'ஓரினிய தமிழ் நாடக'த்தை இயற்றி வெளி யிட்டிருக்கிறார். ஏறத்தாழ எழுபது பக்கங்களில் அமைந்த இந்நாடகத்தை எட்டயபுர சமஸ்தானப் பள்ளி ஆங்கில ஆசிரியர் ஸ்ரீ.அ. திருமலைக்கொழுந்து [பிள்ளை] ஆங்கிலத்தில் மொழிபெயர்க்க, தமிழ் மூலமும் ஆங்கில ஆக்கமும் ஒன்றாக, 'எட்டயபுரம் ஸமஸ்தானம் ஆதீன கர்த்தரவர்களாகிய மஹாராஜ ராஜபூஜித மஹாராஜராஜஸ்ரீ ராஜ ஜகத் வீரராம வேங்கடேச்வர எட்டப்ப மஹாராஜா அய்யனவர்களால் இயற்றப்பட்டது' என்ற முகப்புப் பக்கப் பொறிப்புடன், சென்னை கார்டியன் அச்சுக் கூடத்தில் அச்சிடப்பட்டு 1915இல் வெளியாகியிருக்கிறது.

'ஞானவல்லி'யின் கதைதான் என்ன?

முன்னொரு காலத்தில் கீர்த்திஸேநன் என்ற மன்னன் ஹஸ்தினாபுரத்தை ஆண்டுவந்தான். அவனுக்கு மகப்பேறு இல்லை. அவனுடைய அமைச்சன் சௌரியகேது அறிவுரைப்படி காட்டுக்குச் சென்று தவமியற்றுகிறான். மன்னனுக்கும் அவன் மந்திரிக்கும் சிவபெருமான் அருளால் பெண் மக்கள் பிறக்கின்றனர். ஒரு நாள் இரு பெண்களும் பூங்காவில் இருக்கையில் ஞானவல்லியை ஓர் அரக்கன் கவர்ந்து சென்று விடுகிறான். இளவரசியை மீட்டு வருபவனுக்கு அவளை மணம் முடிப்பதோடு முடியும் சூட்டுவதாகப் பறையறிவிக்கப்படுகிறது. குந்தள தேச இளவரசனான அதிரூபன் இளவரசியை மீட்கப் புறப்படுகிறான். துணையாக சர்வசீலனும் செல்கிறான். காட்டில் ஒரு குகையில் ஞானவல்லி சிறைப்பட்டிருப்பதைக் காண்கிறான். இருவரும் காதல் கொள்கின்றனர். அரக்கனின் உயிர் நிலையைத் தந்திரமாக அறிய ஞானவல்லி முற்படுகிறாள். தடாகத்துத் தாமரையினுள் வண்டுருவமான உயிர் நிலையை அழித்து அரக்கனை அதிரூபன் மாய்க்கிறான். ஞானவல்லியும் அதிரூபனும் சர்வசீலனும் ஹஸ்தினாபுரத்திற்குத் திரும்புகின்றனர். ஞானவல்லிமீது காமம் கொண்ட சர்வசீலன், அதிரூபனைக்

கிணற்றில் தள்ளிவிட்டு, அவனைப் புலியடித்துவிட்டதாகக் கரடி விடுகிறான். சர்வசீலனின் காமத்திற்கு ஞானவல்லி இணங்க மறுக்கிறாள். சர்வசீலன் அவளை வல்லுறவு கொள்ள முயலும்பொழுது ஒரு புலி அவனைக் கவ்விக்கொண்டு சென்று விடுகின்றது. இதற்கிடையில், கிணற்றிலிருந்து தப்பிய அதிரூபன் ஞானவல்லியைத் தீப்புகுதலிலிருந்து காக்கிறான். கடைசியில் மணம் முடித்து ஹஸ்தினாபுரத்திற்கு அரசனாகிறான். மந்திரியின் மகள் சுயம்பிரபையையும் மணம் முடிக்கிறான்.

புதுவை சென்றதனால் ஆங்கிலேயரிடமிருந்து மட்டுமல்ல, எட்டயபுர ஜமீன்தாரின் அம்புலிமாமா நாடகத்திடமிருந்தும் பாரதி தப்பிவிட்டான் என்று சொல்வதில் பிழையிருக்க முடியாது.

நாடகத்தின் இலக்கியத் தகுதி என்னவாக இருப்பினும் பாரதியின் மேதைமையை உணர்ந்துகொள்வதற்கான அடிப்படை ஏந்துகளை ஜமீன்தார் பெற்றிருந்தார் என்று அறிய முடிகிறது. ஆனால், அல்லது அதனால், உறவு கசந்திருக்கிறது. இக்கசப்பின் வெளிப்பாடுகளாகப் பல விவரணைகள் 'சின்னச் சங்கரன் கதை'யில் தூக்கலாகவே இருக்கின்றன. அதில் ஜமீன்தாரின் தோற்றம் கேலிக்கு உள்ளாகிறது. ஆனால் நமக்குக் கிடைக்கும் மூன்று படங்களும் (படம் 1, 2, 3) அவரைத் தோற்றப் பொலிவுள்ளவராகக் காட்டுகின்றன. மேலும், ஜமீன்தாரைப் பயங்கொள்ளியாக, ஆட்டுக் கிடாயின் மீது ஏறுவதற்குக்கூட அஞ்சுபவராகப் பாரதி சித்தரிக்கிறான். நகைமுரணாக, சமகாலத்தில் வெளியான ஒரு வாழ்க்கைக் குறிப்பு அவரை 'a keen sportsman and a good rider' என்று வருணிக்கிறது. மொத்தத்தில், 'சின்னச் சங்கரன் கதை'யில் வரும் ஜமீன்தார் ஒரு கேலிச் சித்திரம் (caricature); நேர்ப் பழக்கத்தினால் உண்டான கசப்பின் கலை வெளிப்பாடு.

ஜமீன்தாருடனான உறவு கசந்துபோகாமலிருந்திருந்தால் எட்டயபுர ஆஸ்தானக் கவியாக யாரும் அறியாமல் பாரதி வாழ்ந்து மறைந்திருப்பான்.

பாரதியின் கேலிக்கு இலக்கான ஜமீன்தார் சந்ததியில்லாததால் இவருடைய சிற்றப்பா (படம் 4) அடுத்துப் பொறுப்பேற்றிருக்கிறார் ('சுதேசமித்திரன்', 18 டிசம்பர் 1915). அப்பொழுது இவருக்கு ஐம்பத்தைந்து வயது இருக்கலாம். தன் அண்ணனுடன் தில்லி தர்பாருக்கு 1877இல் பயணம் செய்தவர் இவர். இவரைத் 'தாத்தா மகாராஜா' என்று சுட்டுவார்கள் என்கிறார் ரா.அ. பத்மநாபன். இவருக்குத்தான் பாரதி, 1919இல் ஆதரவு வேண்டி இரண்டு சீட்டுக் கவிகளையும் ஒரு கடிதத்தையும் எழுதினான்.

2 மே 1919இல் எழுதிய சீட்டுக்கவியில் 'ராஜமஹா ராஜேந்திர ராஜகுல சேகரன்ஸ்ரீ ராஜ ராஜன், தேசமெலாம் புகழ்விளங்கு

மிளசைவெங்க டேசுரெட்ட சிங்கன்' என்று அவரை விளிக்கும் பாரதி, 'தமிழ்நாட்டில் தமிழறிந்த மன்னரிலை என்ற வசை' இவரால் தீர்ந்ததென்றும், தமிழ்ச் சுவையைத் துய்ப்பவரென்றும் போற்றி, தனக்கு ஜயப்பறைகள், சாலுவைகள், பொற்பைகள், ஜதி பல்லக்கு, வயப்பரிவாரங்கள் முதலியன ஈந்து பல்லூழி வாழ வேண்டினான். இக்கடிதத்திற்குப் பதிலில்லாத நிலையில், அதற்கடுத்த நாள் 'விண்ணளவு உயர்ந்த கீர்த்தி வெங்கடேசு ரெட்ட மன்னா' என்று விளித்து, கல்வியைத் தொழிலாகவும் கவிதையைத் தெய்வமாகவும் கொண்டவன் என்று அவரைப் போற்றினான். ஆனால், பாரதி விரும்பியவாறு, 'எல்லினைக் காணப் பாயும் இடபம் போல்' பாரதிக்கு உதவி செய்ய அவர் முற்படவில்லை. மூன்று மாதங்கள் கழித்து, 6 ஆகஸ்டில் 'ஸ்ரீமான் மஹாராஜ ராஜ பூஜித மஹாராஜ ராஜ ஸ்ரீ எட்டயபுரம் மஹாராஜா, வெங்கடேசுர எட்டப்ப நாயக்க ஐயனவர்கள் ஸந்நிதானத்துக்கு' எட்டயபுர வரலாறான 'வம்சமணி தீபிகை'யைச் செம்மையாகத் திருத்தி எழுதித் தர முன்வந்து கடிதம் எழுதினான்.

பாரதியால் பலவாறு புகழப்பட்ட இந்த ஜமீன்தாரைப் பற்றிய விவரங்களைத் தேட வேண்டும். இளமை முதலே இவரைப் பாரதி அறிந்திருந்தான், அவனுடைய படைப்பின் மீது அவருக்கும் மதிப்பிருந்தது, ஆனால் ஆதரவளிக்க முடியாத சூழல் என்பதற்கு மேல் வேறு செய்திகள் அறியக்கூடவில்லை.

பாரதியின் எந்த இறைஞ்சுதலுக்கும் எட்டயபுர ஜமீன்தார் செவி மடுக்காததால் 'மன்னர்மிசை செல்வர்மிசைத் தமிழ்பாடி எய்ப்புற்று மனங்கசந்த' பாரதி விரைவில் புகழுடம்பெய்தினான்.

சான்றுப் பட்டியல்

சாமி தீக்ஷிதர், *வம்சமணி தீபிகை*, 1879.

எஸ். குருகுஹதாஸப் பிள்ளை, *திருநெல்வேலிச் சீமைச் சரித்திரம்*, 1931.

ரா.அ. பத்மநாபன், *பாரதியின் கடிதங்கள்*, 1982.

ய. மணிகண்டன், 'பாரதியின் தொடக்க காலச் சொற்பொழிவு: தென்னிந்திய ஜமீன்தார்கள்', *காலச்சுவடு*, இதழ் எண் 203, நவம்பர் 2016.

R. Caldwell, *A History of Tinnevelly*, 1881.

W.E. Ganapathy Pillai, *Etaiyapuram: Past and Present*, 1890.

A. Vadivelu, *The Aristocracy of Southern India*, 1903.

H.R. Pate, *Tinnevelly District Gazetteers*, 1917.

~~

8

‘எழுக, நீ புலவன்!’
பாரதி பாரதிதாசன் சந்திப்பு நிகழ்ந்தது எப்போது?

‘தராசு’ என்ற சொல் பாரதியோடு இணைந்த தோர் உருவகம். 1941–42இல் ‘சுதேசமித்திரன்’ நாளிதழின் ஆசிரியர் ஸி.ஆர். ஸ்ரீநிவாஸன் அதன் வாரப் பதிப்பில் தாம் ஒரு தொடர் கட்டுரை எழுத நினைத்து, என்ன எழுதலாம் என்று தயங்கிக்கொண்டிருந்தாராம். கடைசியில் அதற்குத் ‘தராசு’ என்று அவர் மகுடமிட்டதாகவும், அவ்வாறு தலைப்பிட்ட உடனே, ‘கலகலவென்று சிரிப்பு காதில் பட்டது. நிமிர்ந்து பார்த்தேன். அகக்கண் முன் பாரதி பிரத்தியக்ஷம் ஆனார்’[1] என்று கூறுமளவுக்குப் பாரதியோடு இணைந்த உருவகமாகத் தராசு விளங்குகிறது. 1942இல் இக்கட்டுரைத் தொடரை ஸி.ஆர். ஸ்ரீநிவாஸன் ‘தராசு’ என்ற தலைப்பிலேயே நூலாக்கியபொழுது எழுதிய முன்னுரையின் இறுதியில், ‘பாரதியின் தராசு, (பழம்பெரும் இதழாளர் எஸ்.ஜி.) ராமாநுஜலு (நாயுடு)வின் படிக்கல், இவை சஹிதமாக இன்று கடையைத் திறந்துவிட்டேன்’ என்று இவ்வுருவகத்தை விரிவாக்கியிருக்கிறார்.[2] (1980களில் தமிழ்ப் புலனாய்வு இதழியலைத் தோற்றுவித்த ‘தராசு’ இதழையும் இங்கு எண்ணிப்பார்க்கலாம்.)

பாரதியோடு தராசு இவ்வளவு நெருக்கமாக அடையாளப்படுத்தப்பட்டிருப்பினும், இடைப்

பிறவரலான சில குறிப்புகளையும் ரா.அ. பத்மநாபன் எழுதிய ஒரு கட்டுரையினையும்[3] தவிரத் 'தராசு' பற்றிய விரிவான ஆய்வை இதுவரை நான் கண்ணுற்றதில்லை. கவிதை மட்டுமல்ல, நவீன உரைநடையும் கைவரப்பெற்றவன் பாரதி என்பதற்குத் 'தராசு'வும் ஒரு சான்று. பாரதியின் கூர்மையான பார்வையும், அதனை வெகுசனம் புரிந்துகொள்ளும் வகையில் வெளிப்படுத்தும் ஆற்றலும், நுட்பமான நகைச்சுவையும், பொருத்தமான பழமொழிகளும் மண்டிக் கிடக்கும் பிரதி 'தராசு'. இந்தப் பகைப்புலத்தில் 'தராசு' பற்றிய விரிவான ஆய்வுக்கு முன்னோட்டமாக இக்கட்டுரை அமைக்கப்பட்டுள்ளது. 'தராசு' எழுதி, வெளியிடப்பட்ட காலம், அதன் பாடம், அதன்வழி அறியலாகும் சில சமகாலச் செய்திகள், சுதேசி இயக்கத்தின் தோல்விக்குப் பின்பான பாரதியின் கருத்துநிலை முதலானவற்றை இக்கட்டுரை முக்கியமாகக் கருத்தில் கொள்கிறது. பாரதி – பாரதிதாசன் முதல் சந்திப்பு என்ற இலக்கிய வரலாற்று முக்கியத்துவமுள்ள நிகழ்ச்சிக்கு ஆதாரமாகக் கிடைக்கும் ஒரே சமகாலச் சான்று என்பதாலும் 'தராசு'வின் காலக் கணிப்பு இன்றியமையாததாகிறது.

காலம்

'சுதேசமித்திரன்' நாளேட்டில் 'தராசு' தொடராக வெளிவந்தது என்பது பொதுவாக அறியப்பட்டு, ஏற்றுக்கொள்ளப்படும் செய்தி. 'தராசு என்ற தலைப்பின் கீழ் பாரதியார் பல வியாசங்கள் எழுதினார். புதுவையிலிருந்து மித்திரனுக்கு வழங்கினார்'[4] என்று ஸி.ஆர். ஸ்ரீநிவாஸனும் குறிப்பிடுகிறார். ஆனால் 'சுதேசமித்திரன்' இதழிலிருந்து தொகுக்கப்படாத பாரதி எழுத்துகளைத் தொகுத்து, தொகுக்கப்பட்ட படைப்புகளுக்கு முதல் வெளியீட்டு விவரங்களையும் வழங்கிய பெ. தூரனின் 'பாரதி தமிழ்' (1953) நூலில் 'தராசு'வின் முதல் வெளியீடு பற்றிய குறிப்புகள் இல்லாதது வியப்புக்குரியது.

இருப்பினும், பாரதி காலமாவதற்கு ஓராண்டுக்கு முன், நவம்பர் 1920இல் 'சுதேசமித்திரன் ஆபீஸ்' வெளியிட்ட 'கவிராயர் சுப்பிரமணிய பாரதியார் எழுதிய அநேக விஷயங்கள் அடங்கிய' 'கதாமாலிகா' என்ற நூலில் 'தராசு'வின் கடைசிப் பகுதி (14) வெளிவந்துள்ளது.[5] எனவே, 'சுதேசமித்திர'னில்தான் 'தராசு' தொடராக வெளிவந்தது என்பதில் ஐயமில்லை. மேலும், இதனைக் 'காளிதாஸன்' என்ற புனைபெயரிலேயே பாரதி வெளியிட்டிருக்கிறார் என்பதும் 'கதாமாலிகா'விலிருந்து தெரிகிறது. நூலுக்குள்ளேயும் 'ஆஹா, காளிதாஸா, நல்ல கேள்வி கேட்டாய்! (ப. 63) என்றே தராசு, கதைசொல்லியை விளிக்கிறது (ப. 42). தராசுக் கடையில் நிகழும் உரையாடல்களிலும் 'காளிதாஸன்'

ஒரு முக்கிய உறுப்பினனாகவே விளங்குகிறான்; 'தராசுக் கடை ஐயர்' என்றும்கூடச் சுட்டப்பெறுகிறான்.

இப்பொழுது நமக்குக் கிடைக்கப்பெறும் 'தராசு'வின் பாடம் 1928இல் பாரதி பிரசுராலயம் வெளியிட்ட பதிப்பை அடிப்படையாகக் கொண்டது. 'பாரதி பிரசுராலயம்' என்பது பாரதியின் தம்பி சி. விசுவநாதன் வேறு இரண்டு பாரதி அன்பர்/ உறவினர் உதவியுடன் தொடங்கிய பதிப்பகமாகும். பாரதி மறைந்த இரண்டொரு ஆண்டுகளில் தொடங்கப்பட்ட செல்லம்மா பாரதியின் பதிப்பகமான 'பாரதி ஆச்ரமம்' தோல்வியடைந்தபின் தொடங்கப்பட்ட பாரதி பிரசுராலயமே பாரதியின் எழுத்துகளைப் பெருமளவில் முதல்முறையாக நூலாக வெளியிட்டது. பாரதி பிரசுராலயத்தின் 'தராசு' பதிப்பில் பதிப்புரை எதுவும் இல்லாததால் எதன் அடிப்படையில் நூல் வெளியிடப்பட்டது என்ற செய்தியை அறிய இயலவில்லை. ஏற்கெனவே அச்சான நூல்களை மறுஅச்சிட்டதோடு, பல்வேறு இதழ்களில் வெளிவந்த படைப்புகளைப் பாரதியின் கோப்புகளிலிருந்தும் பிறவற்றைக் கையெழுத்துப்படிகளிலிருந்தும் வெளியிடுவதுமே பாரதி பிரசுராலயத்தின் நடைமுறையாக இருந்திருக்கிறது. 'தராசு'வின் வடிவத்தை நோக்க, அது பத்திரிகையில் தொடராக வெளிவந்தது என்பது கண்கூடு. புதுச்சேரியில் பாரதி வாழ்ந்த காலத்தில் அவர் எழுதிவந்த My Journal of Thoughts and Deeds என்ற குறிப்பேட்டில் தாம் எழுதிவந்தவற்றின் பட்டியலில் 'தராசு'வைக் குறிப்பிட்டிருப்பதாகத் தெரியவில்லை. இச்செய்திகளிலிருந்து இது நூலாகக் கருக்கொள்ளப்படவில்லை என்று உணர முடியும். அச்சிட்ட செய்தித்தாள் நறுக்குகளிலிருந்தே பாரதி பிரசுராலயம் 'தராசு'வை வெளியிட்டது எனக் கொள்வதில் தவறில்லை. நூலின் முதல் பத்தியில், சில தொடர்கள்/வரிகள் இல்லை என்பதைக் காட்டும் புள்ளிகள் இடம்பெற்றிருப்பதும் சிதிலமடைந்த செய்தித்தாள் நறுக்குகளே மூலப்படி என்பதைச் சுட்டுவதாகக் கொள்ளலாம்.

பருவ இதழியலில் 'பத்தி எழுத்து' (column) என்ற வகையைச் சார்ந்தது 'தராசு'. ஒரு குறிப்பிட்ட பார்வை அல்லது நிலைப்பாட்டிலிருந்து அவ்வப்போது நிகழும் செய்திகளைப் பற்றிக் கருத்துரைப்பது இதன் தன்மை. புனைபெயரில் பத்தி எழுதும்போது அதற்கேற்ப ஓர் ஆளுமையை அமைத்துக்கொண்டு அந்த அமைதிக்கேற்பப் பத்தி எழுதப்படுவதும் உண்டு. 'தராசு' இவ்வகையைச் சார்ந்தது. அக்காலகட்டத்தில் 'சுதேசமித்திரன்' போன்றதொரு நாளேட்டிலேயே இத்தன்மைத்தான ஒரு வடிவத்தைப் பாரதி கையாண்டிருக்க இயலும். 'தராசு'விலேயும்கூட

இரண்டொரு இடங்களில் பாரதி 'சுதேசமித்திர'னைக் குறிப்பிடுகின்றான்.

எக்காலப் பகுதியில் 'தராசு' தொடராக வெளியானது என்பது அடுத்த கேள்வி. அகச் சான்றுகளிலிருந்தே இதைக் கணக்கிட வேண்டியுள்ளது.

> 1907ஆம் ஆண்டு செப்டம்பர் மாதவாக்கில் நின்று போன பாரதியாரது கட்டுரைகள் 'சுதேசமித்திர'னில் 1915ஆம் ஆண்டு ஜூன் மாதம் முதல்தான் மறுபடியும் வெளிவரலாயின. 1915 ஜூன் 15இல் 'எதிர் ஜாமீன்' என்ற கதை வெளியாயிற்று. பிறகு அடுத்த ஆண்டு ஜனவரியில்தான் 'கிச்சடி'யைப் பார்க்கிறோம். 1916 பிப்ரவரியிலிருந்து தொடர்ந்து கட்டுரைகள் வர ஆரம்பிக்கின்றன.

என்கிறார் பெ. தூரன். (ஆயினும் முன்பே குறிப்பிட்டவாறு 'தராசு' பற்றிய எந்தக் காலப் பதிவையும் அவர் வழங்கவில்லை.)

பல இடங்களில் முதல் உலகப் போரைப் பற்றிக் குறிப்பிடுவதால் 'தராசு' 1914–1918 என்ற பகுதியில் எழுதப்பட்டிருப்பது தெரிகிறது.

> 'சண்டை சமயத்தில் ராஜ்ய விஷயங்களைப் பற்றி ....' (ப. 21)
>
> 'ஐரோப்பாவிலே சண்டை எப்போது முடியும்? ...' (ப. 38)
>
> 'ஐரோப்பா யுத்தத்தைப் பற்றியது' (ப. 51)
>
> 'சண்டையினால் கப்பல்களின் போக்குவரவு சுருங்கிவிட்டது' (ப. 61)
>
> 'சண்டை முடிகிறவரையிலும் ராஜாங்க விஷயமான வார்த்தை சொல்லுவதிலே தராசுக்கு அதிக ருசி ஏற்படாது' (ப. 72)

சென்னை ஒய்.எம்.சி.ஏ.வில் காந்தி ஆற்றிய உரை பற்றிய குறிப்பு 12ஆம் இயலில் உள்ளது. இது 27 ஏப்ரல் 1915இல் நிகழ்ந்ததாகும். அதே இயலில் அகமதாபாதில் காந்தி ஸத்யாக்கிரஹ ஆசிரமம் ஏற்படுத்திய செய்தியும் உள்ளது. சபர்மதி ஆசிரமம் 20 மே 1915இல் தொடங்கப்பட்டதாகும்.

புதுக்கோட்டை மன்னர் ஓர் ஆஸ்திரேலியப் பெண்ணை மணம் புரிந்ததைப் பற்றி 3ஆம் இயல் குறிப்பிடுகிறது. இத்திருமணம் நிகழ்ந்தது 10 ஆகஸ்டு 1915இல்.

'தராசு'வின் இரண்டாம் இயல் 'பம்பாயில் நடக்கப்போகிற காங்கிரஸ் ஸபை' பற்றிக் குறிப்பிடுகிறது. எனவே டிசம்பர் 1915க்குச் சில மாதங்களுக்கு முன் இது எழுதப்பட்டதைக் காட்டுகிறது.

அ. மாதவையா செய்யூரிலிருந்ததைப் பற்றிய குறிப்பும் (ப. 9) உள்ளது. அவருடைய மகன் மா. கிருஷ்ணனின் குறிப்பிலிருந்து இக்காலம் 1915–16ஆக இருக்க வேண்டும் எனத் தெரிகிறது.

கடைசி இயலில் அன்னி பெசண்ட் உதகைக்குள் சிறைவைக்கப்பட்டதைப் பற்றிய குறிப்பு உள்ளது. இது நிகழ்ந்த காலம் 1917 ஜூன் 16 முதல் செப்டம்பர் 5 வரையிலுமாகும்.

இவற்றிலிருந்து 'தராசு' எழுதப்பட்ட காலம் 1915 இடைப் பகுதியிலிருந்து 1917 இடைப்பகுதிவரை என்று துணியலாம். ஆனால் இதையும் சிறிது தெளிவுபடுத்த வேண்டியுள்ளது. இன்று படிக்கக் கிடைக்கும் 'தராசு' நூலின் பெரும் பகுதி 1916க்குள் எழுதப்பட்டிருக்க வேண்டும்.

நூலின் ஈற்றயல் இயல் (13) 'சில தினங்களாக நமது தராசுக் கடையில் வியாபாரம் சரியாக நடக்கவில்லை' (ப. 60) என்று தொடங்குகின்றது. கடைசி இயல் 'தராசுக் கடையை நெடுநாளாக மூடிவைத்துவிட்டேன்' (ப. 66) என்ற பீடிகையுடனேயே தொடங்கி, 'தராசுக் கடை என்பதென்ன? பத்திரிகை படிப்போர் சிலருக்கு ஞாபகமிருக்கலாம். ஞாபகம் இல்லாவிட்டாலும் பெரிதில்லை' (ப. 66) என்று பாரதி தொடர்கிறான். இதில்தான் அன்னி பெசண்ட்டின் சிறைவாசம் பற்றிய குறிப்பும் உள்ளது. இதிலிருந்து கடைசி இயல்/இயல்கள் மட்டும் ஏறத்தாழ ஓராண்டு இடைவெளிக்குப் பிறகு 1917இன் இடையில் வெளிவந்திருக்கலாம் எனத் துணிய முடியும்.

இன்று கிடைக்கும் 'தராசு'வின் பாடத்தில் சில இயல்கள் வரிசை மாறி முன்பின்னாக இருக்கவும் வாய்ப்புண்டு. 'சுதேசமித்திரன்' இதழ்கள் முழுவதுமாகவோ, பாரதியின் கோப்புகளோ கிடைத்தால்தான் இது பற்றிய தெளிவு ஏற்படும்.[6]

பாரதி – பாரதிதாசன் சந்திப்பு

'தராசு'வின் காலம் பற்றிய கணிப்பு வேறு ஒரு முக்கிய இலக்கிய வரலாற்றுச் செய்தியைத் தீர்மானிக்க இன்றியமையாததாகும். பாரதியைத் தமது கொட்டடி வாத்தியார் வேணு நாய்க்கர் மணவிழாவில் சந்தித்ததாகப் பாரதிதாசன் குறிப்பிட்டுள்ளார். இச்சந்திப்பு 1908இலேயே நேர்ந்துவிட்டது என்ற கருத்து பாரதிதாசன் ஆர்வலர்களிடையே பொதுவாக நிலவுகிறது. மன்னர்மன்னன், ச.சு. இளங்கோ போன்றோர் இக்கருத்தைக்

கொண்டுள்ளனர். பாரதி – பாரதிதாசனுக்கிடையேயான உறவைச் சுட்டும் 'பாரதியோடு பத்தாண்டுகள்' என்ற தொடர் பாரதியின் புதுவை வாழ்க்கையினையே (1908–18) கருத்தில் கொண்டு உருவாக்கப்பட்டது. இரா. இளவரசு பிற சூழல்நிலைச் செய்திகளைக் கொண்டு 1910இன் இறுதி அல்லது 1911இன் தொடக்கத்தில் இச்சந்திப்பு நிகழ்ந்திருக்கலாம் எனத் துணிந்துள்ளார்.[7]

பாரதிதாசனை முதலில் சந்தித்தது பற்றிப் பாரதி (பெயர் சுட்டாமலாயினும்) குறிப்பிடும் ஒரே இடம் 'தராசு'வில்தான் பயில்கின்றது என்பது தமிழுலகம் நன்கு அறிந்த செய்தி. பாரதிதாசனின் விருப்பத்திற்கிணங்க அவர் பெயரைச் சுட்டாது, சாதியைக் கொண்டே (கைக்கோளர்) தராசு அவரை அடையாளப்படுத்துகிறது. மேலும் அவருக்கு இங்கிலீஷ் தெரியாது என்பதும் தெளிவுறுத்தப்படுகிறது. அதுவரை 'நாற்பது அல்லது ஐம்பது அடிகளுக்கு மேல் பாடியது கிடையாது. இப்போதுதான் ஆரம்பம். அது அத்தனை ரஸமில்லை' என்று அவர் விழிக்கிறார். அதன்பின் 'எங்கெங்கு காணினும் சக்தியடா' என்ற புகழ்பெற்ற பாடலைப் பாரதிதாசன் பாடுகிறார். யாரிடம் தமிழ் படித்தார் என்று கேட்டுவிட்டு, 'சரிதான், ஆரம்பம் குற்றமில்லை' என்கிறது தராசு. கடைசியில் பாரதிதாசன் பாரதியை நோக்கி 'நீயே எனது குரு' என ஏற்று வணங்கியதும், 'எழுக! நீ புலவன்!' என்று வாழ்த்தியபோதிலும், பாரதிதாசன் ஒரு பெருங்கவிஞராக மலரவிருக்கிறார் என்பதைப் பாரதி முன்னுணர்ந்ததாகக் கொள்ளத் 'தராசு' இடம் தரவில்லை. 'சரிதான். ஆரம்பம் குற்றமில்லை. விடா முயற்சியும் தெய்வபக்தியும் அறிவிலே விடுதலையும் ஏறினால் கவிதையிலே வலிமையேறும்' என்பதே பாரதியின் மதிப்பீடு. (இதற்கு அடுத்த பத்தாண்டுகளில் பாரதிதாசனுக்குத் தெய்வபக்தி ஏறுவதற்குப் பதிலாகச் சுத்தமாக இல்லாமல் போனது பற்றிப் பாரதி என்ன கருதியிருப்பாரோ!)

பாரதி – பாரதிதாசன் முதல் சந்திப்புப் பற்றி இன்று கொள்ளப்படும் காலக் கணிப்பைத் 'தரா'சின் பின்புலத்தில் மறுபரிசீலனை செய்ய வேண்டியுள்ளது. இச்சந்திப்புப் பற்றிய ஒரே சமகாலப் பதிவு 'தராசு'தான் என்னும்போது இதனையே முதன்மைச் சான்றாகக் கொள்ள வேண்டியுள்ளது. இரு பெருங் கவிஞர்களின் சந்திப்பைப் பற்றிப் பாரதி ஆய்வாளர்கள் அதிகம் பொருட்படுத்தியதாகத் தெரியவில்லை. பாரதி ரமணரைச் சந்தித்தாரா இல்லையா என்பது போன்ற முதன்மையற்ற செய்திகளே அவர்களை ஆட்கொண்டுள்ளன. பாரதிதாசன் ஆய்வாளர்களோ 'தரா'சின் காலத்தைப் பற்றி ஆராயாமல் வேறு பிற்சான்றுகளைக் கொண்டுள்ளது வியப்புக்குரியது.

பாரதியைப் பற்றிப் பல பாடல்களையும் கட்டுரைகளையும் பொழிவுகளையும் இயற்றிய பாரதிதாசன் 'தராசு'வில் இடம்பெற்ற நிகழ்ச்சியைப் பற்றிக் குறிப்பிடாதது ஏன் என்பதும் புலப்படவில்லை. பாரதியின் வாழ்க்கையைத் திரைப்படமாக எடுப்பதற்காகப் பாரதிதாசன் எழுதிய திரைக்கதையிலும் நாடகத் தன்மையுடன் காட்சிப்படுத்துவதற்கு ஏற்ற இந்நிகழ்ச்சி இடம் பெறாதது ஏன் என்பதும் தெரியவில்லை.

ஆயினும் 'தராசு'வின் ஆதாரத்தைக் கொண்டு இரு பெருங் கவிஞர்களின் முதல் சந்திப்பு 1915இன் இடைப் பகுதியில் நிகழ்ந்தது என்று கொள்வதே இன்றைய நிலையில் பொருத்தமானது.

நோக்கமும் அமைப்பும்

ஏற்கெனவே குறிப்பிட்டது போல் அன்றாடம் நிகழும் செய்திகளைப் பற்றித் தன் பார்வையில் கருத்துரைப்பதே பாரதியின் நோக்கம்.

> பலவிதமான செய்திகளையும் கலந்து பேச நேரிடு மாதலால் 'பலசரக்குக் கடை'[8] என்று மகுடமெழுத உத்தேசித்தேன். அது அதிக விளையாட்டாக முடியுமாதலால் விட்டுவிட்டேன். எனக்கும் ஒரு செட்டியாருக்கும் சினேகம். அவரைப் போல் நாம் ஒரு பலசரக்குக் கடை வைத்தால் அவருக்குக் கோபம் ஏற்படுமென்று கருதி அந்த மகுடத்தை விலக்கினேன்.... 'தராசு' என்று பொதுப்படையாகப் பெயர் வைத்திருக்கிறேன். எல்லா வஸ்துக்களையும் நிறுத்துப் பார்க்கும். எல்லாச் செட்டியார்க்கும் இதனால் உதவியுண்டு

என்ற பீடிகை தொடக்கத்திலேயே உள்ளது.

மூன்றாம் இயலில் புதுக்கோட்டை மன்னரின் திருமணம் பற்றிக் கேட்கும்போது, 'பெரிய மூட்டை; சீமை வியாபாரம்; நாட்டு வியாபாரத்துக்குத்தான் நம்முடைய தராசு உதவும். வேறு கடைக்குப் போம்' என்று பாரதி விளையாட்டான தன்னடக்கத்தோடு குறிப்பிடுகிறான்.

'எல்லாம் தெரிந்து எந்தக் கேள்வி கேட்டாலும் விடை சொல்லக்கூடிய மாயத் தராசு' என்றும் நூலிடையில் ஒருவர் பாராட்டுகிறார்.

மற்றுமோர் இடத்தில் (இயல் 6 தொடக்கத்தில்) 'இங்கு நீடித்த விலைமதிப்புள்ள ஸாமான் மாத்திரமே நிறுக்கப்படும். விரைவில் அழிந்துபோகக்கூடிய, விலை குறைந்த சாமான்கள் நிறுக்கப்பட மாட்டா' என்று விளம்பரம் செய்யப்படுகிறது.

'தராசு'வின் அமைப்பு கதைசொல்லியும் தராசும் உடனிருக்க வெவ்வேறு வகையான ஆள்கள் உள்ளே நுழைந்து கேள்விகள் கேட்கவும் கதைசொல்லியின் கூற்றுகளை இடைமறித்தும் இடையிட்டும் தராசு கருத்துரைப்பதாகவும் அமைந்துள்ளது. தராசு கருத்துரைப்பதற்கு வாய்ப்பாகவே கதைசொல்லியின் கூற்றுகள் அமைகின்றன. கிரிக்கெட்டிலிருந்து ஓர் ஒப்புமையைக் கூற வேண்டுமென்றால் தராசு பவுண்டரி அடிப்பதற்கு வாகாகப் பந்து வீச வேண்டிய பொறுப்பு கதைசொல்லிக்கு உரியது. தராசுவின் ஆளுமை இதில் முக்கியமானது. சடப்பொருளாக இருப்பதால் அதனால் சமூகத்தின் எந்த ஒரு பிரிவையும் சாராமல், விலகி நின்று கருத்துச் சொல்லும் நிலைப்பாட்டுப் புள்ளி தராசுக்கு வாய்க்கிறது. ஆயினும் அதற்குரிய கருத்தியல் நிலை உண்டு என்பதையே அது வெளிப்படுத்தும் கூற்றுகள் காட்டுகின்றன. அதற்கென ஒரு மனித உருவம் இல்லாததால் வாசகனின் கற்பனை விரிவுகொள்வதற்கும், கருத்துரைப்பவரின் சார்பைக் கணக்கிலெடுக்காமல் கருத்தில் கவனம் செல்வதற்கும் வாய்ப்பு ஏற்படுகிறது. தராசு இருக்கும் அவையில் வெவ்வேறு ஆட்கள் வரவும், அவர்கள் கேட்கின்ற கேள்விக்கேற்பத் தராசு கருத்துச் சொல்வதுமாக நூல் அமைந்துள்ளது.

தராசு நீக்கப்பட்டால் இந்த அவை என்ன ஆகும் என்பதற்கு உதாரணமாகப் பாரதியின் 'உல்லாஸ சபை' கட்டுரை ('சுதேசமித்திரன்', 29 மார்ச் 1916) உள்ளது. 'தராசு'வில் நடமாடும் ஜிந்தாமியான் ஸேட், எலிக்குஞ்சு செட்டியார், காளிதாசன் ஆகியோரும் இவ்வுல்லாஸ சபையில் அடங்குவர். தராசுவின் மையமான முக்கியத்துவத்தை தனது இன்மையின் மூலம் 'உல்லாஸ சபை' கட்டுரை எதிர்மறையாகக் காட்டுகிறது.

இங்குச் சமூகத்தின் அலகுகள் பற்றிய 'தராசு'வின் பார்வையைக் குறிப்பிட வேண்டும். 'தராசு'வில் இடம்பெறும் நபர்கள் எல்லாம் சாதிய அடையாளங்களோடுதான் இடம்பெறுகின்றனர் என்பது மட்டுமல்லாமல் சாதிய அடையாளத்தோடு மட்டுமே இடம்பெறுகின்றனர். செட்டியாருக்குக் கேலிப்பெயராக 'எலிக்குஞ்சு' என்ற அடை அமைகின்றது. பெயர்கூட இல்லாமல் 'கைக்கோள ஜாதி' எனச் சுட்டப்படுகிறார் பாரதிதாசன். தன்னைத் தானே 'தராசுக் கடை ஐயர்' என்றும் பாரதி கூறிக்கொள்கிறான். பிராமணப் பிள்ளை, செட்டிப் பிள்ளை என்ற சுட்டுகள் விளங்குகின்றன. இரண்டோரிடத்தில் மிக நுணுக்கமாகவே சாதியப் பிரிவுகள் பேசப்படுகின்றன. 'தம்பி, ஐயங்காரே உன் பெயரென்ன?' என்று தராசு கேட்டதும், 'லக்ஷ்மி வராஹாசார்யர்; வடகலை; ஸ்வயமாசார்ய புருஷர் வகுப்பு' எனப் பதில் வருகிறது. இவ்வுரையாடல் நிகழும் தருணத்தில்

நுழையும் ஒரு பாட்டி தெலுங்கு பிராமணர்களிலே 'நியோகி என்ற பிரிவைச் சேர்ந்தவள்' என்று அறிமுகப்படுத்தப்படுகிறாள்.

இவர்களெல்லாருமே மேல்சாதியினராகவும் இடைநிலைச் சாதியினராகவும் இருக்கின்றனர். கீழ்நிலைச் சாதிகள் யாருமே இல்லை. 'ஜிந்தாமியான் சேட்' மட்டும் ஒரு முஸ்லிம் என்ற குறிப்பு 'உல்லாஸ சபை'யில் காணப்படுகிறது. 'நம்ம குரான்' என்று கூறுவதோடு, 'உங்க ஹிந்துக்களுடைய நாலு வேதத்துக்குப் பெயர் என்ன?' என்ற கேள்வியையும் அவர் எழுப்புகிறார். 'பாட்டி' என்ற நிலையில் ஒரேயொரு பெண் மட்டுமே தராசுக் கடையில் பங்குகொள்கிறார்.

இருபதாம் நூற்றாண்டின் தொடக்கத்தில் தமிழகத்தில் உருவாகிவந்த பொதுக்களத்தின் *(public sphere)* உருவகமாகத் தராசுக் கடையைக் கொள்ள இயலும்.

அரசியல்

பாரதியின் எழுத்துகளில் பொதுவாக இடம்பெறும் கிழக்கு *x* மேற்கு என்ற இருமை எதிர்வு 'தராசு'விலும் வலுவாக இடம்பெறுகிறது. 'கிழக்கு' என்றால் 'பரமார்த்திகம்', 'மேற்கு' என்றால் 'லௌகீகம்' என்ற கீழைத்தேயவியல் வகைமாதிரி *(Orientalist stereotype)* பாரதியிடம் உரம் பெற்றுள்ளது.

'தமிழ்ச் சாதி' பாடலில் இடம்பெறும் மேலை மருத்துவம் *x* சுதேச மருத்துவம் என்ற உருவகங்களின் வழியாக வெளிப்படும் நவீன இந்திய அறிவாளர்களின் மரபுக்கும் மாற்றத்திற்கும் இடையே தத்தளிக்கும் ஈரடி நிலை 'தராசு'வில் சுதேச மருத்துவத்தின் சார்பாகத் தீர்க்கப்படுகிறது.

வேதாந்தத்தைப் பின்பற்றி ஒழுகியதால் இந்தியாவுக்கு ஏற்பட்ட உலகியல் தாழ்வுகளைக் கண்டிக்கும் அதே வேளையில் இந்திய வைதீக மரபைப் பாரதியால் விட்டுக்கொடுக்க முடியவில்லை என்பதையும் 'தராசு'வில் காண்கிறோம்.

அடிப்படை மாற்றங்களின் மூலமாகவோ இந்து சமயத்தின் ஆதாரக் கூறுகளை விமரிசனம் செய்வதன் மூலமாகவோ அல்லாமல் சீர்திருத்தங்களின் மூலமாக மட்டுமே இந்தியச் சமுதாயத்தைத் திருத்திவிட முடியும் என்ற நம்பிக்கையும் பாரதியிடம் தொழிற்படுகின்றது.

ஆங்கிலத்திற்கு எதிராகத் தமிழையும் தமிழ்க் கலைச் சொல்லாக்க முயற்சிகளையும் வரவேற்பதோடு, 'சொந்த பாஷை கற்றுக்கொள்ளாதவர்கள் (அடுத்த பிறவியில்) குரங்குகளாகப்

பிறப்பார்கள்' என்று சபிக்கும் பாரதியின் தமிழ்ச் சார்பு, வடமொழியோடு ஒப்பிடுகையில் அவ்வளவு துலக்கமாக வெளிப்படவில்லை.

1915–16 உலகப் போர் உச்சத்திலிருந்த காலம். 'சென்ற சுபகிருது வருஷத்திலே ஒரு புதிய உணர்ச்சி உண்டாயிற்று' என்று பாரதி உரைத்த சுதேசி இயக்கம் ஒரு பெரும் வீச்சுக்குப் பிறகு 1911–12 அளவில் முற்றிலும் ஒடுங்கிவிட்டது. சுதேசி இயக்கத் தலைவர் பலர் சிறையிலிருக்கவும், ஆஷ் கொலைக்குப் பிறகு ஒரு பெரும் அச்சமும் நிலவியது. பாரதி புதுவையில் கரந்துறை வாழ்க்கை நடத்திவந்தான். தலைமேல் கத்தி என்பதுபோல் அச்சத்திலேயே அவன் வாழும் கட்டாயம் பல ஆண்டுகளுக்கு நீடித்தது. (தராசுக் கடைக்கும்கூட ஒரு போலீஸ் உளவாளி வந்துபோகிறான்!) அரசியல் இயக்கம் எதுவும் நடைபெறாத காலம் இது.

இக்கட்டத்தில் எழுதப்பட்ட 'தராசு'விலும் இதன் வெளிப்பாடுகள் காணக் கிடைக்கின்றன. அரசியல் பற்றி எழுதக் கூடாது என்ற முன்நிபந்தனையின் பேரிலேயே மீண்டும் 'சுதேசமித்திர'னில் எழுதும் வாய்ப்புப் பாரதிக்கு 1915இல் வழங்கப்பட்டது என்று சொல்லப்படுகிறது. இது உண்மையாகவே இருக்கலாம். இதற்கேற்பவோ என்னவோ 'அரசியல் பேசமாட்டேன்' என்று பல இடங்களில் தராசு உறுதிபடக் கூறுகிறது.

ஊன்றிப் பார்க்கையில் உலகப் போர் என்பது இதற்கோர் முகாந்திரமாகவே இருக்கிறது. 'சண்டை சமயத்தில் ராஜ்ய விஷயங்களைப் பற்றி யாரும் ஒரு வார்த்தைகூடப் பேசாமலிருப்பதே நாம் இந்த ராஜாங்கத்தாருக்குச் செலுத்த வேண்டிய கடமையென்று... சொல்வது முழுதும் நியாயமென்பதை அங்கீகரித்து, நம்மால் கூடியவரை இந்த ராஜாங்கத்தாருக்குத் திருப்தியாகவே நடந்துவிட்டுப் போகலாமென்று' (ப. 21) தராசு தொடக்கத்தில் எடுக்கும் முடிவு, கடைசிப் பத்திவரை (ப. 72–73) நீடிக்கிறது:

> தராசு ராஜாங்க விஷயத்தை கவனியாது. சண்டை முடிகிறவரையிலும் ராஜாங்க விஷயமான வார்த்தை சொல்லுவதிலே தராசுக்கு அதிக ருசி ஏற்படாது. சண்டை பெரிது; நம்முடைய கடை சாதாரணம்; ராஜாங்க விசாரணைகளோ மிகவும் கடுமை.

பாரதியின் பலவீனமாக அல்லாமல் இந்தியத் தேசியத்தின் ஒரு பெரும் பலவீனமாக இதைப் பார்க்கலாம். அரசியல் விடுதலையைச் சமூக விடுதலையோடு இணைத்து இயக்கம்

நடத்தாத நிலையை இது காட்டுகிறது. இதனால் அரசியல் இயக்கம் வலுவிழக்கும் தருணங்களிலேயே சமூகச் சீர்திருத்த விஷயங்களில் அதன் கவனம் செல்கிறது. அரசியல் இயக்கம் தொய்வடைந்த தருணத்தில் இயற்றப்பட்ட 'தராசு'வும் இதைக் காட்டுகிறது. அரசியல் இயக்கம் உச்சத்திலிருக்கும் வேளையிலோ 'ஆயிரம் உண்டிங்கு ஜாதி – எனில் அன்னியர் வந்து புகல் என்ன நீதி'தான்!

~

பின்குறிப்பு

டிசம்பர் 2006இல் வெளியான இக்கட்டுரையில், 'தராசு' தொடரில் பயின்றுவந்த சமகால வரலாற்றுச் செய்திகளின் காலத்தைக் கணக்கிட்டுப் பாரதி – பாரதிதாசன் முதல் சந்திப்பு 1915ஆம் ஆண்டின் இடைப் பகுதியில் அமைந்திருக்கலாம் என்று துணிந்தேன். பாரதிதாசன் அன்பர்களுக்கு இது உவப்பளிக்கவில்லை.

சீனி. விசுவநாதன் பதிப்பித்துவந்த 'காலவரிசைப்படுத்தப்பட்ட பாரதி படைப்புகள்' எட்டாம் தொகுதி (1914–1916) அதன் பிறகுதான் டிசம்பர் 2007இல் வெளிவந்தது. இதிலும், டிசம்பர் 2008இல் வெளியான ஒன்பதாம் தொகுதியிலும் (ஜனவரி 1917 – ஆகஸ்டு 1918) 'தராசு' தொடரில் வெளிவந்த பதின்மூன்று பகுதிகள் காலக் குறிப்போடு வெளிவந்தன. 'எழுக, நீ புலவன்' என்ற பகுதி 'சுதேசமித்திரன்' 27 அக்டோபர் 1916இல் வெளிவந்த குறிப்பும் இடம்பெற்றது. 'புதுச்சேரியில் புயற் காற்று' என்ற கட்டுரையின் இரண்டாம் பகுதியில் ('சுதேசமித்திரன்', 28 நவம்பர் 1916), 'புதுச்சேரிக்கு வடமேற்கே சுமார் 4 மைல் தூரத்தில் ஆலங்குப்பம் என்ற கிராமம். அந்த ஊர் ஸர்க்கார்ப் பள்ளிக்கூடத்திலே சுப்புரத்ந முதலியார் என்றொரு வாத்தியார்' என்ற குறிப்பு இடம் பெற்றதையும் முதன்முறையாகக் கண்டெடுத்து சீனி. விசுவநாதன் வெளியிட்டிருந்தார். எனவே, புதுவையில் பாரதி – பாரதிதாசன் தொடர்பு இரண்டாண்டு அளவினதே என்பது உறுதி.

தண்தா மரையின் உடன் பிறந்தும்
தண்தேன் நுகரா மண்டூகம்.
வண்டோ கானத்து இடையிருந்தும்
வந்தே கமல மது உண்ணும்.
பண்டே பழகி இருந்தாலும்
அறியார் புல்லர் நல்லோரை.
கண்டே களித்து அங்கு உறவாடித்
தம்மில் கலப்பார் கற்றோரே

என்பது விவேக சிந்தாமணி. எத்தனையோ பேர் எவ்வளவோ காலம் பாரதியோடு உறவாடினர். கனக சுப்புரத்தினம் ஒருவரே பாரதிதாசனானார்.

சான்று பட்டியல்

1. ஸி.ஆர். ஸ்ரீநிவாஸன், *தராசு*, சுதேசமித்திரன் புத்தகசாலை, சென்னை, 1942, ப. 2.

2. *மேலது*, ப. 5.

3. ரா.அ. பத்மநாபன், 'பாரதியின் தராசு', *குமரி மலர்*, 35(9), டிசம்பர் 1978.

4. ஸி.ஆர். ஸ்ரீநிவாஸன், *தராசு*, ப. 1.

5. இக்கட்டுரைக்கு நான் பயன்படுத்தியுள்ள பதிப்பு, பாரதி பிரசுராலயப் பதிப்பு (ஆண்டு இல்லை).

6. சீனி. விசுவநாதனின் காலவரிசைப் பதிப்பில் (தொகுதி 8, 9) 'தராசு' பத்திகள் பதிமூன்று இடம்பெற்றுள்ளன. 'தராசு' நூலில் 14 பகுதிகள் உள்ளன. 'சுதேசமித்திர'னில் இரண்டு பகுதிகளாக 6-12-1915, 9-9-1916 ஆகிய இதழ்களில் வந்த பகுதி 'தராசு' நூலில் ஒரே பகுதியாக (11) வெளியாகியுள்ளது. 5, 7 பகுதிகள் வெளியான மூல இதழ் கிடைக்கவில்லை. இந்நிலையில் 'தராசு'வின் காலவரிசை இது: 1 (25–11–1915); 2 (11–12–1915); 3 (22–1–1916); 4 (26–3–1917); 5 (தேதி இல்லை); 6 (29–5–1916); 7 (தேதி இல்லை); 8 (7–10–1916); 9 (27–10–1916); 10 (6–11–1916); 11 (6–12–1915; 9–9–1916); 12 (22–2–1916); 13 (31–7–1916); 14 (11–7–1917). 'தராசு' திருத்தமான தனி நூலாக வருவது அவசியம்.

7. இரா. இளவரசு, *இந்திய விடுதலை இயக்கத்தில் பாரதிதாசன்*, சென்னை, 1991.

8. 'பலசரக்குக் கடை' என்ற தலைப்பைக் 'குமர'னில் எழுதிய தம் பத்திக்குச் சூட்டிக்கொண்டார் சொ. முருகப்பா. 'அஞ்சாநெஞ்சன்' என்ற புனைபெயரில் எழுதிய இந்தப் பத்தி, அதே பெயரில் தனிநூலாகவும் வெளிவந்தது.

~ ~

9

'நமக்குத் தொழில் கவிதை'
பாரதியின் எழுத்து வாழ்க்கை

'நமக்குத் தொழில் கவிதை, நாட்டிற்குழைத்தல், இமைப்பொழுதுஞ் சோராதிருத்தல்' என்று பாரதி விநாயகர் நான்மணி மாலையில் பாடினான். தனது வாழ்நாள் முழுமையும் எழுத்தையே நம்பி வாழ்ந்தவன் பாரதி. எட்டயபுர ஜமீனின் அவைப்புலவனாகத் தன் வாழ்க்கையைத் தொடங்கிய பாரதி, மதுரை சேதுபதிப் பள்ளியில் தமிழாசிரியராகப் பணியாற்றிய சிலமாத காலத்தைத் தவிர எழுத்தையே தன் வாழ்க்கைக்குரிய தொழிலாகக் கொண்டான். இருபதாண்டுக் கால எழுத்து வாழ்க்கையில் கவிதை, கதை, கட்டுரை, மொழிபெயர்ப்பு என ஏறத்தாழ இருபது நூல்களை எழுதினான். ஒரு நாளேட்டுக்கு உதவி ஆசிரியராகவும், வேறொரு நாளிதழுக்கும் இரண்டு வார இதழ்களுக்கும் மாத இதழ் இரண்டனுக்கும் ஆசிரியராகவும் பணியாற்றினான். பாரதியினுடைய வாழ்நாளில் அவனுடைய நூல் எதுவும் இரண்டாயிரம் படிகளுக்கு மேல் அச்சானதாகத் தெரியவில்லை. அவற்றின் விலையும் ஒரு ரூபாய்க்கும் குறைவே. தன்னுடைய நூல்கள் பலவற்றைத் தானே வெளியிட்டான். தன் வாழ்நாளின் இறுதியில், தான் எழுதிய நாற்பது நூல்களைப் பத்தாயிரம் படிகளாக அச்சிட்டு வெளியிடும் பெருந்திட்டத்தைக் கொண்டிருந்தான்.[1] இவ்வாறு எழுத்தையே தொழிலாகக் கொண்டிருந்த

ஆ. இரா. வேங்கடாசலபதி

பாரதி, வறுமையிலேயே வாழ்ந்து மறைந்தவன் என்பது தமிழுலகில் திரும்பத் திரும்பச் சொல்லப்பட்ட பாடம். இருபதாம் நூற்றாண்டின் தொடக்கத்தில் தமிழ் எழுத்தாளன் ஒருவன், அதிலும் தமிழையே தகுதிப்படுத்தியதாகப் பாரதிதாசனால் பாராட்டப் பெற்ற, தமிழ் இலக்கிய உலகால் அங்கீகரிக்கப்பட்ட மகாகவி தன் எழுத்தை நம்பி வாழ்க்கையை நடத்த முடியாமல் போனது ஏன் என்ற கேள்வி எழுகின்றது. 'மூன்று லட்ச ரூபாய்களைக் கொடுத்து, அழகான வீட்டில் உட்காரவைத்து, ஐந்து ஆட்களை அமர்த்தி, நூலாக எழுதித் தள்ளு என்றல்லவா சொல்லியிருக்க வேண்டும் பாரதியிடம்.'[2]

இதற்கு விடை காணப் பாரதி வாழ்ந்த தமிழகம், தமிழ்ப் பதிப்புத் துறையின் அமைப்பும் தன்மையும், அக்காலத்து வாசகர்களின் சமூக வர்க்கப் பான்மை முதலானவற்றை ஆராய வேண்டும். இவற்றைத் தெளிவுபடுத்திக்கொண்டால் பாரதியின் நூல் வெளியீட்டு முயற்சிகளின் வணிகத் தோல்வியைப் புரிந்துகொள்ளலாம்.

க

ஐரோப்பாவில் நவீன அச்சுத் தொழில்நுட்பம் கண்டுபிடிக்கப்பட்ட ஒரு நூற்றாண்டளவிலேயே தமிழகத்துக்கும் அது அறிமுகமாகி விட்டது. இருப்பினும் அச்சுத் தொழில்நுட்பம் தமிழ்ச் சமூகத்தில் வேரூன்றுவதற்கு முந்நூறாண்டுகள் தேவைப்பட்டன. காலனியாதிக்கமும், கிறித்தவ சமயப் பணியாளர்களும் இதற்குப் பெருங்காரணங்கள். 1835இல் சார்லஸ் மெட்காபின் சட்டத்திற்குப் பிறகே இந்தியர்கள் அச்சகங்கள் ஏற்படுத்திக்கொள்வதற்கு உரிமை ஏற்பட்டது. அக்காலம்வரை திருக்குறள், அவ்வையார், இலக்கண வினா விடை போன்ற நூல்களே அச்சிடப்பட்டு வந்தன. குமரகுருபரர், சிவஞான முனிவர், சுவாமிநாத தேசிகர் போன்ற காலனியாதிக்கத்துக்கு முந்தைய தமிழ் அறிவாளர்களின் நூல்களெல்லாம், அச்சுப் பொறிகள் தமிழகக் கரையினை அடைந்த பின்னும் ஓலைச் சுவடியாகத்தான் இருந்தன. 'இலக்கண விளக்க'த்தைச் சி.வை. தாமோதரம் பிள்ளைதான் அச்சேற்றினார். பாரதியின் காலத்தில்தான் சிவஞான மாபாடியம் நூலுருப் பெற்றது. 'தமிழிலே நல்ல பழக்கமுடைய எல்லோரும் நெடுங்காலமாக இது எப்போது வெளியாகுமோவென்று, யூத ஜாதியார் மேஸையாவின் வரவுக்குக் காத்திருப்பது போலக் காத்துக்கொண்டிருந்தார்கள். தமிழ் பாஷையிலே மிகுந்த பயிற்சியில்லாத நாம்கூட இளமை முதலாக "ஐயோ, சிவஞான முனிவர் செய்திருப்பதாகச் சொல்லப்படும் ஆதி திராவிட மஹா பாஷ்யம் என்ற அரிய நூலைத் திருவாவடுதுறை ஆதீனத்தார் உலகறியாமல் மூடி வைத்திருக்கின்றார்களாமே? இது எத்தனை

அருமையுடையதாயிருக்குமோ? எப்போதுதான் வெளிவருமோ?" என்று பலமுறை பெருமூச்செறிந்திருக்கிறோம்... இந்த நூல் நாம் எதிர்பார்த்திருந்ததற்குச் சிறிதேனும் பெருமையிலே குறைவுபடாது விளங்குகிறது"³ என்று சிவஞான மாபாடிய அச்சுப் புத்தகத்தை வரப்பெற்றதும் வியப்புடனும் அடக்கத்துடனும் வரவேற்றான் பாரதி.

பத்தொன்பதாம் நூற்றாண்டின் பின்பாதியில் நூல்கள் எவ்வாறு வெளியிடப்பட்டன?⁴ பதிப்பகம் என்ற நிறுவனமே அக்காலத்தில் இல்லை. (இன்று புரிந்துகொள்ளப்படும் பொருளில் 'படைப்பாளி' அல்லது 'எழுத்தாளர்' என்பவரும் இல்லை.) நூலாசிரியரே (பெரும்பாலும் இவர் முற்காலத்துப் பிரதிகளைப் பதிப்பிடும் பதிப்பாசிரியர்) கையெழுத்துப்படியை அச்சகத்தில் ஒப்படைத்து நூலை அச்சிட்டு, 'ஜனோபகாரமாக' 'பிரசித்தம்' செய்வார். காலனிய அரசாங்கத்தின் பார்வையில் அச்சக உரிமையாளரே அச்சிடப்படுவனவற்றுக்குப் பொறுப்பானவர். நூல் விற்பனை பதிப்பாசிரியரையே பெரிதும் சாரும் என்றாலும் அச்சுக்கூடத்திற்கும் அதில் பங்கு இருப்பதுண்டு. நூல் தயாரிப்புக்கான செலவுகளுக்குப் பொருள் திரட்டுவது நூலாசிரியரின் வேலை. இதில் பெரும்பான்மை ஏதேனும் ஒரு புரவலரைச் சாரும். இப்புரவலர் ஜமீன்தாராகவோ மடாதிபதியாகவோ இருப்பார். காலப்போக்கில் (19ஆம் நூற்றாண்டின் இறுதியில்) புரவலர்களின் சமூக அடித்தளம் மாற்றம் பெறத் தொடங்கியதும் ஜமீன்தார்கள், சமய மடங்கள், சுதேச சமஸ்தான உயரலுவலர்கள் தவிரக் காலனியாதிக்கத்தின் பரவலுக்குப் பின் உருவான புதிய சமூகப் பிரிவினராகிய தாசில்தார்கள், வணிகத்தில் செல்வம் ஈட்டிய தனவணிகச் செட்டியார்கள், நீதிபதிகள், நவீன அதிகாரவர்க்கத்தினர் ஆகியோர் இலக்கிய உற்பத்திக்குப் பொருளாதரவு நல்கத் தலைப்பட்டனர். இக்காலகட்டத்தில்தான் நூல் வெளியீட்டுக்குக் கையொப்பம் (சந்தா) பெறும்முறை வழக்குக்கு வந்தது. நூல் வெளிவருவதற்கு முன்பே அதனுடைய படிகளுக்கு முன்பணம் செலுத்தியோ, இத்தனை படிகள் வாங்கிக்கொள்வதாக உறுதியளித்தோ பொருளாதரவு தரும் முறை கையொப்பம் எனப்பட்டது. 19ஆம் நூற்றாண்டின் இறுதியில் தனிப் புரவலர்களின் ஆதரவு குறைந்து, கையொப்பமுறை பெருவழக்குக்கு வந்தது.⁵ காலனியாதிக்கப் பொருளியல் அமைப்பின் வேர்கள் தமிழ்ச் சமூகத்தின் இடையில் பரவி வந்ததை இது காட்டுகிறது. இக்கால கட்டத்துப் புரவலர்கள் பலரும் புதிய அரசமைப்பில் ஆதாயம் பெற்ற சமூகப் பிரிவினராகவோ, அவ்வமைப்பினால் உருவான புதிய வர்க்கங்களாகவோ இருந்தனர் என்பது மனங்கொள்ள வேண்டிய செய்தி.

மகாவித்துவான் மீனாட்சிசுந்தரம் பிள்ளையின் நூல்கள் எல்லாம் திருவாவடுதுறை மடம் மற்றும் பிற தாசில்தார்கள், செட்டியார்கள் ஆகியோரின் ஆதரவுடனேயே வெளிவந்தன. தமிழ்ப் பதிப்பியலின் முன்னோடியான சி.வை. தாமோதரம் பிள்ளையின் 'கலித்தொகை' புதுக்கோட்டை சமஸ்தான திவான் அ. சேஷையரின் உதவியோடும், அவருடைய 'சூளாமணி'ப் பதிப்பு இரங்கூனில் தொழில் செய்தவர்கள், அரசாங்க ஊழியர்கள் ஆகியோரின் கையொப்பத் தொகையோடும் வெளிவந்தன. உ.வே. சாமிநாதையரின் 'சீவக சிந்தாமணி' (1887) பலரின் கையொப்பத் தொகை கொண்டே வெளியிடப்பட்டது. அவரது 'மணிமேகலை' (1898) பாலவநத்தம் ஜமீன்தார் பாண்டித்துரைத் தேவரின் பொருளுதவி பெற்றது. இக்காலப் பகுதியில் செட்டியார்கள் இத்தகைய தரும காரியங்களில் ஈடுபட்டதற்குத் தென்கிழக்கு ஆசியாவில் காலனியாதிக்கம் நுழைந்ததையொட்டி இவர்கள் செய்த தரகுவணிகத் தொழில்களில் கிடைத்த பெரும் ஆதாயம் பொருண்மை அடிப்படையாக விளங்கியது.

மேலே குறித்தவாறு புரவலரின் செல்வாக்கும் சமூக அடித்தளமும் 19ஆம் நூற்றாண்டின் கடைசியில் மாறி வந்தன. பொன்னுசாமித் தேவர் (1837–1870) சந்திரசேகர கவிராஜரின் 'தனிப்பாடல் திரட்டு'க்கு முழுப் பொருளுதவி செய்தார்.[6] ஆறுமுக நாவலரின் நூல்கள் பலவற்றுக்கும் முழு ஆதரவு நல்கினார். நாவலரின் 'திருக்குறள் பரிமேலழகருரை', 'திருக்கோவையார் உரை', 'இலக்கண விளக்கச் சூறாவளி', 'தருக்க சங்கிரகம்' ஆகியனவற்றுக்குப் பொன்னுசாமித் தேவரே புரவலர். அவர்தம் மகனான பாண்டித்துரைத் தேவரும் தந்தைவழி நடக்கத் தலைப்பட்டார். உ.வே. சாமிநாதையர், மு.ரா. கந்தசாமி கவிராயர் முதலானோரின் நூல்கள் அவருடைய ஆதரவைப் பெற்றன. ஆனால், 19ஆம் நூற்றாண்டின் இறுதியில் இந்நிலை மாறியது. ஜமீன்தார்கள், சமய மடங்களின் பொருள்நிலை குன்றியது. தனிப் புரவலர் இலக்கிய உற்பத்திக்கு முழு ஆதரவு நல்குவது கடினமானதாக மாறியது. 1901இல் மதுரைத் தமிழ்ச் சங்கம் நிறுவி, அதன்வழித் தமிழ் வளர்ச்சிக்குத் துணைபுரிய வேண்டிய நிலை பாண்டித்துரைத் தேவருக்கு ஏற்பட்டது. இதில் பெத்தாச்சி செட்டியார் முதலான புரவலர்களின் துணையும் தேவைப்பட்டது. இருப்பினும், விரிந்து வளர்ந்து, ஜனநாயகத் தன்மைகளைப் பெற்றுவந்த தமிழ் இலக்கிய உற்பத்திக்கு இவ்வாதரவு போதுமானதாக இல்லை. 1880கள் தொடங்கி ஒரு கால் நூற்றாண்டுக் காலம் பிரபுக்கள், சமய மடங்கள் உதவியோடு தமிழ்ப் பதிப்புப் பணியில் முனைப்புடன் செயல்பட்ட உ. வே. சாமிநாதையர் 1906இல் அரசாங்கத்தின் பொருள் ஆதரவை

வேண்டி விண்ணப்பிக்க வேண்டியவரானார்[7] என்பது புரவலர் மூலமாக இலக்கிய உற்பத்திக்கு ஆதரவு தேடும் முறை காலாவதி ஆகிவந்ததைக் கோடிட்டுக் காட்டுகிறது என்றே சொல்ல வேண்டும்.[8] இச்சமயத்தில்தான் பாரதி தமிழ் இலக்கிய உலகில் காலடி எடுத்துவைத்தான்.

புரவலரின் ஆதரவோடு நூல்கள் வெளிவந்துகொண்டிருந்த காலத்தில் எத்தனை படிகள் அச்சிடப்பட்டன, அவை எவ்வாறு விநியோகிக்கப்பட்டன, அவற்றை யார் படித்தார்கள் என்பதையும் தெரிந்துகொள்ள வேண்டும். தமிழ்ப் பதிப்புத் துறையின் வலு அல்லது வலுவின்மையைப் புரிந்துகொள்வதற்கு இது பயன்படும். அக்காலப்பகுதியில், இன்றுள்ளதைவிடவும் வாசகர்களின் எண்ணிக்கை குறைவாகவும் வாசகர் வட்டத்தின் பரப்பும் சமூக அடித்தளமும் மிகக் குறுகியதாகவும் இருந்தன. 1865இல் தமிழ் நூல் அட்டவணையைத் தயாரித்த ஜான் மர்டாக், அச்சுச் செலவுகள் 500 படிகளுக்கெனவே கணக்கிடப்பட்டன என்று கூறுவதிலிருந்து தமிழ் நூல்கள் சராசரியாக 500 படிகள் அச்சிடப்பட்டன என்று துணியலாம்.[9] உ.வே. சாமிநாதையரின் சிந்தாமணிப் பதிப்பு 500 படிகளே அச்சிடப்பட்டது. பாரதி சாற்றுக்கவி அளித்த 'வருண சிந்தாமணி'யும் 500 படிகளே அச்சிடப்பட்டது. வெ. சாமிநாத சர்மாவின் முதல் நூலான 'கௌரீமணி' 1000 படிகளாக அச்சிடப்பட்டது. 1908இல் வெளிவந்த 'சிந்தனைக் கட்டுரைகள்' நூலை 1500 படிகள் அச்சிட்டதாகவும், அவற்றை விற்பதற்கு 17 ஆண்டுகள் ஆயினவென்றும், அவையும்கூட அவ்வளவு 'விரைவாக' விற்றுத் தீர்ந்ததற்கு இலங்கைப் பள்ளி இடைநிலை மாணவர்களுக்குப் பாடநூலாக வைத்ததே காரணம் என்றும் அதன் ஆசிரியர் மறைமலையடிகள் கூறியுள்ளார்.[10]

இவ்வாறு அச்சுப் படிகளும், அவற்றைப் படிப்போரும் எண்ணிக்கையில் குறைவாகவே இருந்தனர். மொத்தத்தில் புத்தக வெளியீடு ஒரு தொழிலாக வளரவில்லை. அவ்வாறு தொழிலாக வளராமையால் விநியோக அமைப்பும் சீராக வளரவில்லை. இது பற்றித் தக்க சான்றுகள் கிடைக்கவில்லை என்றாலும் இதனை ஓரளவு உய்த்துணர முடிகின்றது. நூல்கள் கடைத்தெருவில் விற்கப்பட்டனவென்றும், வெளியிடுவோர் தங்கள் நூல்களை மட்டுமே விற்றனர் என்றும், எல்லா நூல்களையும் ஒருங்கே பெறுவதற்குரிய கடைகள் இல்லை என்றும் மர்டாக் எழுதியுள்ளார். மேலும், தெருத்தெருவாக எடுத்துச் சென்று நூல்களை விற்போர் இருந்தனர் என்றும், அவர்கள் கடைத் தெருக்களிலும், பண்டிகை நாள்களில் கோயில்களிலும் சென்று விற்பனை செய்தனர் என்றும் மர்டாக் சொல்கிறார். ஆனால் இவ்வாறு விற்கப்பட்டவை எத்தகைய நூல்கள் என்பதை

அவர் சுட்டவில்லை.[11] பெரும்பான்மையும் அவை நடுத்தர வர்க்கத்தினர் வெறுத்து, ஏளனம் செய்த அல்லியரசாணி மாலை, நல்லதங்காள் கதை முதலான 'குஜிலி' நூல்களாகவும் 'பெரிய எழுத்து'ப் புத்தகங்களாகவும் இருக்க வேண்டும். இங்கு நம் கவனம் அவற்றைப் பற்றியதல்ல. 'கற்றோர்' விரும்பிய 'சுத்த'ப் பதிப்புகளைப் பற்றியே நாம் இங்குப் பேசுகிறோம்.

இவற்றின் விநியோகத்துக்கு அஞ்சலே தக்க முறையாக விளங்கியதாகத் தெரிகிறது. இந்நூல்களுக்கான விளம்பரங்க ளெல்லாம் 'தபால் செலவு தனி' எனக் குறிக்கின்றமை, அஞ்சலே விநியோக அமைப்பாகக் கொள்ளப்பட்டதைச் சுட்டுகிறது. புத்தக மதிப்புரைகள்கூடத் தபால் செலவைத் தனியே குறிப்பிடுகின்றன. இவ்வாறான விநியோக அமைப்பின் வலுவின்மை நூல் விலையைப் பாதித்தது. விநியோகச் செலவு நூல் விலையில் சேரவில்லை. இதன் காரணமாக நூல்களின் விலை மிகக் குறைவாக இருந்தது.

பாரதியின் 'கண்ணன் பாட்டு'க்கு முன்னுரை எழுதிய வ.வே.சு. ஐயர் இதனைப் பின்வருமாறு குறிப்பிடுகின்றார்:

> இந்நூலைத் தமிழுலகம் ஆதரித்துத்தான் இரண்டாவது பதிப்பு வெளிவருகிறது. ஆனால் ஹரீந்திரநாத சட்டோபாத்தியாயர் எழுதிய ஆங்கிலக் கீர்த்தனைகளின் விலை மூன்று ரூபாயாக இருக்க, அளவில் அந்நூலில் குறையாததும், சுவையில் அதற்கு இணையாக இருப்பதுமான இந்நூலின் முதற்பதிப்புக்கு, காகிதம் ஏறி விற்ற காலத்தில், பதிப்பாசிரியர் விலை கால் ரூபாயாகக் குறிக்க வேண்டியிருந்தது என நினைக்கும்போது, நாட்டில் தமிழபிமானம் வெளிப்படையாக விளங்கவில்லை என்றாவது ஒப்புக்கொள்ள வேண்டும். முன்காலத்தில் ஆசிரியர்களுக்கு அரசர்கள் ஏராளமான பொருள் உதவி செய்து, அவர்கள் மனதைச் சிறிய விசாரங்கள் பீடிக்காமல் காத்துவந்து, அவர்களுடைய ஆற்றல் நாளுக்கு நாள் அதிகரிக்கும்படி செய்துவந்தார்கள். தற்காலத்தில் கல்வியபிமானமுள்ள பொது ஜனங்கள்தாம் அக்காலத்து அரசரின் ஸ்தானத்தை வகிக்கிறார்கள். இவர்கள் தங்கள் அபிமானத்தை விலையைப் பொருட்படுத்தாமல் நூல்களின் யோக்கியதையைக் கருதி ஆதரித்துத்தான் காட்ட முடியும்.[12]

இலக்கிய உற்பத்தியின் பொருண்மை அடிப்படை மாறிவிட்டதைக் குறிப்பிடும் வ.வே.சு. ஐயரின் மேற்கோள்,

குறைந்த நூல் வாசகர் எண்ணிக்கையும், குறைந்த விலையும் எழுத்தையே தொழிலாகக் கொள்வதற்கு இருந்த தடைகளாகச் சுட்டுகிறது.

பாரதியும் அவனையொத்த பிற நடுத்தரவர்க்கப் படைப்பாளிகளும் யாரை நம்பி எழுதினார்கள், அல்லது அவர்தம் வாசகர்களுடைய வர்க்கப் பின்னணி என்ன என்ற கேள்வி அடுத்து எழுகிறது. பாரதி தன் மறைவுக்குச் சிறிது காலத்திற்கு முன் எழுதிய ‘சென்னை மாகாணத்தில் அரசியல் வளர்ச்சி’ என்ற முற்றுப் பெறாத ஆங்கிலக் கட்டுரையில், நடுத்தர வர்க்கம், வணிகர்கள், நிலக்கிழார்கள், பள்ளியாசிரியர்கள், சிறு வியாபாரிகள், வழக்குரைஞர்கள், எழுத்தர்கள் ஆகியோரைப் படிக்கின்ற வர்க்கங்கள் எனக் குறிப்பிடுகிறான்.[13] இவர்களை நம்பியே பாரதியின் இலக்கிய வாழ்வும் தேசிய இயக்கத்தைச் சார்ந்த அரசியல் வாழ்வும் அமைந்திருந்தன. இவ்வர்க்கம்தான் பாரதியைக் கைவிட்டுவிட்டது என்பதை அவனுடைய சோக வாழ்க்கை காட்டுகிறது. இதற்குரிய காரணத்தை அவ்வர்க்கத்தின் பிறப்பு, வளர்ச்சி, பண்பு ஆகியனவற்றைக் கொண்டு அறிய வேண்டும்.

இந்திய நடுத்தர – முதலாளிய வர்க்கம் பிரித்தானிய காலனியாதிக்கம் இந்தியச் சமூகத்தில் ஏற்படுத்திய சமூக மாற்றத்தின் விளைவாகத் தோன்றியது. இச்சமூக மாற்றம் மேற்கத்திய சமூகத்தில் ஏற்பட்டதைப் போன்ற முழுமையான, முற்போக்கான மாற்றமாக அமையவில்லை. ஐரோப்பாவில் ஏற்பட்ட முதலாளிய வளர்ச்சி, நிலவுடைமைச் சமூகத்தின் அனைத்துக் கூறுகளையும் தவிடுபொடியாக்கிப் புதிய சமுதாயத்தைச் சமைத்தது. இப்புரட்சிகர மாற்றத்தோடு மேலெழுந்த முதலாளிய வர்க்கம் கருத்தியல் தளத்திலும் தனது மேலாண்மையை நிலைநாட்டியது. முதலாளிய வர்க்கத்தின் அறிவாளர்கள் இச்சமூக மாற்றத்தோடு நெருங்கிய, உயிர்ப்பாற்றல் மிக்கதொரு உறவைக் கொண்டிருந்தனர். இவ்வுயிர்ப்பாற்றல் அவர்களுடைய படைப்புகளிலெங்கும் மிளிர்ந்தது; முதலாளிய – நடுத்தர வர்க்கங்களின் ஆதரவையும் பெற்றது.

இந்தியச் சமூகத்தில் காலனியாதிக்கத்தால் ஏற்பட்ட மாற்றங்கள் இத்தகைய புரட்சிகரத் தன்மைகளை உடையதாய் இல்லை. ஆதிக்க நாட்டைச் சார்ந்த பொருளாதாரத்தைக் கொண்டிருந்த குடியேற்ற நாடுகளில் முதலாளியத் தொழில் வளர்ச்சி ஏற்படவில்லை. இங்குச் சிறு தொழில்களும், ஆதிக்க நாட்டின் தொழில் வளர்ச்சிக்குத் தேவையான தோட்டத் தொழில்களும் சுரங்கத் தொழில்களுமே வளர்ந்தன. இதனால்

முளைவிட்ட முதலாளிய வர்க்கம் புரட்சிகரத் தன்மைகளைக் கொண்டதாக இருக்கவில்லை. தேவைப்படும் போதெல்லாம் நிலவுடைமைச் சமூகத்தின் சார்பாளர்களோடு சமரசம் செய்துகொள்வதே இவ்வர்க்கத்திற்குச் சாதகமானதாக இருந்தது. ஆகவே, சமூகத்தில் அடிப்படை மாற்றங்கள் எவையும் நிகழாமையால் அறிவாளர்களும் உயிர்ப்பாற்றல் மிக்கவராகத் திகழவில்லை என்பதோடு அவர்களுக்குத் தக்க ஆதரவை வழங்கும் வலுமிக்கதாக முதலாளிய – நடுத்தர வர்க்கமும் விளங்கவில்லை.

பாரதியின் எழுத்து வாழ்க்கையினை இப்பின்னணியில் இனிக் காண்போம்.

உ

பாரதியின் வாழ்க்கை எட்டயபுர ஜமீனில் தொடங்குகிறது. இன்றைக்கு நமக்குக் கிடைக்கப்பெறும் பாரதியின் முதல் படைப்பு அவனது பதினைந்தாம் வயதில் (1897) எட்டயபுர ஜமீன் பிரமுகர் வெங்கடேசுர எட்டப்பனுக்குக் கல்வி கற்கப் பொருளுதவி வேண்டி எழுதப் பெற்றதாகும்.[14]

> செந்தமிழ்த் திருமொழி சிறிது மாதரிப்பவர்
> இன்மையின் இந்நாள் இனிதுகற் பவர்க்கு
> நன்மை பயவாது நலிந்திட, மற்றைப்
> புன்மொழி பலவும் பொலிவுறலாயின;
> . . . . என் தந்தையார்
> என்னையும் புறமொழிகற்க வென்றியம்புவர்.
> என்னையான் செய்குவ தின்றமிழ் கற்பினோ
> பின்னை ஒருவரும் பேணார் ஆதலின்
> கன்னயா னம்மொழி கற்கத் துணிந்தனன்.

என்று தமிழ் படித்தால் காசு பேராது என்ற ஓர்மையுடனேயே பாரதி தமிழுலகில் காலெடுத்து வைத்துள்ளான். தமிழின் முதல் நவீனக் கவிஞனாக மலர்ச்சிபெற்ற பாரதியின் இலக்கிய வாழ்க்கை புரவலரை நாடிப் பாடிய பாடலோடு தொடங்குவது முரணணி மிக்கது. இத்தகைய முரணணிகளுக்குப் பஞ்சமே இல்லை என்பதை அவனது பின்னாளைய வாழ்க்கையும் புலப்படுத்தவே செய்கின்றது.

திருநெல்வேலியிலும் காசியிலும் கல்வி பயின்ற பின்னர் 1903இல் எட்டயபுரம் மீண்ட பாரதி, ஜமீன்தாரின் அவைப் புலவராகப் பணியாற்றினான். குட்டி ஜமீன்தாருடன் உரையாடுவதும், காமச் சுவை ததும்பும் பாடல்களைப் பற்றிப் பேசுவதும், 'யமகம், திரிபு, பசுமூத்ர பந்தம், நாகபந்தம், ரதபந்தம், தீப்பந்தம் முதலிய யாருக்கும் அர்த்தமாகாத நிர்ப்பந்தங்களை'க்[15] கட்டுவதுமே அக்காலத்துக் கவிராயர்களுக்குத் தொழிலாக இருந்தது.

இவ்வாழ்க்கை புதுநெறி காட்டிய புலவனாக உருப்பெறவிருந்த பாரதிக்கு உவப்பானதாக இல்லை என்பதற்குச் 'சின்னச் சங்கரன் கதை'யில் வெளிப்படும் குத்தலும் கிண்டலும் போதிய சான்றுகளாகும். ஜமீன் வேலை ஏற்படுத்திய வெறுப்பும் கசப்புமே பாரதி எட்டயபுரத்தை நீங்கியதற்குக் காரணம் என்று சொல்லப் படுகிறது. எது எப்படியிருப்பினும் பாரதியின் இலக்கிய வாழ்க்கை ஒரு புரவலரின் ஆதரவில் தொடங்கியது என்பது தெளிவு.

அதன் பின்னர் பாரதி சில காலம் மதுரைச் சேதுபதிப் பள்ளியில் தமிழாசிரியனாயிருந்தான். ஜி. சுப்பிரமணிய ஐயரால் இனங்காணப்பட்டு 1904 நவம்பரில் 'சுதேசமித்திரன்' நாளேட்டில் உதவி ஆசிரியராகப் பணியேற்றுச் சென்னையில் குடியமர்ந்தான். செய்தி அறிக்கைகளை மொழிபெயர்ப்பதும் செப்பனிடுவதும் அவனது தலையாய கடமையாயின. 1905ஆம் ஆண்டின் நடுப்பகுதியில் 'தமிழ்நாட்டு மாதர்களின் அபிவிருத்தியே நோக்கமாக வெளியிடப்படும் மாதாந்தரப் பத்திரிகை'யான 'சக்கரவர்த்தினி'க்கு ஆசிரியரானான். இவ்விதழில் இடையிடையே கட்டுரை, கதைகளோடு சில பாடல்களையும் வெளியிட்டான். வங்கப் பிரிவினை அறிவிப்பைத் தொடர்ந்து 1905ஆம் ஆண்டளவில் வலுப்பெற்ற சுதேசிய இயக்கத்தோடு பாரதியின் எழுத்தும் வேகம் பெற்றது. அச்சமயம் மண்டயம் குடும்பத்தார் தொடங்கிய 'இந்தியா' வார இதழுக்கு ஆசிரியப் பொறுப்பைப் பாரதி ஏற்றான். இந்தக் காலப் பகுதியில், பாரதியைப் புதுநெறி காட்டிய புலவனாகக் கண்ட பாரதிதாசன் குறிப்பிடுவதுபோல்

கலம்பகம் பார்த்தொரு கலம்ப கத்தையும்
அந்தாதி பார்த்தோர் அந்தாதி தன்னையும்
மாலை பார்த்தொரு மாலை தன்னையும்
காவியம் பார்த்தொரு காவியந் தன்னையும்
வரைந்து சாற்றுக்கவி திரிந்து பெற்று
விரைந்து தன்பேரை மேலே எழுதி
இருநூறு சுவடி அருமையாய் அச்சிட்ட[16]

காலம்போய் 'நாமிருக்கும் நாடு நமதென்பதறிந்தோம் – இது நமக்கே உரிமையாம் என்பதறிந்தோம்' என்று பொது மக்களையும் உளப்படுத்திப் பாடும் நிலை வந்தது. இந்த நிலையைக் கருத்தியல்ரீதியாகச் சாத்தியப்படுத்தியதில் பாரதிக்குப் பெரும்பங்குண்டு.

இக்காலப்பகுதியில் சென்னைக் கடற்கரை முதலான இடங்களில் நடைபெற்ற சுதேசியக் கூட்டங்களில் பாரதி பாடிய பாடல்கள் 'சுதேசமித்திர'னிலும் 'இந்தியா'விலும் வெளிவந்தன. இதற்கென அவனுக்குத் தனியே ஊதியம் வழங்கப்பட்டதா என அறியக்கூடவில்லை.

இப்பின்னணியில்தான் பாரதியின் முதல் நூல் 1907இன் பிற்பகுதியில் வெளிவந்தது. 'வந்தே மாதர மென்போம்', 'எந்தையும் தாயும்', 'மன்னுமிமய மலை' ஆகிய மூன்று பாடல்கள் கொண்ட 'ஸ்வதேச கீதங்கள்' என்ற நான்கு பக்க வெளியீடு வி. கிருஷ்ணசாமி ஐயரின் பொருளுதவியோடு பதிப்பிக்கப்பட்டு இலவசமாகப் பரப்பப்பட்டது. விரிந்ததொரு வாசகர் வட்டத்தை அடைய வேண்டும் என விழைந்த பாரதியின் முதல் நூல் உ.வே. சாமிநாதையர் போன்ற மரபுரீதியான இலக்கிய உற்பத்தியாளர்களுக்குப் புரவலராக விளங்கிய ஒருவரின் ஆதரவோடு வெளிவந்ததை மனங்கொள்ள வேண்டும்.

இக்காலப் பகுதியில் புரவலரை நம்பி நடக்கும் இலக்கிய உற்பத்தி காலாவதியாகி வந்தது என்று முதற் பகுதியில் குறிப்பிட்டோம். எனவே பாரதி என்ற கவிஞனுக்கும் வி. கிருஷ்ணசாமி ஐயர் என்ற புரவலருக்கும் இடையே சிக்கல்கள் ஏற்பட்டதில் வியப்பில்லை. புரவலரை நம்பி வாழும் புலவன் புரவலரின் தேவைக்கெல்லாம் தலையாட்டுபவனாக இருப்பது இன்றியமையாதது. ஜனநாயக அடிப்படையிலான அரசியல் இயக்கத்தின் கவிஞனாக வளர்ந்துவந்த பாரதி அவ்வாறு தொண்டூழியம் செய்பவனாக இருக்க இயலவில்லை. எனவேதான், தம்மைத் தேசியவாதியாகக் காட்டிக்கொண்டு அதே வேளையில் அரசாங்கம் வழங்கிய உயர்நீதிமன்றப் பதவியைக் காங்கிரஸ் மிதவாதத் தலைவரான வி. கிருஷ்ணசாமி ஐயர் ஏற்றுக்கொண்ட பொழுது, 'எதிர்க்கிறாயா, துணை செய்கிறாயா?' என்ற தலைப்பில் ஒரு தலையங்கம் எழுதினான்.

> *சுமார் ஒன்றரை வருஷத்துக்கு முன், மயிலாப்பூரில், உமது வீட்டிலே ஓர் ஸ்வதந்திர பக்தருடன் நீர் சம்பாஷணை செய்துகொண்டிருந்த காலத்தில் மிக உருக்கத்துடன், 'உம்மைப் போலவே நாங்களும் ஸ்வதந்திர தாகமுடையவர்களாகத்தானிருக்கிறோம். உமக்கு இந்த நாட்டிலுள்ள பக்தி எங்களுக்கு முண்டு. நமது உபாயங்கள் வேறு, நமது லக்ஷ்யமொன்றுதான். இது பற்றி நாம் பரஸ்பர விரோதம் பாராட்டலாகாது' என்று நீங்கள் சொல்லிய வார்த்தை நினைப்பிருக்கிறதா? அந்த ஸ்வதந்திர தாகந்தான் இப்போது உம்மை ஹைகோர்ட்டு ஜட்ஜ் வேலையை ஒப்புக்கொள்ளும்படி தூண்டிவிட்டதோ? சீச்சி! வி. கிருஷ்ணஸ்வாமி ஐயரே என்ன வார்த்தை காணும் சொல்லிவிட்டீர்? . . . ஐயோ, வி. கிருஷ்ணஸ்வாமி ஐயரே, என்ன ஜன்மமெடுத்து விட்டீர்!*[17]

புரவலரை நம்பிப் புலவர் வாழும் காலம் மாறிவிட்டதென்பதை இது புலப்படுத்துகின்றது. எழுத்தாளன் ஒருவன், அல்லது குறைந்த பட்சம் பாரதியைப் போன்ற எழுத்தாளன் புரவலருக்குக் கட்டுப்பட்டுத் தொழிற்படவியலாத நிலை ஏற்பட்டுவிட்டது. குட்டி ஜமீன்தார்கள், பிரபுக்கள், மடாதிபதிகள் – இவர்களுக்கல்லாது இவர்களினும் விரிந்த வாசகர் வட்டத்துக்கென எழுதும் நிலை உருவாகத் தொடங்கி இருந்தது. புரவலருக்கு ஏற்றவாறு எழுதுவதற்கு இது தடையாக இருந்தது.

தமிழகத்தில் சுதேசி இயக்கம் தன் உச்சத்தை அடைந்த 1908ஆம் ஆண்டின் முற்பகுதியில் பாரதி மூன்று நூல்களை –'சுதேச கீதங்கள் – முதற் பாகம்', 'புதிய கட்சியின் கொள்கைகள்', 'எங்கள் காங்கிரஸ் யாத்திரை' – வெளியிட்டான். சுதேசி இயக்கத்தின் மீதான அடக்குமுறை வலுப்பட்டு வ.உ.சி., சுப்பிரமணிய சிவா, சுரேந்திரநாத் ஆர்யா, கிருஷ்ணசாமி சர்மா ஆகியோர் சிறைப்பட்ட பின்னர், பாரதி புதுச்சேரியில் புகலிடம் தேடினான். அங்குச் சென்ற பின்னரும் 'இந்தியா' இதழில் தொடர்ந்து பணியாற்றினான். அதோடு 'விஜயா,' 'கர்மயோகி', 'சூர்யோதயம்' ஆகிய இதழ்களிலும் தொழிற்பட்டு வந்தான். ஆனால் 1910ஆம் ஆண்டில் கொண்டுவரப்பட்ட புதிய அஞ்சல் சட்டத்தின்படி 'இந்தியா'வும் 'விஜயா'வும் பிரிட்டிஷ் இந்தியாவில் நுழைவது தடை செய்யப்பட்டன.[18] தமிழ்நாட்டு வாசகர்களையே நம்பி வெளிவந்த இந்த இதழ்கள் இதன் விளைவாக நின்றுபோயின. பிரிட்டிஷ் தொழிற்கட்சித் தலைவர் இராம்சே மக்டனால்டுக்கு 1914இல் பாரதி எழுதிய ஆங்கிலக் கடிதத்தில் குறிப்பிட்டவாறு, 'புதுச்சேரிக்கு வந்ததிலிருந்து எந்தவொரு பத்திரிகையிலும் பொறுப்பு வகிக்காமல், என் பெயரில் எழுதும் கட்டுரைகளுக்கு மட்டும் ஊதியம் பெற்று சுயேச்சை பத்திரிகையாளனாக'ப் பாரதி வாழ்ந்து வந்தான்.[19]

1909–10ஆம் ஆண்டுகளில் கவிதைகள் இரண்டும் கதைகள் இரண்டுமாய் நான்கு நூல்களைப் பாரதி வெளியிட்டான். அவற்றுள் 'கனவு' என்ற தன்வரலாறும் 'ஆறிலொரு பங்கு' என்ற கதை நூலும் அரசால் தடை செய்யப்பட்டன.[20] முப்பெரும் பாடல்களில் ஒன்றான 'பாஞ்சாலி சபத'த்தின் முதல் பகுதி 1912இல் வெளிவந்தது. அதற்கடுத்த ஆண்டு 'புதிய ஆத்திசூடி' வெளிவந்தது. 1914இல் 'மாதா மணி வாசக'மும் 'பொன்வால் நரி' என்ற ஆங்கில நூலும் வெளியாயின.

இவற்றோடு பாரதியின் நூல் வெளியீடுகள் ஒரு கட்டத்தை எட்டுகின்றன. தென்னாப்பிரிக்காவிலிருந்து வெளிவந்த 'மாதா மணிவாசகம்' நீங்கலாகப் பிற நூல்கள் அனைத்தையும் பாரதியே

வெளியிட்டான். இக்கட்டத்தின் தொடக்கத்தில்கூடப் பாரதி புரவலரின் ஆதரவை எதிர்நோக்கி இருந்திருக்கிறான். 'கனவு' (1910) நூலின் முன்னுரையில் 'அச்சு நேர்த்தியாக விழாதிருப்பது எனது பிழையன்று. நமது நாட்டுச் செல்வர்களின் பிழை' என்று புரவலரின்மீது பழிபோடுகிறான். அதேபோல், 'பாஞ்சாலி சபத'த்தின் (1912) காணிக்கையிலும்

> தமிழ் மொழிக்கு அழியாத உயிரும் ஒளியும் இயலுமாறு இனிப் பிறந்து காவியங்கள் செய்யப் போகிற வரகவிகளுக்கும், அவர்களுக்குத் தக்கவாறு கைங்கரியங்கள் செய்யப்போகிற பிரபுக்களுக்கும் இந்நூலைப் பாதகாணிக்கையாகச் செலுத்துகிறேன்

என்று புலமைத் தொழிலுக்குப் புரவலரின் தேவையை வற்புறுத்துகிறான்.

இதற்கு எதிர்புடையாக, யாருக்கு எழுதுகிறோம் என்பதைப் பொறுத்தமட்டில் ஒரு முக்கிய மாற்றம் பாரதியின் கண்ணோட்டத்தில் ஏற்படுகின்றது.

> இச்சிறிய செய்யுள் நூல் விநோதார்த்தமாக எழுதப்பட்டது... இதன் இயல் தலைவன் கூற்றெனப்படும் – ... இப்புதிய வழி தமிழறிந்த மேலோர்கள் அங்கீகரிக்கத் தக்கதுதானா என்று பார்வையிடும் பொருட்டுச் சிறிய நூலொன்றை முதலில் வெளியிடுகிறேன். இதனைப் பதம் பார்த்து மேலோர் நன்றென்பாராயின், இவ்வழியிலே வேறு பல வெளியாக்குவேன்.

என்று 'கனவு' நூலின் முன்னுரையில் மேலோரை ஒரு முறைக்கு இருமுறையாகச் சுட்டி அவர்களையே நூலின் வாசகராக முதன்மைப்படுத்துகிறான். பலகால் மேற்கோள் காட்டப்பட்ட 'பாஞ்சாலி சபதம்' முன்னுரையில் பாரதியின் நிலைப்பாடு மாறுவதைப் பார்க்க முடிகின்றது.

> எளிய பதங்கள், எளிய நடை, எளிதில் அறிந்து கொள்ளக்கூடிய சந்தம், பொதுஜனங்கள் விரும்பும் மெட்டு இவற்றினையுடைய காவியமொன்று தற்காலத்தில் செய்து தருவோன் நமது தாய் மொழிக்குப் புதிய உயிர் தருவோனாகின்றான். ஓரிரண்டு வருஷத்து நூற்பழக்கமுள்ள தமிழ் மக்களெல்லோருக்கும் நன்கு பொருள் விளங்கும்படி எழுதுவதுடன் காவியத்துக்குள்ள நயங்கள் குறைவு படாமலும் நடத்துதல் வேண்டும்

எழுக, நீ புலவன்!

என்று புதியதாக எழுதப் படிக்கக் கற்ற புதிய வர்க்கத்தினர் – புதியதாகக் கட்டமைக்கப்பட்ட 'பொது ஜனங்கள்' – இவர்களுக்கெனத் தன் நூல்களைப் பாரதி படைக்கத் தொடங்குகிறான்.

1914இல் 'பொன்வால் நரி'யின் வெளியீட்டுக்குப் பிறகு, 1917இல் பரலி சு. நெல்லையப்பர் பாரதியின் நூல்களை வெளியிடத் தொடங்கும்வரை வேறு நூல் எதுவும் வெளிவரவில்லை. இவ்விடைப்பட்ட காலத்தில்தான் தமிழ்நாட்டில் புத்தகத் தொழில், எழுத்தாளர் நிலை ஆகியனவற்றைப் பற்றிக் கூர்மையான கருத்துரையைப் பாரதி முன்வைக்கின்றான்.[21] அதன் முக்கியத்துவத்தைக் கருதி விரிவாக மேற்கோள் காட்டுவோம். 'தமிழ் நாட்டிலே புஸ்தகப் பிரசுரம்' என்ற தலைப்பில் பாரதி கூறுவது வருமாறு:

> பிரசுரத் தொழிலை ஒரு வியாபாரமாக நடத்தும் முதலாளிகள் வெளிப்படவில்லையாதலால் சங்கடம் நீங்காமலிருக்கிறது. புதிய புஸ்தகங்களைப் படித்துப் பார்த்து, 'பயன்படுமா படாதா' வென்று தீர்மானம் செய்ய வேண்டும். 'நன்றாக விலையாகுமா விலையாகாதா' என்பதை ஊகித்தறிய வேண்டும். ஆசிரியரிடமிருந்து புஸ்தகத்தை முன் விலையாகவோ, வேறுவித உடன்பாடாகவோ வாங்கிக்கொண்டு தாம் கைம்முதல் போட்டு அச்சிட்டு லாபம் பெறவேண்டும். இந்த வியாபாரத்தை நமது தேசமுதலாளிகள் தக்கபடி கவனியாமலிருப்பது வியப்பை உண்டாக்குகிறது. புஸ்தகங்கள் வெளி வரத்தான் செய்கின்றன. பெருந்தொகையான ஜனங்கள் வாங்கிப் படிக்கத்தான் செய்கிறார்கள். ஒரு ஒழுங்கான பிரசுர வியாபாரம் நடந்தால் ஜனங்களுக்கு நல்ல புஸ்தகங்கள் கிடைக்கும். இப்போது அச்சிடப் பணமுள்ளவர் எழுதும் புஸ்தகங்களே பொது ஜனங்களுக்குக் கிடைக்கின்றன ... மேன்மேலும் ஊக்கத்துடன் நடத்தினால் பிரசுர வியாபாரத்தில் நிறைய லாபம் உண்டாகுமென்பதில் சந்தேகமில்லை

என்று பகுத்தாய்ந்து, இப்பின்னணியில் 'தமிழ் நாட்டிலே புஸ்தகம் எழுதுவோரின் நிலைமை இன்னும் சீராகவில்லை' என 'நூலாசிரியர் பாட்'டை விளக்குகின்றான்.

> இக்காலத்தில் தமிழ் நூலாசிரியர் படுங்கஷ்டங்களை ஈசனே தீர்த்து வைக்க வேண்டும். உண்மையான கவிதைக்குத் தமிழ்நாட்டில் தக்க மதிப்பில்லை.

இங்கிலீஷ் பாஷையிலிருந்து கதைகள் மொழி பெயர்த்துப் போட்டால் பலர் வாங்கி வாசிக்கிறார்கள். அல்லது, இங்கிலீஷ் முறையைத் தழுவி மிகவும் தாழ்ந்த தரத்தில் பலர் புது நாவல்கள் எழுதுகிறார்கள்; அவர்களுக்குக் கொஞ்சம் லாபமேற்படுகிறது. தமிழில் உண்மையான இலக்கியத் திறமையும் தெய்வ அருளும் பொருந்திய நூல்கள் எழுதுவோர் ஒரு சிலர் தோன்றியிருக்கிறார்கள்; இவர்களுடைய தொழிலை அச்சிடுவாரில்லை; அச்சிட்டால் வாங்குவாரில்லை. அருமை தெரியாத ஜனங்கள் புதிய வழியில் ஒரு நூலைக் காணும்போது அதில் ரஸமனுபவிக்க வழியில்லை . . . ஜமீன்தார்கள்மீதும், பிரபுக்கள்மீதும் 'காமா சோமா' என்று புகழ்ச்சியில் பாட்டுக்கள் பாடினால் கொஞ்சம் ஸம்மானம் கிடைக்கிறது . . . ஆகையால், இங்கிலீஷ் படித்த தமிழ் மக்கள் – முக்கியமாக, வக்கீல்களும் பள்ளிக்கூடத்து வாத்தியார்களும் – தமது வாக்கிலும் மனதிலும் தமிழரசி கொலுவிருக்கும்படி செய்து வணங்க வேண்டுமென்றும், அதுவே இப்போதுள்ள ஸ்திதியில் தமிழ் வளர்ப்புக்கு மூலஸாதனமாகுமென்றும்

பாரதி, புரவலர்க்கும் சந்தைக்கும் இடையே எழுத்தாளர்கள் தத்தளிப்பதைச் சுட்டிக் காட்டுகின்றான். அவனது மனம் மக்களையும் சந்தையினையும் நோக்கியே சாய்கின்றது. 'ஸங்கீத விஷயம்' என்ற புகழ்பெற்ற கட்டுரையில் பாரதியின் சாய்வு துலக்கமாக வெளிப்படுகின்றது.

இப்போது உலக முழுவதிலுமே ராஜாக்களையும் பிரபுக்களையும் நம்பி வித்தை பழகும் காலம் போய்விட்டது. பொது ஜனங்களை நம்ப வேண்டும். இனிமேல் கலைகளுக்கெல்லாம் போஷணையும் ஆதரவும் பொது ஜனங்களிடமிருந்து கிடைக்கும். அவர்களுக்கு உண்மையான அபிருசி உண்டாக்கிக் கொடுப்பது வித்வான்களுடைய கடமை. பிறகு, நல்ல போஷணை கிடைக்கும். ஒரு பிரபு மாதம் ரூபாய் 100 கொடுப்பான். ஊர் சேர்ந்தால் தலைக்குக் கால் ரூபாயாக வசூல் பண்ணி மாதம் 1000 ரூபாய் கொடுக்கும். ஊரையே யஜமானனாகக் கொள்ள வேண்டும்.

ஊர்தான் ராஜா. இந்த ராஜாவுக்கு ஆரம்பத்திலே கொஞ்சம் ஞானம் அளித்துப் பழக்கங்கொடுத்தால் வித்தைகளுக்கு எவ்விதமான குறைவும் ஏற்படாது.

இவ்வாறு காலம் மாறி, புரவலர்களின் வலுக்குறைந்து, பொது மக்கள் என்றதொரு புது உருவாக்கம் நிகழ்ந்து வருவதைப் பாரதி நன்குணர்ந்து மக்களின்மீது நம்பிக்கை வைக்கத் தலைப்படுகின்றான். இதற்குப் பொருண்மைக் காரணங்கள் தவிரக் கருத்தியல் நிலைப்பாடும் முக்கியமானது. பாரதியின் 'காக்கை இலக்கணம் கற்ற கதை'யிலும்கூட 'நான் குடியரசுக் கட்சியைச் சேர்ந்தவன். ராஜ சபையில் வாங்கும் சன்மானங்கள் எனக்கு அவசியமில்லை'[22] என்று ஆண் காக்கை கருத்தியல் காரணத்திற்காகப் புரவலரின் ஆதரவை நிராகரிக்கிறது.

மூன்றாண்டு இடைவெளிக்குப் பிறகு பரலி சு. நெல்லையப்பர் மூலமாகப் பாரதியின் நூல்கள் வெளிவரத் தொடங்குகின்றன. 'கண்ணன் பாட்டு', 'நாட்டுப் பாட்டு', 'பாப்பா பாட்டு', 'முரசு' ஆகிய நான்கு நூல்களும் 1917இல் வெளிவந்தன.

முதல் உலகப் போர் முடிந்ததும், 1918 நவம்பரில் பத்தாண்டுக் காலக் கரந்துறை வாழ்க்கையை முடித்துக்கொண்டு புதுவையிலிருந்து பிரிட்டிஷ் இந்தியாவுக்குள் நுழைந்த பாரதி கைது செய்யப்பட்டான். கடலூர் சிறையில் காவல்துறையின் துணை இன்ஸ்பெக்டர் ஜெனரலைச் சந்தித்த பின்னர், ஒரு குறிப்பிட்ட காலத்துக்கு அரசியலில் ஈடுபடுவதில்லை என்ற உறுதிமொழியை அளித்துச் சிறையிலிருந்து பாரதி மீண்டான்.[23] அதன் பின்னர் தன் மனைவி செல்லம்மாவின் சொந்த ஊராகிய கடையத்துக்குச் சென்றான். சிறை மீண்ட ஒரு வாரத்திற்குள் நூல் வெளியீடு தொடர்பாக நெல்லையப்பருக்குப் பாரதி எழுதிய கடிதம் (21 டிசம்பர் 1918) கிடைக்கப் பெறுகின்றது. தன் படைப்புகளை வெளியிட வேண்டும் என்ற விரைவையும் ஆர்வத்தையும் அக்கடிதம் காட்டுகின்றது.

> இவ்வூருக்கு நான் வந்த மறுநாள் பாப்பா பாட்டு, முரசு, நாட்டுப் பாட்டு, கண்ணன் இவை வேண்டு மென்று பலரிடமிருந்து கடிதங்கள் கிடைத்தன.
>
> என் வசம் மேற்படி புத்தகங்கள் இல்லை. உன்னிடம் மேற்படி புத்தகங்களிருந்தால் அனுப்பக்கூடிய தொகை முழுதும் அனுப்பும்படி பிரார்த்திக்கிறேன்.
>
> 'பாஞ்சாலி சபதம்' – இரண்டு பாகங்களையும் சேர்த்து ஒன்றாக அச்சடிப்பதற்குரிய ஏற்பாடு எதுவரை நடந்திருக்கிறதென்ற விஷயம் தெரியவில்லை . . .
>
> பாப்பா பாட்டு முதலியன உன்னிடம் இல்லா விட்டால் உடனே அவற்றை மீண்டும் பிரசுரம் செய்தல் மிகவும் அவசரம்.

இவை முதலிய எல்லா விஷயங்களைப் பற்றி உன்னிடம் நேரே பேச விரும்புகிறேன். இதன் பொருட்டாக இக்கடிதங் கண்டவுடன் இங்கு நீ நேரே புறப்பட்டு வந்து சேரும்படி வேண்டுகிறேன் . . . இன்னும் ப்ரசுரம் செய்ய வேண்டிய நூல்கள் என்னிடம் பல இருக்கின்றன. நான் இப்போது பிரிட்டிஷ் இந்தியாவுக்கு வந்துவிட்டபடியால் நமது பிரசுரங்களுக்குப் பணம் கொடுக்கக்கூடிய நண்பர்களும் பலர் இருக்கிறார்கள். உன்னை ஸஹாய புருஷனாகக் கொண்டால் ப்ரசுர கார்யம் தீவிரமாகவும் செம்மையாகவும் நடைபெறுமென்று தோன்றுகிறது.[24]

பாரதி விரும்பியவாறு நெல்லையப்பர் கடையம் வந்தாரா என்று தெரியவில்லை. ஆனால் கடிதத்தில் கண்ட நான்கு நூல்களையும் 1919இல் மறுபதிப்பிட்டார். ஆனால் புதுவையில் பாரதி எழுதிக் குவித்தவற்றில் சிலவற்றையேனும் வெளியிடுவதற்குரிய பொருள்வளம் பெற்றவராக நெல்லையப்பர் இல்லை. பாரதியின்மீது அவர் கொண்டிருந்த பற்று, தாம் வெளியிட்ட நூல்களுக்கு மனத்தை நெகிழவைக்கும் பதிப்புரை எழுதுவதோடு அமைந்தது. பாரதியின் பொருள் நிலையோ கவலைக்கிடம் தருவதாக இருந்தது. பத்தாண்டு இடைவெளிக்குப் பின் பிரிட்டிஷ் இந்தியாவுக்குள் நுழைந்த பாரதி தன் மாமனார் வீட்டில் குடியிருக்க வேண்டியவரானார். இந்த நெருக்கடியில்தான் 2 மே 1919இல் எட்டயபுர மன்னரின் ஆதரவை நாடிப் புகழ்பெற்ற ஓலைத்தூக்கை எழுதினார்.

மன்னவனே! தமிழ்நாட்டில் தமிழறிந்த
மன்னரிலை யென்று மாந்தர்
இன்னலுறப் புகன்றவசை நீ மகுடம்
புனைந்தபொழு திறந்த தன்றே?
… … … …
புவியனைத்தும் போற்றிடவான் புகழ்படைத்துத்
தமிழ்மொழியைப் புகழி லேற்றுங்
கவியரசர் தமிழ்நாட்டுக் கில்லையெனும்
வசையென்னாற் கழிந்த தன்றே!
'சுவை புதிது, நயம் புதிது, வளம் புதிது
சொற்புதிது, ஜோதிகொண்ட
நவகவிதை, யெந்நாளு மழியாத
மஹாகவிதை'யென்று நன்கு

பிரான்ஸென்னு முயர்ந்த புகழ் நாட்டிலுயர்
புலவோரும் பிறரு மாங்கே
விராவுபுக ழாங்கிலந்தீங் கவியரசர்
தாமுமிக வியந்து கூறிப்

பராவி யென்றன் தமிழ்ப்பாட்டை மொழிபெயர்த்துப்
போற்றுகிறார்; பாரோ ரேத்துந்
தராதிபனே, யிளசைவெங்க டேசுரெட்டா
நின்பாலத் தமிழ் கொணர்ந்தேன்.

வியப்பு மிகு புத்திசையில் வியத்தகுமென்
கவிதையினை வேந்தனே நின்
நயப்படுஸந் நிதிதனிலே நான்பாட
நீ கேட்டு நன்கு போற்றி,
ஜயப்பறைகள் சாற்றுவித்துச் சாலுவைகள்
பொற்பைகள் ஜதி பல்லக்கு,
வயப்பரிவா ரங்கள்முதற் பரிசளித்துப்
பல்லூழி வாழ்க நீயே.

மக்கள் சார்ந்த அரசியல் இயக்கக் கவிஞனும்கூடப் புரவலரை நாடுங்கால் ஓலைத்தூக்கு என்ற மரபுசார்ந்த கவிதை வடிவத்தைக் கையாள்வதோடு, ஜயப்பறைகள், சால்வைகள், பொற்பைகள், ஜதி, பரிவாரம் என்று காலத்திற்குப் பொருந்தாத பொருள்களைக் கேட்பதைக் காண்கின்றோம். "வெளியூர் ஜனங்கள் இவரை 'ஜமீந்தார்' என்பார்கள். கவுண்டபுரத்தில் இவருக்கு 'மகாராஜா' என்றும் பட்டம்" என்று 'சின்னச் சங்கரன் கதை'யில் கேலி செய்த பாரதி இவ்வோலைத் தூக்கில் 'மன்னவனே' என்று தொடங்குகிறான். இதனை மீறிய புலமைப் பெருமிதமும் ஓலைத்தூக்கில் துலக்கமாக வெளிப்படுகின்றது. இதற்கு விடை எதுவும் கிடைக்கப்பெறாததால் மறுநாளே (3 மே 1919) மற்றுமொரு சீட்டுக்கவி விடுத்தான் பாரதி.

பாரிவாழ்ந் திருந்த சீர்த்திப் பழந்தமிழ் நாட்டின் கண்ணே
ஆரிய நீயிந் நாளி லரசுவீற் றிருக்கின்றாயால்;
காரியங் கருதி நின்னைக் கவிஞர்தாங் காண வேண்டின்
நேரிலப்போதே யெய்தி வழிபட நினைகிலாயோ?

விண்ணள வுயர்ந்த கீர்த்தி வெங்கடேசு ரெட்ட மன்னா
பண்ணள வுயர்ந்த தென்பண், பாவள வுயர்ந்த தென்பா
எண்ணள வுயர்ந்த வெண்ணி லிரும் புகழ்க் கவிஞர் வந்தால்
அண்ணலே பரிசு கோடி யளித்திட விரைகி லாயோ?

கல்வியே தொழிலாக் கொண்டாய் கவிதையே தெய்வமாக
அல்லுநன் பகலும் போற்றி யதைவழி பட்டு நின்றாய்!
சொல்லிலே நிகரிலாத புலவர்நின் சூழலுற்றால்
எல்லினைக் காணப் பாயும் இடபம்போல் முற்படாயோ?

முதல் நாள் விடுத்த சீட்டுக்கவியில் காணப்படும் செம்மாந்ததன்மை மறுநாள் 'காரியங்கருதி' எழுதிய பாடல்களில் இல்லை. மெலிதான பணிவு தொக்கி இருப்பதையே காண முடிகின்றது. இதற்கும் மௌனமே எட்டயபுர ஜமீன்தாரின் விடையாக இருக்க, ஏறத்தாழ மூன்று மாதங்களுக்குப் பிறகு

(6 ஆகஸ்டு 1919) பாரதி மீண்டும் ஒரு கடிதம் விடுத்தான். இம்முறை பெருமிதம் மிக்க புலமை நடை, அடக்கவொடுக்கமான உரைநடைக்கு வழிகொடுக்கிறது.

> *ஸ்ரீமான் மஹாராஜ ராஜ பூஜித மஹாராஜ ராஜஸ்ரீ எட்டயபுரம் மஹாராஜா, வெங்கடேசுர எட்டப்ப நாயக்க ஐயனவர்கள் ஸந்நிதானத்துக்கு சி. சுப்பிரமணிய பாரதி அநேக ஆசீர்வாதம்.*
>
> *முன்பு கவி கேஸரி ஸ்ரீ ஸ்வாமி தீக்ஷிதரால் எழுதப்பட்ட 'வம்சமணி தீபிகை' என்ற எட்டயபுரத்து ராஜ வம்சத்தின் சரித்திரம் மிகவும் கொச்சையான தமிழ் நடையில் பல விதமான குற்றங்களுடையதாக இருப்பது ஸந்நிதானத்துக்குத் தெரிந்த விஷயமே.*
>
> *அதைத் திருத்தி நல்ல, இனிய, தெளிந்த தமிழ் நடையில் நான் அமைத்துத் தருவேன். அங்ஙனம் செய்தால் அந்நூலை ராஜாங்க பாடசாலைகளில் தமிழ்ப் பாடமாக வைக்க ஏற்பாடு செய்யலாம் . . .*
>
> *மேலும், நான் அதை எழுதுகிற மாதிரியை ஒட்டியும் என் பெயரை ஒட்டியும் அந்நூல் தமிழ் நாட்டில் வசன காவியத்துக்கோர் இலக்கியமாக எக்காலத்திலும் நின்று நிலவும்படி செய்யப்படும்.*
>
> *. . . இக்காரியத்தில் இவ்விடத்து ராஜ குடும்பத்துக்கு அழியாத கீர்த்தியும் தமிழ் மொழிக்கொரு மேன்மையும் பொருந்திய சரித்திர நூலும் சமையும்.*[25]

என்று எழுதிப் பின்குறிப்பாகக் 'கைம்மாறு விஷயம் சந்நிதானத்தின் உத்தரவுப்படி' என்று முடித்திருக்கிறான். இம்மூன்று கடிதங்களையும் இருபதாம் நூற்றாண்டுத் தமிழ்ப் பெருங் கவிஞனின் வாழ்வில் ஏற்பட்ட பேரவலம் என்றே சொல்ல வேண்டும். பாட்டுத் திறத்தாலே இவ்வையத்தைப் பாலித்திட வேண்டும் என்று எண்ணியவன் ஒரு குட்டி ஜமீன்தாரின் முன் மண்டியிட்டு, 'மகாராஜ ராஜ பூஜித மகா ராஜ ராஜஸ்ரீ ராஜமார்த்தாண்ட சண்டப்பிரசண்ட அண்ட பகிரண்ட கவுண்டாதி கவுண்ட கவுண்ட னூராதிப' என்று கேலியாகச் 'சின்னச் சங்கரன் கதை'யில் எழுதியதுபோய் உண்மையிலேயே அத்தகைய பட்டங்களைக் கையாள வேண்டியவனானான்.

இவ்வளவு கீழே இறங்கிய பின்னும் எட்டயபுர ஜமீன்தாரின் மனம் இரங்கவில்லை. இக்கசப்பான அனுபவத்திற்குப் பிறகு

> மன்னர்மிசை செல்வர்மிசைத் தமிழ்பாடி
> யெய்ப்புற்று மனங் கசந்து
> பொன்னனைய கவிதையினி வானவர்க்கே
> யன்றி மக்கட் புறத்தார்க் கீயோம்[26]

என்று மனம் சலித்திருந்த பாரதி கடைசியாகக் கானாடுகாத்தான் வயி.சு. சண்முகம் செட்டியார் என்ற நாட்டுக் கோட்டையைச் சேர்ந்த புரவலரை நாடினான். தன் நூல்களை வெளியிடுவது தொடர்பாக 15 நவம்பர் 1919இல் அவருக்கு எழுதிய கடிதத்தில் பாரதியின் பின்னாளைய பெருந்திட்டத்தின் வித்துகளைக் காண முடிகின்றது.

> பகவத் கீதையை அச்சுக்கு விரைவில் கொடுங்கள். தங்களுக்கு இஷ்டமானால் அதற்கு நீண்ட விளக்கம் எழுதியனுப்புகிறேன். நீண்ட முகவுரையும் எழுதுகிறேன்.
>
> புஸ்தக விலை ரூ. 1க்கும் குறைத்து வைக்க வேண்டாம். தடித்த காயிதம்; நேர்த்தியான அச்சு; பெரிய எழுத்து; இட விஸ்தாரம். இவை கீதைக்கு மட்டுமேயன்றி நாம் அச்சிடப் போகும் புஸ்தகங்கள் எல்லாவற்றுக்கும் அவசியம்.
>
> ஆங்கிலக் கவிகள், ஆசிரியரின் காவியங்களும் கதைகளும் இங்கிலாந்தில் எப்படி அச்சிடப்படு கின்றனவோ, அப்படியே நம் நூல்களை இங்கு அச்சிட முயலவேண்டும்.
>
> ... ...
>
> தம்பி, இந்தப் 'பாஞ்சாலி சபதம்' இரண்டாம் பாகம் கையெழுத்துப் பிரதி அனுப்பியிருப்பதைச் சோம்பலின்றி தயவுசெய்து ஒருமுறை முற்றிலும் படித்துப் பாருங்கள். பிறகு அதை மிகவும் ஆச்சரிய மாகவும் அழகாகவும் அச்சிடுதல் அவசியமென்பது தங்களுக்கே விசிதமாகும்.[27]

இம்முயற்சியும் வெற்றி பெறவில்லை. வயி.சு. சண்முகம் செட்டியார் தம் முழு ஆதரவையும் தர முன்வந்தாரென நம்பப்படுகின்றது. பாரதி தன் குடும்பத்தோடு கானாடுகாத்தானில் தங்கி, நூல் வெளியீடுகளைக் கவனிப்பதாக முடிவு செய்யப்பட்ட தென்றும், ஆனால் பாரதியின் மனைவி செல்லம்மா இதற்கு இணங்காததால் இத்திட்டம் கைவிடப்பட்டதென்றும், இருப்பினும் மாதந்தோறும் பாரதிக்கு நாற்பது ரூபாய் அனுப்பி வந்ததாகவும் பின்னாளில் சண்முகம் செட்டியார் நினைவு கூர்ந்தார்.[28]

இவ்வாறு புரவலரின் ஆதரவை நாடி, ஏமாந்து, மனம் சலித்து, கைப்புணர்வுடன் இருந்த பாரதி மீண்டும் மக்கள் ஆதரவை எதிர் நோக்கினான். பத்தாண்டுக் காலப் புதுவை வாழ்க்கையில் எழுதித் தீர்த்த படைப்புகளை எல்லாம் ஒருங்கே வெளியிடப் பெருந்திட்டத்தினைத் தீட்டினான். இதன் தொடர்பில் 1920ஆம் ஆண்டின் பிற்பகுதியில் ஆங்கிலத்திலும் தமிழிலுமாக இரண்டு அறிக்கைகளை வெளியிட்டான்.[29]

இத்திட்டத்தின்படி பாரதியின் படைப்புகள் அனைத்தும் நாற்பது நூல்களாகப் பிரிக்கப்பட்டு, ஒவ்வொன்றும் பத்தாயிரம் படிகள் அச்சிடப்படும். அரைரூபாய் விலையுடைய நூற்படிகள் ‘மண்ணெண்ணெய் தீப்பெட்டிகளைக் காட்டிலும் அதிக ஸாதாரணமாகவும், அதிக விரைவாகவும் விலைப்பட்டுப் போகுமென்பதில்’ பாரதிக்குச் சிறிதேனும் ஐயமிருக்கவில்லை. இதற்குப் பாரதி கொண்டிருந்த காரணங்கள் வருமாறு:

> இந்நூல்களிலே பெரும்பகுதி வசன நூல்கள்; நேர்த்தியான, ஆச்சர்யமான, ரஸமான, வாசிக்க வாசிக்கத் தெவிட்டாத கதைகளடங்கிய வசன கிரந்தங்கள். மிகவும் தெளிவான இனிய, எளிய, தமிழ் நடையில் குழந்தைகளுக்குக்கூட நன்றாக விளங்கும்படி எழுதப்பட்டன. எனவே இந்நூல்கள் லக்ஷக்கணக்காக விலையாகுமென்பதில் ஸந்தேக மில்லை.
>
> தமிழ் நாட்டிலும் தமிழர் சென்று குடியேறியிருக்கும் வெளித்தீவுகளிலும், தமிழ் வாசிப்பவரின் ஜனத்தொகை நாளுக்கு நாள் ஒன்று, பத்து, நூறு, ஆயிரமாகப் பெருகிக்கொண்டு வருகிறது.
>
> இந்த நூல்கள் அச்சிடப்படும் மாதிரியே இவை ஏராளமாக விலைப்படுவதற்கொரு ஸாதனமாகும்; அமெரிக்கா, ஐரோப்பா கண்டத்துப் பதிப்புகளைப் போல் நேர்த்தியாகவும் மனோரம்யமாகவும் நல்ல காயிதத்தில், தெளிவான எழுத்துக்களில், தெளிவாகப் பதம் பிரித்து ஆச்சர்யமான தகுந்த சித்திரங்கள் பதிப்பித்து வெளியிடுவதால், இந்நூல்கள் ஜனங் களுக்குள்ளே மிகுந்த வியப்பையும் பிரியத்தையும் விளைவித்து லக்ஷக்கணக்காக விலையாகுமென்பதில் ஸந்தேகமில்லை.
>
> ஏழை, எளியவர் உட்பட, ஸகல ஜனங்களும் வாங்கும்படி இவற்றின் விலை மிகவும் குறைவாக ஏற்படுத்தப்படும் . . .

> ‘கீழ்த் திசை முன்னேற்றம் பெறக் கடவது. புனர்ஜன்மம் எய்தக் கடவது’ என்று கால சக்தி விதித்திருக்கிறது. தமிழ் நாடும் ஆசியாவின் பகுதியாதலால், இதற்கும் அந்தப் புனர்ஜன்மம் உண்டு. இப்புனர்ஜன்மத்தை ஏற்படுத்துவதற்கு ஸ்ரீமான் சுப்ரமணிய பாரதியின் நூல்களே தகுந்த கருவிகளாகும்…
>
> ஸ்ரீமான் சுப்ரமணிய பாரதியாருக்குத் தமிழ் நாட்டில் நிகரற்றுயர்ந்த கீர்த்தி ஏற்பட்டிருக்கிறது. இவர் நூல்களை வாங்காமல் ஜனங்கள் யாருடைய நூல்களை வாங்கப் போகிறார்கள்? இந்த நூல்கள் மிகவும் நீண்ட பக்ஷம் 2 வருஷங்களில் விலையாகிவிடும். அதற்குள்ளேயே இரண்டாம் பதிப்புகளுக்கும் புதிய நூல்களுக்கும் வேண்டுதல் ஏற்படுமென்பது மிகவும் நிச்சயம்.

தமிழ் வாசகர் உலகம் பரந்தும் விரிந்தும் வருகின்றது என்ற நம்பிக்கையும், தமிழகத்தின் மறுமலர்ச்சிக்குத் தன் நூல்கள் இன்றியமையாத கருவிகள் என்ற ஓர்மையும் பாரதியின் பெருந்திட்டத்திற்குப் பின்னே இருந்தன. இத்திட்டத்தை நிறைவேற்ற அச்சுச் செலவுக்கு இருபதாயிரம் ரூபாயும், விளம்பரத்திற்குப் பத்தாயிரம் ரூபாயும் தேவைப்படும் என்று பாரதி கணக்கிட்டான். தன் வெளியீட்டுத் திட்டத்தில் பெரும் லாபம் கிடைக்கும் என்று கணக்குப் போட்ட (!) பாரதி, 100 ரூபாய் வீதம் கடன் கொடுக்குமாறு வேண்டுகோள் விடுத்து, 24 விழுக்காடு வட்டியும் கொடுக்க முன்வந்தான். தன் திட்டம் வெற்றி பெறாமல் போவதற்கு வாய்ப்பே இல்லை என்று நம்பிய பாரதி, திட்ட அறிக்கையின் படிகளை அறிந்தவர் அறியாதவர் எனப் பலருக்கும் அனுப்பிவைத்திருக்கிறான். ஈரோட்டு வணிகர் தங்கப்பெருமாள் பிள்ளைக்கும்[30] குத்தி பி. கேசவ பிள்ளைக்கும் இவ்வறிக்கையை[31] அனுப்பியதற்குச் சான்று உள்ளது.

பாரதியின் பெருந்திட்டம் தோல்வியினையே தழுவியது. ஒருவரும் கடனுதவி செய்து திட்டத்தை நிறைவேற்ற முன்வந்ததாகத் தெரியவில்லை. புரவலர் மட்டுமல்ல மக்களும்தான் பாரதியைப் புறக்கணித்துவிட்டனர். பல இதழ்களுக்கு ஆசிரியராக விளங்கிய பாரதி, தன் இதழியல் தொழிலில் முதன்முதலில் உதவியாசிரியராகப் பணியாற்றிய அதே ‘சுதேசமித்திர’னில் மீண்டும் உதவியாசிரியனாகவே வேலைக்கமர்ந்தான். அதன்பின், ஓராண்டிற்குள் இறந்தும் போனான்.

~

பாரதி தன் எழுத்தின்மூலம் ஏன் வாழ முடியாமல் போயிற்று என்பதை அவன் வாழ்ந்த காலனியாதிக்கச் சூழலில் வைத்து ஒருவாறு பகுத்தாய்ந்தோம். புரவலரின் ஆதரவில் தன் வாழ்வைத் தொடங்கிய பாரதி, புரவலரின் பொருண்மை அடிப்படைகள் சிதைந்து வந்த காலகட்டத்தில் அவ்வுலகிலிருந்து வெளியேறினான். ஜனநாயகக் கருத்தியலை அடிப்படையாகக் கொண்ட அரசியல் இயக்கத்தில் தன்னை இணைத்துக்கொண்ட பாரதி, கொள்கை ரீதியாகவும் புரவலரைப் புறமொதுக்கி, மக்களுக்கான இலக்கிய உற்பத்தியில் ஈடுபட்டான். பாரதியைப் போன்ற முழுநேரப் படைப்பாளியை ஆதரிக்கும் வலு காலனியாதிக்கத்தின்கீழ் பிறந்த நடுத்தரவர்க்கத்திற்கு இல்லை. எனவே, பதிப்பகங்களும் எழுத்தாளர்களும் முழுவீச்சுடன் தொழிற்படும் புத்தக/எழுத்துச் சந்தையும் அன்றைய தமிழ்ச் சமூகத்தில் இல்லை. இந்த நிலைமையில், புரவலரை நம்பிப் புலமைத் தொழில் நடத்தும் காலம் மலையேறிவிட்டது என்பதை நன்கு உணர்ந்திருந்தபோதும், பாரதி மீண்டும் எட்டயபுர அரண்மனையை நாடினான். ஜமீன்தார் பாரதியை ஆதரிக்க மறுத்ததற்கு அவனுடைய அரசியல் தொடர்பே காரணம் என்று சொல்லப்படுகிறது. இது உண்மையாகவே இருக்கக்கூடும். ஆனால் அதனினும் அடிப்படைக் காரணம் ஒன்று உண்டு. இருபதாம் நூற்றாண்டின் தொடக்கத்தில் ஜமீன்தாரி அமைப்பு, பணப்பயிர்களின் பெருக்கத்தால் உருவான பணக்கார விவசாயிகளின்முன் ஆட்டம் கண்டு விட்டது. இந்நிலையில் ஜமீன்தார்கள் புரவலர்களாக விளங்க முடியாத சூழல் ஏற்பட்டுவிட்டது. எனவே, எட்டயபுர ஜமீன்தார் விரும்பியிருந்தால்கூடப் பாரதியை ஆதரித்திருக்க முடியுமா என்பது ஐயமே.

எட்டயபுர ஜமீனின் புறக்கணிப்பு ‘பாடுநரும் இலை, பாடுநர்க் கொன்று ஈகுநருமிலை’ என்ற நிலையை ஏற்படுத்தி, பாரதியை மீண்டும் மக்களை நாடவைத்தது. ஆனால் பாரதியின் இலக்கிய வாழ்வும் அரசியல் வாழ்வும் எந்த நடுத்தர வர்க்கத்தைச் சார்ந்திருந்தனவோ அந்த வர்க்கம் தன் இயலாமையைக் கை விரித்துக் காட்டியது. பாரதியின் நூல் வெளியீட்டுத் திட்டம் கருவிலேயே சிதைந்தது. ‘குயில்’, ‘பாஞ்சாலி சபதம்’ (இரண்டாம் பகுதி) முதலான பாரதியின் பெரும் படைப்புகள் அவன் வாழ்நாளில் வெளிவரவே இல்லை. பெருகி வருவதாகக் கருதப்பட்ட நடுத்தர வர்க்க வாசகர் வட்டம் தன்னை ஆதரிக்கும்; அதன் மூலமாகக் கீழைத் தேய மறுமலர்ச்சியின் ஒரு பகுதியாகத் தமிழகமும் உய்வு பெறும் எனப் பாரதி கண்ட நெட்டைக் கனவு கலைந்தது. ‘விழி திறந்து பார்க்கையிலே சூழ்ந்திருக்கும் பண்டைச் சுவடி, எழுதுகோல், பத்திரிகைக் கூட்டம், பழம்பாய் வரிசை யெல்லாம்’தான் கண்முன்னே நின்றன.

சான்றுக் குறிப்புகள்

1. பாரதியின் நூல்கள் வெளியீடு தொடர்பான செய்திகளை ஒருசேர அறிய, சீனி. விசுவநாதன், *பாரதி நூல்கள்: பதிப்பு வரலாறு,* சென்னை, 1990 என்ற நூலைக் காண்க.

2. *பாரதிதாசன் பேசுகிறார்,* சென்னை, 1980, ப. 32.

3. *இந்தியா,* 22 டிசம்பர் 1906; *பாரதி தரிசனம்,* முதல் பாகம், இரண்டாம் பதிப்பு, சென்னை, 1986, பக். 447–48 (பதிப்பாசிரியர் ஸி.எஸ். சுப்பிரமணியம்).

4. பத்தொன்பதாம் நூற்றாண்டுத் தமிழிலக்கிய உலகம் பற்றிய விரிவான, அரிய தகவல்களை மயிலை சீனி. வேங்கடசாமி வழங்கியுள்ளார்: *பத்தொன்பதாம் நூற்றாண்டில் தமிழ் இலக்கியம்,* சென்னை, 1962. மேலும் காண்க, மா. சு. சம்பந்தம், *அச்சும் பதிப்பும்,* சென்னை, 1980.

5. புரவலரை நம்பி நடந்த இலக்கிய உற்பத்தி பற்றி அறிய இன்றும் நமக்கு எளிதில் கிடைக்கும் ஆதாரங்கள் உ.வே. சாமிநாதையர் எழுதிய சுயசரிதைத் தன்மையிலான நூல்களும் கட்டுரைகளும் ஆகும்: *ஸ்ரீ மீனாக்ஷிசுந்தரம் பிள்ளையவர்களின் சரித்திரம்; என் சரித்திரம்; நான் கண்டதும் கேட்டதும்; புதியதும் பழையதும்; நல்லுரைக் கோவை* (4 தொகுப்புகள்); *நினைவு மஞ்சரி* (2 தொகுப்புகள்).

சி.வை. தாமோதரம் பிள்ளை எழுதிய விவாதத் தன்மையும், இலக்கியச் செழுமையும், புலமைப் பெருமிதமும் வாய்ந்த பதிப்புரைகளும் பல செய்திகளை விளக்குகின்றன. இவை *தாமோதரம்* (யாழ்ப்பாணம் 1971) என்ற பெயரில் நூலாக்கமும் பெற்றுள்ளன. அக்காலப் புலவர்களின் வாழ்க்கை வரலாறுகளும் இந்நோக்கில் பயனுடையன.

6. பொன்னுசாமித் தேவர், பாண்டித்துரைத் தேவர் பற்றிய செய்திகளை மு. இராகவையங்கார் (*செந்தமிழ் வளர்த்த தேவர்கள்,* திருச்சி, சென்னை, 1951) தொகுத்துக் கூறியுள்ளார்.

7. அரசாணை எண் 600–601, கல்வித் துறை, நாள் 6 செப்டம்பர் 1905, சென்னை அரசாங்கம்.

8. ஐரோப்பிய புத்தக வெளியீட்டுத் துறை வளர்ந்த முறையை இங்கு அறிந்துகொள்வது பயன்தரும். பிரித்தானிய மார்க்சிய விமர்சகர் ரேமண்டு வில்லியம்ஸ் (*Culture,* London, 1983) நான்கு வளர்ச்சிக் கட்டங்களை இனங்காண்கிறார். முதல் கட்டம் புரவலரை நம்பி நூல் வெளியிடும் முறையாகும்.

இதில் முழுச் செலவினையும் புரவலரே ஏற்றுக்கொள்வார். இதனை நிலவுடைமைச் சமூகத்தின் எச்சமாகக் காணலாம். இரண்டாவது கட்டத்தில் நூலாசிரியனே வெளியீட்டாள னாகவும் விளங்கி, நூல் தயாரிப்பு வேலைகளில் ஈடுபட்டு நூல்களை விநியோகமும் செய்வான். இதனைக் கைவினைக் காலம் (artisanal stage) என்பார் வில்லியம்ஸ். இதற்கடுத்த கட்டத்தில் நூலாசிரியருக்கும் நூல் வாங்குபவருக்கும் இடையே ஓர் இடைத்தரகர் உருப்பெறுகிறார். இவ்விடைத் தரகரே தயாரிப்பு வேலைகளையும் விநியோகப் பொறுப்பை யும் மேற்கொள்கிறார். இந்த இடைத்தரகர்களே பின்னாளில் பதிப்பகம் என்ற நிறுவனத்தை ஏற்படுத்துகிறார்கள். இக்கட்டத்தில் அரையம் (royalty), பதிப்புரிமை முதலான கருத்தாக்கங்கள் முழுமையாக உருவாவதில்லை. கடைசிக் கட்டமான சந்தைப் பொருளாதார அமைப்பிலேதான் அரையம், பதிப்புரிமை என்பன முக்கியத்துவம் பெறு கின்றன. நூலாசிரியரின் படைப்புகள் நூலாக்கம் பெற்று, சரக்குகளாக மாறி, அவற்றுக்கெனத் தனித்த வாழ்வு ஏற்படுகின்றன. எழுத்தாக்கங்கள் படைத்தவரிடமிருந்து அந்நியமாகின்றன. இம்மாற்றங்கள் முதலாளியம் முழு வளர்ச்சி பெற்ற பிறகே ஏற்படுகின்றன. இக்காலகட்டத் தில்தான் எழுத்தாளர்கள் எழுத்தையே தொழிலாகக் கொள்ள முடியும்.

இவ்வளர்ச்சிக் கட்டங்கள் ஒன்றன்பின் ஒன்றாகவும், சீராகவும் வரவேண்டுமென்பதில்லை. கணிசமான அளவுக்கு ஒன்றோடு ஒன்று இணைந்திருக்கவும் கூடும்.

9 John Murdoch, *Classified Catalogue of Tamil Printed Books with Introductory Notices*, Madras, 1865.

10 மறைமலையடிகள், *சிந்தனைக் கட்டுரைகள்*, பல்லாவரம், *1925*, முன்னுரை.

11 Murdoch, முற்கூறிய நூல்.

12 பாரதி பாடல்கள், பாரதியின் பாடல் நூல்களில் இடம் பெறும் முன்னுரைகள், காணிக்கையுரைகள் போன்ற வற்றைப் *பாரதி பாடல்கள்: ஆய்வுப் பதிப்பு* (தமிழ்ப் பல்கலைக்கழகம், தஞ்சாவூர், 1990) நூலில் காணலாம். எனவே, மேற்கோளிட்ட பகுதிகளுக்குச் சுருக்கம் கருதி, சான்றுக் குறிப்புகள் தனியே கொடுக்கப் படவில்லை. பாடல் தலைப்பைக் கொண்டே புத்தகச் சந்தையில் மலிந்து கிடக்கும் 'பாரதியார் கவிதைக'ளிலிருந்து கண்டுபிடித்து விடலாம். திருத்தமான பாடம் வேண்டுவோர் தமிழ்ப்

பல்கலைக்கழகப் பதிப்பையும், சீனி. விசுவநாதன் பதிப்பையும் (சென்னை, 1991) காண்க.

13. 'The Political Evolution in Madras Presidency', ரா.அ. பத்மநாபன் (ப – ர்), *பாரதி புதையல் பெருந்திரட்டு*, சென்னை, 1982, ப. 553.

14. ரா.அ. பத்மநாபன் (ப – ர்), *பாரதியின் கடிதங்கள்*, சென்னை, 1982, ப. 10–11. பாரதி எழுதிய கடிதங்களைத் தொகுத்து வழங்கும் இந்நூல், பாரதி நூல்களின் பதிப்பு வரலாற்றை எழுதுவதற்கு இன்றியமையாதது.

15. பாரதி, 'சின்ன சங்கரன் கதை'. ('பாரதியார் கதைகள்' என்ற பெயரில் வெளிவரும் தொகுப்புகளில் இதனைக் காணலாம்.)

16. 'புதுநெறி காட்டிய புலவன்', *குயில்*, முதல் இதழ், 1948 (*பாரதிதாசன் கவிதைகள்*, இரண்டாம் தொகுப்பில் மறுபதிப்பாகியுள்ளது).

17. *விஜயா*, 5 அக்டோபர் 1909.

18. அரசாணை எண் 424, நீதித் துறை, 18 மார்ச் 1910.

19. ரா.அ. பத்மநாபன் (ப – ர்) *பாரதியின் கடிதங்கள்*, ப. 35.

20. அரசாணை எண் 1588, நீதித் துறை, 11 அக்டோபர் 1911.

21. 'பாரதியார் கட்டுரைகள்' என்ற பெயரில் வெளிவரும் தொகுப்புகளில் இக்கருத்துரைகளைக் காணலாம். 1916ஆம் ஆண்டு 'சுதேசமித்திர'னில் இவை வெளிவந்துள்ளன. 'தமிழ் நாட்டிலே புஸ்தகப் பிரசுரம்' 15 செப்டம்பர் 1916இல் வெளியாகியுள்ளது.

22. ரா.அ. பத்மநாபன், *பாரதி புதையல் பெருந்திரட்டு*, ப. 97 – 8.

23. அரசாணை எண் 13, பொதுத் துறை, 15 ஜனவரி 1919.

24. ரா.அ. பத்மநாபன், *பாரதியின் கடிதங்கள்*, ப. 77 – 9.

25. *மேலது*, ப. 89–90.

26. 'செட்டி மக்கள் குல விளக்கு.'

27. ரா.அ. பத்மநாபன், *பாரதியின் கடிதங்கள்*, ப. 93–4

28. முடியரசன் (ப – ர்), *சீர்திருத்தச் செம்மல் வை.சு. சண்முகனார்*, சென்னை, 1990, ப. 71.

29 இவ்வறிக்கைகளின் முழுவடிவத்திற்குக் காண்க: ரா.அ. பத்மநாபன், *பாரதியின் கடிதங்கள்*, ப. 97–9; 107–113.

30 *மேலது*, ப. 115–6.

31 குத்தி பி. கேசவ பிள்ளையின் கடிதத்தொகுப்பில் இவ்வறிக்கைப் பிரதியொன்று உள்ளது. பாரதி தம் கைப்படப் பெயரெழுதியுள்ளார்.

~~

10

பாரதியும் மொழியின் நவீனமயமாக்கமும்

'தமிழ், பாரதியால் தகுதிபெற்றது' என்று பாரதிதாசன் ஒருமுறை குறிப்பிட்டார். இம் மதிப்பீடு பலரால் பல இடங்களில் மேலோட்டமாக எதிரொலிக்கப்பட்டுள்ளது என்றாலும் இதனை விரிவான ஆய்வுக்கு உட்படுத்த வேண்டியது இன்றியமையாதது. இத்தகைய ஆய்வின் மூலம், இந்நூற்றாண்டில் தமிழ் எப்படி நவீனமாகியது,[1] அதன் பொருண்மை மற்றும் கருத்தியல் அடிப்படைகள் என்ன என்பன போன்றவை துலக்கம்பெறும். இக்கட்டுரை அத்தகைய ஆய்வை நோக்கிச் சில குறிப்புகளை முன்வைக்கிறது. எம்.ஏ. நுஃமானின் 'பாரதியின் மொழிச் சிந்தனைகள்: ஒரு மொழியியல் நோக்கு'[2] என்கிற முக்கியமான, ஆனால் அதிக கவனம் பெறாத நூலை முன்வைத்து விவாதப் போக்கில் இக்கட்டுரை அமைகின்றது.

நுஃமானுடைய நூலின் மையச்சரடு இருபதாம் நூற்றாண்டின் தேவைகளுக்கேற்பத் தமிழ்மொழியை நவீனப்படுத்தியதில் பாரதியின் பங்கு தலையாயது என்பதே. 'மொழி மாற்றம், மொழி வளர்ச்சி என்பன பற்றிய பாரதியின் கருத்துக்கள் அறிவியல் ரீதியானவையாகவும் புரட்சிகரமானவையாகவும் உள்ளன' (ப. vii). இக்கருதுகோளின் அடிப்படையில் பாரதியின் சாதனைகளை நுஃமான் அடையாளம் காட்டுகின்றார். அவற்றைப் பின்வருமாறு தொகுத்துக் கொள்ளலாம்.

தமிழ் மொழியின் தொன்மை, இனிமை, இளமை ஆகியன பற்றிய பாரதியின் கருத்துகள் அவனது சமகாலத்து அறிஞர்களின் பார்வையோடு ஒத்து இருந்தாலும், அவை பழமைவாதத்திற்கு இட்டுச் செல்வதற்கு மாறாக நவீனப்படுத்தலுக்கே வழிசெய்தன. மரபுவழி இலக்கணக் கல்வி நவீன காலத்திற்கு ஏற்புடையதல்ல என்றும் பாரதி கருதினான். மொழிமாற்றம் பற்றிய வரையில் பாரதி இயக்கவியல் நோக்கு, அதாவது காலத்திற்கேற்ற வகையில் மொழி (இலக்கணம், பயன்பாடு முதலானவை) மாறும் என்ற கருத்தைக் கொண்டிருந்தான். அவ்வகையில், இருபதாம் நூற்றாண்டுக்குரிய வகையில் தமிழை எளிமைப்படுத்த பாரதி முயன்றான். சொற்கள், சொற் புணர்ச்சிகள், உருபன் அமைப்பு, வாக்கிய அமைப்புகள் ஆகியவற்றில் எளிமையாக்கத்தைக் கொண்டுவந்தான். இது 'சிந்தனைத் தெளிவோடு, பிரக்ஞை பூர்வமாக'ச் செய்யப்பட்டது. 'பாரதியின் நவீன சிந்தனைகள் அனைத்தும் பரந்துபட்ட பொதுமக்களை மையமாக'க் கொண்டிருந்தமை இதற்குக் காரணம். இதன் விளைவாகப் பேச்சு மொழிக்கும் எழுத்து மொழிக்குமான இடைவெளியினையும் பாரதி உடைக்க முயன்றான். தமிழ்ச் சமூகத்தின் முன்னேற்றத்தோடுதான் தமிழ் மொழியும் வளரும். எனவே அனைத்துத் துறைகளிலும் தமிழைப் பயன்படுத்த வேண்டும். ஆங்கிலம் படித்தவர்கள் தமிழை இழிவாக நினைப்பது மடமை. தமிழே பயிற்று மொழியாக இருக்க வேண்டும். மொழி வளர மொழிபெயர்ப்புகள் இன்றியமையாதவை. கலைச் சொல்லாக்கங்கள் தமிழ் மற்றும் வடமொழி சார்ந்திருக்க வேண்டும். பிறமொழிச் சொற்களை மூலமொழியிலுள்ள ஒலிப்பு மாறாமல் அப்படியே எழுத வேண்டும். இதற்குத் தமிழ் நெடுங்கணக்கு இடம் தராததால் புதிய குறியீடுகளைச் சேர்க்க வேண்டும். இந்தியாவுக்குப் பொது மொழி வேண்டும். அத்தகைய பொதுமொழியாக இந்தி விளங்க வேண்டும் என்று கருதிய பாரதி, பின்னாளில், அரவிந்தரின் தொடர்புக்குப் பிறகு வடமொழியே இதற்குத் தகுதியுடையது என்று கருதினான்.

மொழித் துறையில் பாரதியின் சாதனைகளை இதைவிடச் செறிவாக முன்வைக்க முடியுமா என்பது ஐயமே. நுஃமான் தம் ஆய்வு முடிவுகளைப் பாரதியின் படைப்புகளிலிருந்து தக்கமுறையில் திரட்டி, எவ்வகை மயக்கங்களோ குழப்பங்களோ இல்லாமல் தெளிவாக எழுதிச் செல்கிறார். மேலும், பாரதியின் கருத்துகள் பெரும்பான்மையும் இவருக்கும் உடன்பாடானவையே என்பது அவரது 'மொழி வளர்ச்சி: இலக்கணத் தூய்மையும் மொழித் தூய்மையும்' என்ற கட்டுரையிலிருந்தும் தெளிவாகின்றது.[3] உண்மையில், பாரதியின் மொழிச் சிந்தனைகளை ஆய்வு செய்யப் புகுவோர் நுஃமானின் முடிவுகளைப் புறக்கணிக்க

முடியாது. அவ்வகையில் அவருடைய கருதுகோள்களோடு விவாதமுறையிலேயே இக்கட்டுரையை வரைய வேண்டிய கட்டாயம் உள்ளது.

பாரதியின் சாதனைகளை மதிப்பிடுவதற்கு நுஃமான் நவீனத்துவம்/நவீனப்படுத்துதல் (modernity/modernization) என்ற கருத்தாக்கத்தைக் கையாள்கின்றார். 'மொழியில் நவீனப் படுத்துதல் என்பது எழுத்து மொழியிலே நவீன தேவைகளுக்கு ஏற்ற மாற்றங்களைப் புகுத்துதலைக் குறிக்கும்' (ப. 61) என்று வரையறுத்துக்கொள்ளும் நுஃமான், எழுத்துச் சீர்திருத்தம், தரப்படுத்தல், சொல்லாக்கம், சந்தி பிரித்தல் முதலானவற்றை இது சுட்டும் என்றும் விளக்கம் தருகிறார். இவ்வகையில் 'நவீன'த்தை உயர்வுச் சிறப்பாகப் பல இடங்களில் பயன்படுத்துகிறார் (ப. 9, 17, 22, 54). மேலும், இதனை அறிவியல் ரீதியானது என்றும் பல இடங்களில் குறிப்பிடுகிறார் (முன்னுரை; ப.54). நுஃமான் இந்நவீனத்துவத்தை மொழி சார்ந்ததாக மட்டுமல்லாமல் முழுச் சமூகம் சார்ந்ததாகவும் கருதுகிறார் என்பதும் பெறப்படுகிறது.

எனவே, எல்லாவற்றுக்கும் அளவுகோலாக விளங்கும் 'நவீனத்துவம்' என்பதைக் கட்டுடைத்துப் பார்க்க வேண்டியது முதல் வேலை. நவீனத்துவம் என்பது என்ன, அதன் போக்கு யாது, அதை வரையறுப்பது யார் என்ற கேள்விகள் எழுகின்றன. நுஃமானைப் பொறுத்தவரை காலம் என்ற அருவமான கருத்தாக்கத்தின் தொழிற்பாடாகவே நவீனத்துவம் விளங்கு கின்றது. 'காலத்தின் புதிய தேவைகள்' (ப. 23), 'இருபதாம் நூற்றாண்டின் தேவைகளுக்கேற்ப' எனப் பல இடங்களில் அவர் 'கால'த்தைத் துணைக்கு அழைக்கிறார். மேலும், நுஃமானின் 'காலம்' ஒரே நேர்க்கோட்டில் செல்லக்கூடிய தன்மை உடையதாகவும் தோன்றுகிறது. உலகின் வேறு மொழி களில் நவீனமயமாக்கம் ஏற்பட்டதை ஒப்புமை முறையில் அவர் கூறுவதும் இதையே வற்புறுத்துகின்றது. இதன் உட்கிடை, ஏற்கெனவே வகுக்கப்பட்டுவிட்ட நேர்க்கோட்டுப் பாதையில் பயணிக்காத முயற்சிகளும் போக்குகளும் பழமைவாதமாகவும், ஏற்றுக்கொள்ள முடியாதவையாகவும் தோற்றம் கொள்கின்றன. இதைவிட முக்கியமாக, வரலாற்றுத் தன்மையற்ற வகையில் வரையறுக்கப்பட்ட காலம் என்ற கருத்தாக்கம், குறிப்பிட்ட சூழ்நிலைகளில் குறிப்பிட்ட மனிதர்கள்/சமூகப் பிரிவுகளின் அதிகாரச் செயல்பாடுகள் மாற்றத்தை உண்டாக்குகின்றன என்பதை மூடி மறைத்துவிடுகின்றது.

மேலும், நவீனத்துவம் என்பதோடு இணைத்துப் பேசப்படும் அறிவியல் நோக்கு என்பதையும் கேள்விக்குள்ளாக்க வேண்டி

யுள்ளது. பதினெட்டாம் நூற்றாண்டு அறிவொளி இயக்கத்தின் குழந்தையான அறிவியல் நோக்கு அறிபவனையும் (object) அறிபொருளையும் (subject) தனித்தனியாகப் பிரிக்கின்றது. இதன் மூலமாக அறிவும் உணர்வும் எதிர்ப்பட்ட முரண்களாகக் காணப்படுகின்றன. இதன் மூலமாக, முழுமுற்றான புறநிலை நோக்கு சாத்தியம் என்ற நிலைப்பாடு உருவாகின்றது. இந்த அடிப்படையிலேயே மையநீரோட்ட அறிவுத் துறைகள் (சமூக அறிவியல், வாழ்வியல் துறைகள் உட்பட) யாவும் தொழிற்படுகின்றன. நுஃமான் கொண்டாடும் மொழியியல் என்ற துறையும் இதற்கு விலக்கல்ல. அறிவைக் கட்டமைப்பதில் கருத்தியலின் பங்கு புறக்கணிக்க முடியாதது. நுஃமான் குறிப்பிடும் புறநிலை அறிவு x மனப்பதிவு (ப.25), கர்ணபரம்பரைக் கதை x உண்மை (ப.13) என்ற இருமை எதிர்வுகள் போலியானவை. 'பாரதியின் மொழிப்பற்றும் தமிழ்ப் பெருமித உணர்வும் அறிவியலுக்குப் புறம்பானவை' என்று முடிவுசெய்துவிட்டு, 'எனினும், அவை அவனது சுதேச உணர்வின் வெளிப்பாடுகள்' என்று அமைதி காண்பது மொழியின் முக்கியமானதொரு பரிமாணத்தை நழுவவிடுவதேயாகும். உண்மையில், ஆய்வுக்கு எடுத்துக் கொள்ளவேண்டிய பொருளே இந்தியத் தேசியம் பாரதியின் மொழிச் சிந்தனைகளுக்கு எப்படி ஒரு சட்டகமாக விளங்கியது என்பதுதான். இதைப் புறக்கணிப்பது மொழியைப் பயன்பாட்டு நோக்கில் பார்க்கும் காரியவாதத்திற்கே இட்டுச் செல்லும்; மொழியின் சமூகக் கூறுகள் மறைக்கப்படும்.

வறட்டு மார்க்சியத்திற்கு எதிராகத் திறம்படப் பல விமரிசனங்களைச் செய்துள்ள நுஃமான், பிரதிபலிப்புக் கோட்பாட்டுக்குத் தம்மை அறியாமலே இரையாகிவிட்டிருக்கிறார் என்றே கொள்ள வேண்டியிருக்கிறது. உற்பத்திச் சாதனங்களும் உற்பத்தி உறவுகளும் மட்டுமே பொருண்மை அடிப்படை; கலை, மொழி, இலக்கியம் முதலானவை மேற்கட்டுமானத்தின் பகுதி; பொருண்மை மாற்றங்கள் மேற்கட்டுமானத்தில் பிரதிபலிக்கப்படுகின்றன என்ற கோட்பாடு ஏற்புடையதாக இல்லை. மாறாக, பொருண்மை அடிப்படையே பண்பாட்டு வடிவங்களால் அமைக்கப்பட்டதுதான். காட்டாக, ஆண்டான் – அடிமை என்பது உற்பத்தி உறவு மட்டுமல்ல, பண்பாட்டு உறவும்தான்; ஒன்றில்லாமல் மற்றொன்றில்லை. அவ்வகையில் பொருண்மை மாற்றங்கள் மொழியிலும், மொழியினூடாகவும் நடைபெறுகின்றன. மேலும், பல பொருண்மைப் போராட்டங்களில் மொழி அடையாளங்கள், மொழிச் சொல்லாடல்கள் முக்கியப் பங்கு வகிக்கின்றன. நுஃமான் முன்னெடுக்கும் அறிவியல் சார்ந்த மொழியியல் இவற்றைப் புறக்கணித்து விடுகின்றது.

இதற்கு மாறாக, மொழிச் சிந்தனைகள், மொழி வளர்ச்சி, மொழி மாற்றம் ஆகியவற்றைப் புரிந்துகொள்வதற்கு 'அகவயமான' வற்றையும் கருத்தில் கொள்ள வேண்டும். இத்தகைய அகவயமான நோக்கு, கருத்தியல் சார்புகள் பாரதியிடமும் செயல்பட்டுள்ளன. அவற்றை இனங்கண்டு ஆய்வுக்கு உட்படுத்துவதன் மூலம் பாரதியை மட்டுமல்லாது அவனது சமகாலப் பண்பாட்டு அரசியலையும் புரிந்துகொள்ள முடியும். அவ்வகையில் கீழ்க்காணும் குறிப்புகள் பாரதியைப் பற்றியதொரு திறனாய்வு நோக்கு என்பதினும் இருபதாம் நூற்றாண்டின் தொடக்கத்தில் நவீனத்துவம் பற்றிய ஒரு குறிப்பிட்ட அணுகுமுறையைப் பற்றிய விமரிசனமாக விரியும். இவ்வணுகுமுறை இந்தியத் தேசிய இயக்கத்தோடு இணைந்ததொரு போக்கு என்பதால் அதனைப் பற்றிய விமரிசனக் கருத்துரையாகவும் அமையக்கூடும்.

முதலில், பாரதியின் மொழிப் பற்றையும், மொழி சார்ந்த பெருமித உணர்வையும் அறிவியலுக்குப் புறம்பானதாக நுஃமான் காண்கிறாரெனினும், அவற்றைச் 'சுதேச உணர்வின் வெளிப்பாடுகள்' என்றும் 'ஏகாதிபத்திய எதிர்ப்புக்குப் பலமான ஆயுதங்கள்' என்றும் (ப. 7) அமைதி காண்கின்றார். இச்சட்டகத்தில் தேசியம் என்பதற்கும் அதன் அடிப்படை என்று கருதப் படும் ஏகாதிபத்திய எதிர்ப்புக்கும் உயர்ந்ததோர் இடம் வழங்கப்படுகின்றது. இதன் பொருள், தேசியத்திற்காக அறிவியல் நோக்கை அல்லது கறாரான மொழியியல் பார்வையைச் சிறிது விட்டுக்கொடுக்கலாம் என்பதே. ஆனால், இந்தச் சலுகை இந்தியத் தேசியத்திற்கு மாறான அரசியல் நிலைப்பாடுகளுக்கு—அதாவது மொழி, இனம், சாதிய எதிர்ப்பு முதலானவற்றின் அடிப்படையில் நிகழ்ந்த அரசியல் இயக்கங்களுக்கு வழங்கப்படுவதில்லை. மாறாக, 'மொழி வளர்ச்சி பற்றிய சில பாதகமான கொள்கைகள்' (ப. 4) என்றும், 'பழமைவாதம்' (ப. 9) என்றும் இவை பழிக்கப்படுகின்றன. மறைமலையடிகள் 'எவ்வித ஆழ்ந்த அறிவு இன்றி வெறும் உணர்ச்சி நிலைநின்று' மொழியைப் பார்த்ததாகக் கடியப்படுகிறார்.[4]

அடுத்து, மொழி மாற்றம் பற்றியவரையில் பாரதி எளிமை யாக்கத்தை[5] விரும்பினார் என்பதும், பேச்சு மொழிக்கும் எழுத்து மொழிக்கும் இடையே வேறுபாடு இல்லாமல் செய்ய வேண்டும் என்றதும்: மொழியினை நவீனமயமாக்குவது என்பதன் மையக்கூறுகள் இவை. எளிமையாக்கத்துக்கு முதன்மையாகப் பாரதி கருதியது 'கூடியவரை பேசுவது போலவே எழுதுவதுதான்'.[6] இக்கூற்றைச் சமூகவியல் நோக்கில் ஆராயாமல், 'மொழி அமைப்பு ரீதியாக பாரதி உண்மையில் எதைக் கருதினான்' என்பதையே நுஃமான் கண்டறிய முற்படுகிறார். இதன் விளைவாக, 'எல்லாக் கிளைமொழிகளுக்கும் உரிய பொதுவான அம்சங்களை

உள்வாங்கிக்கொண்டு, பேச்சு மொழியின் ஆட்சி மிகுந்த கூறுகளை எழுத்தில் கலந்து பெரிதும் பேச்சு மொழியை ஒட்டிய ஒரு எழுத்து நடையை உருவாக்குவதையே அது குறிக்கின்றது' (ப. 33) என நுஃமான் முடிவுகட்டுகிறார். இதன் தொடர்பில் இடம், சமூகம் ஆகியவற்றை மேம்போக்காக நுஃமான் குறிப்பிடுகிறார் என்றாலும் கிளை மொழி என்பதை அவர் தெளிவாக வரையறுத்துக்கொள்ள வில்லை. மேலும், பேசுவது போல் எழுதுதல் என்னும்போது, யார் பேசுவது போல் என்ற கேள்வியைச் சாதி, வர்க்கம், சமயம், பாலினம் ஆகியவற்றின் அடிப்படையில் எழுப்பிக் கொள்ளவில்லை. அவ்வாறு எழுப்பிக்கொண்டால் பாரதி பிரதிநிதித்துவப்படுத்திய நவீனத்துவத்தின் தன்மை தெளிவு படக்கூடும்.

முதலில், வர்க்க நோக்கில் பேச்சுமொழியைப் பரிசீலித் தோம் என்றால், பாரதி உழைக்கும் வர்க்கத்தினரின் மொழியைப் பற்றி என்ன கருதினான் என்ற கேள்வி எழும். தன் காலத்து இதழாசிரியர்களின் மொழியறிவைப் பற்றிக் குறிப்பிடுகையில், அவர்களது 'தகுதியை நோக்கிப் பஞ்சாலைகளில் வேலைக்'கனுப்ப வேண்டும் என்று பாரதி கூறியதை இங்கு நினைவில் கொள்ள வேண்டும்.[7] அடித்தள மக்களின் பண்பாட்டையும் மொழியினையும் கீழாக நினைக்கும் மேல்வர்க்கப் பார்வை இங்கு வெளிப்படுகின்றது.[8] எனவே, பாரதி குறிக்கும் பேச்சு மொழி பாட்டாளிகள்–கீழ்வர்க்கத்தினரின் பேச்சுமொழி இல்லை என்பது தெளிவு. படித்த, மேல்வர்க்கத்தினரின் 'நாகரிக' மொழியே பாரதி தன் மனத்தில் கொண்டிருந்தான் எனக் கருதலாம்.

பாரதி முக்கிய அங்கம் வகித்த இந்தியத் தேசியம் பெரிதும் இந்து சமயம் சார்ந்ததாக இருந்தது என்பதும் இன்று பெரிதும் நிறுவப்பட்டு விட்டது. பாரதியின் சொல்லாடலில் இந்து சமயக் கூறுகள் மேலோங்கி இருந்தன என்பதும் உண்மை. சுதேசி இயக்கக் காலத்தில் (1905–1911) அவன் எழுதிய தேசியப் பாடல்கள் இதற்குச் சான்று. அவ்வகையில் அவனது சொல்லாடல் பிற சமயங்களைப் புறக்கணித்தது என்றும் கூறலாம்.

சாதியைப் பொறுத்தமட்டில், பாரதி கூறும் பேச்சுத் தமிழ் பிற்பட்ட, தலித் சாதிகளின் பேச்சு மொழியைக் குறிப்பிடுகின்றதா என்ற கேள்வியே எழ முடியாத வகையில் அவனுடைய மொழி பெரிதும் பார்ப்பனச் சொல்லாடலையே கையாள்கின்றது. நடைமுறையில் இல்லாத வடமொழிச் சொற்கள் அவற்றின் மூல வடிவிலேயே பாரதியிடம் பயிலக் காணலாம். மேலும், அத்தகையதொரு மொழியினையே அளவுகோலாகவும் பாரதி பார்த்திருக்கிறான். காட்டாக, 'கோகலே' என்ற பெயரை எப்படி

உச்சரிக்க வேண்டும் என்று கூறவந்த பாரதி "பிராமணர் 'கோபுரம்' என்று சொல்லும் போது 'கோ'வை எப்படிச் சொல்லுகிறார்களோ அதுபோல 'கோகலே'யின் முதலெழுத்தையும் சொல்ல வேண்டும்" என்கிறான்.[9] இங்குப் பார்ப்பனர் பேசும் மொழி, ஒலிப்பு முறை முதலானவையே மொழிக்கு அளவுகோலாகின்றன.

மொத்தத்தில், தேசிய இயக்கமும் பாரதியும் முன்வைத்த மொழி எளிமையாக்கம் மற்றும் தரப்படுத்துதல் பெரும் பான்மையும் கீழ் வர்க்கத்தினரையும் கீழ்ச்சாதியினரையும் இந்து சமயம் சாராதவர்களையும் விலக்கியனவாக இருந்தன என்றே கொள்ள வேண்டி இருக்கின்றது. மொழியியல் நோக்கு என்ற போர்வையில் இதனைக் காணாமல் தப்பித்துக்கொள்ள முடியாது.

இதோடு தொடர்புடையதே வ.உ.சி.க்கும் பாரதிக்கு மிடையே தமிழ் எழுத்துச் சீர்திருத்தம் பற்றி நடந்த விவாதம்.[10] பிறமொழிச் சொற்களை அவற்றின் மூல வடிவிலேயே எழுது வதற்கு வசதியாகத் தமிழ் நெடுங்கணக்கில் சில மாற்றங்களைச் செய்ய பாரதி விழைந்தான். இதனை எதிர்த்த வ.உ.சி., 'இதுகாறும் தமிழ்ப் பாஷை எழுத்துக்களில் குறையுளது அல்லது தமிழ்ப் பாஷையில் குறையுளது என்று கூறியவர்களில் ஒருவரும் ...சமஸ்கிருத சம்பந்தமில்லாதவராகவாவது சமஸ்கிருத பாஷையில் மேற்சொல்லிய திருத்தங்களையோ வேறு திருத்தங்களையோ செய்ய வேண்டுமென்று கூறியவராகவாவது காணப்பட வில்லை...'[11] என்று மொழியில் செயல்படும் அரசியலையும் பண்பாட்டு மேலாண்மைக்கான போராட்டத்தையும் பிட்டு வைத்தார்.

ஆனால், நுஃமான் கைக்கொண்டுள்ள சட்டகத்திற்கு இத்தகைய பண்பாட்டு அரசியலைக் கணக்கிலெடுத்துக் கொள்ளும் ஆற்றலில்லை. எனவே, எடுத்துக்கொண்ட விவாதப் பொருளுக்குத் தொடர்பற்ற முறையில், தமிழுக்கு அதிகம் தொண்டாற்றியவர் யார்–பாரதியா, வ.உ.சி.யா என்ற கேள்வியை எழுப்பி, 'அவ்வகையில் வ.உ.சி. பாரதிக்கு அண்மையிலும் நிற்கக் கூடியவரல்ல' (ப.47) என்று தம் தீர்ப்பைக் கூறுகின்றார்.

உண்மையில், வ.உ.சி. எழுப்பிய கேள்வியே சென்ற ஒரு நூற்றாண்டுத் தமிழகப் பண்பாட்டு வரலாற்றின் ஒரு மையக் கூறினை அடிமடியில் நேராகக் கைவைப்பது போல் வெளிப் படையாக எதிர்கொள்கிறது. மொழிச் சீர்திருத்தம் என்பது வெறும் வசதி கருதிச் செய்யப்படும் மாற்றமாக இருக்க முடியாது. மொழி என்பது (குறிப்பாக நம் அரசியல்/சமூகச் சூழலில்)

பெரும்பான்மையான மக்கள் தொகையின் அடையாளத்தோடு பிணைந்தது. இப்பின்னணியில், ஒரு பிரிவினர் – அதாவது, வடமொழிச் சார்புடையவர்கள் – தமிழ் மொழியின் அமைதி/மரபு என்று கருதப்படும் அடிப்படையில் மாற்றங்களைச் செய்ய முயன்றபோது, அத்தகைய முயற்சிகளை மற்ற பிரிவினர் தம் அடையாளத்திற்கும் இருப்புக்கும் எதிரானவையாகக் கருதியது இயல்பே. மேலும், தம் அடையாளத்திற்கு எதிரான அறைகூவல்களின் பின்னணியில் இருப்போர் யார், அவர்களுடைய கருத்தியல் சார்பு என்ன என்பனவற்றையும் கேள்விக்குள்ளாக்கவே செய்வர். வ.உ.சி. எழுதிய மறுப்புரையின் உள்ளீடு இதுதான். நவீனமயமாக்கம் என்பது கருத்தியலுக்கு அப்பாற்பட்டது எனக் கருதும் ஆய்வுப் போக்குகள் மொழியில் செயல்படும் அரசியலையும் அதிகாரத்தையும் ஓரங்கட்டி விடுகின்றன.

நுஃமான் கருதுவது போல் மறைமலையடிகள், வ.உ.சி. முதலானோர் முன்வைக்கும் கருத்துப்போக்கு நவீனமயமாக்கத்திற்கு எதிரானதல்ல (*counter-modernization*). மாறாக, ஒரு குறிப்பிட்ட கருத்தியல் சார்பு கொண்ட நவீனமயமாக்கத்தைத் தான் அவர்கள் எதிர்த்தார்கள். நவீனமயமாக்கம் எப்படி நிகழ வேண்டும் என்பது பற்றிய ஒன்றுக்கு மேற்பட்ட கருத்துப் போக்குகளின் மோதலாகச் சென்ற ஒரு நூற்றாண்டுக் காலத் தமிழ்மொழி வரலாற்றை அணுகுவது புதிய உள்ளொளிகளை வழங்கக்கூடும்.

அவ்வகையில், வ.உ.சி. எழுப்பும் வினாக்கள், நுஃமானின் கருதுகோளை மறுத்து, அவர் தொகுத்திருக்கும் சான்றுகளிடமிருந்து முற்றிலும் வேறான முடிவுகளைத் தருகின்றன. பார்ப்பனர் மற்றும் பார்ப்பனரல்லாதார் தமிழைப் பற்றி ஒரேயொரு இடத்தில் மட்டும் குறிப்பிடும் நுஃமான், பாரதியிடம் பார்ப்பனத் தமிழின் செல்வாக்கு இருப்பது 'இயல்பானதே' (ப.43) என்று கூறிச் செல்கிறாரேயன்றி, அதன் பாதிப்புகளை அவனுடைய மொழிச் சிந்தனைகளில் காண மறுக்கிறார்.

ஆங்கிலம் படித்த உயர்வர்க்கத்தினரிடையே தமிழ் பற்றி இருந்த தாழ்வான எண்ணத்தைப் பற்றியும், தமிழ் மொழியில் ஆங்கிலத்தின் ஆதிக்கம் பற்றியும் பாரதி குறிப்பிடுவனவற்றைப் பல இடங்களில் உடன்பாடாக நுஃமான் எடுத்துக்காட்டுகிறார் (ப. 37, 40). ஆனால் ஓரிடத்திலும் தமிழ் மொழியின்மீது வடமொழியின் ஆதிக்கத்தையோ, மணிப்பிரவாள நடையினையோ, தமிழ்ச் சொற்களை வடமொழிப் பற்றாளர்கள் சிதைத்ததையோ, தமிழ் 'நீச பாஷை' என்று பழிக்கப்பட்டதையோ பாரதி எங்கும் குறிப்பிடவில்லை என்பதை நுஃமான் கண்டுகொண்டதாகத் தெரியவில்லை.

இதைப் போலவே, 'புஸ்தக ரூபமாகவும், பத்திரிகைகளில் லிகிதங்களாகவும்... எழுதுகிற கதை, காவியம், விளையாட்டு வார்த்தை, வினை வார்த்தை, சாஸ்திர விசாரணை, ராஜ்ய நீதி எல்லாவற்றையும் தமிழில் எழுத வேண்டும்'[12] என்றும், 'பூலோக சாஸ்திரம், உலக சாஸ்திரம், ரஸாயனம், வான சாஸ்திரம், கணிதம் என்பனவற்றையும் சுதேச பாஷைகளிலேயே கற்றறிந்து கொள்வதற்குரிய ஏற்பாடுகள் செய்யப்பட வேண்டும்'[13] என்றும் விரும்பிய பாரதி, சமயத் துறையிலும் வழிபாட்டுத் தலத்திலும் வடமொழி கோலோச்சியதைப் பற்றி ஏன் ஒன்றும் சொல்லவில்லை என்ற கேள்வியை எழுப்ப வேண்டும். அதே போல், 'ஐரோப்பிய ஸங்கேதங்களையெல்லாம் எளிய ஸம்ஸ்கிருத பதங்களில் போட்டு,... அந்தச் சொற்களை வேண்டியவரை, இயன்றவரை தேச பாஷைகள் எல்லாவற்றிலும் ஏககாலத்தில் கைக்கொண்டு வழங்கலாம்'[14] என்று பாரதி அறிவுறுத்தியதையும் கருத்தில் கொள்ள வேண்டும்.

மேலும், பண்டிதத் தமிழைக் கேலி செய்த பாரதி, சமஸ் கிருதத்தின் பிறப்பியல்புகளான பண்டிதத்தனம், மேட்டிமைத் தனம், இறுக்கம் முதலானவற்றைக் கண்டிக்கவில்லை.[15] மாறாக, பஞ்சதந்திரத்தைப் பற்றிக் குறிப்பிடுகையில் 'வடமொழியில் மிகமிக எளிய, மிக ஸரளமான, மிகத் தெளிந்த, ஸாமான்ய நடையில் அமைந்திருக்கிறது'[16] என்று பாரதி விதந்தோதுவதை யும் கேள்விக்குள்ளாக்க வேண்டும். எளிமை என்பதும், சரளம் என்பதும், தெளிவு என்பதும், சாமான்யம் என்பதும் மொழியின் உள்ளார்ந்த தன்மைகளா? இதற்கு மொழியியல் அடிப்படை உண்டா என்பது ஒருபுறமிருக்க, உண்மையிலேயே சமஸ்கிருதத்தின் இயல்புகள் இவையென்று ஒப்புக்கு வைத்துக்கொண்டாலும் அம்மொழியைக் கற்கும் வாய்ப்பு சமூகத்தின் எந்தப் பிரிவுகளுக்கு இருந்தது? பெரும்பான்மையினர் – பிற்பட்ட சாதிகள், தலித்துகள், பெண்கள் – விலக்கிவைக்கப்பட்டிருந்த மொழியின் உயர்வுகள் என்னவாக இருந்தால்தான் என்ன?

மொத்தத்தில், மொழியின் நவீனமயமாக்கம் பற்றிப் புரிந்துகொள்வதற்கு மொழியியல் மட்டும் போதாது. மொழியை மேற்கட்டுமானத்தின் ஒரு பகுதியாக மட்டுமே காண்பது சமூக மாற்றத்தில் மொழியும் மொழி அடையாளமும் ஆற்றும் பங்கையும், பண்பாட்டு/அரசியல் மோதல்கள் எப்படி மொழிக்களத்திலும் மொழியினூடாகவும் நிகழ்கின்றன, இதன் விளைவாகவும் மொழி மாற்றமும் வளர்ச்சியும் எப்படி ஏற்படுகின்றன என்பன போன்றவற்றைத் தெளிவுபடுத்திக்கொள்வதற்கு உதவாது. இதனாலேயே தமிழியக்கமும் திராவிட இயக்கமும் தமிழை முன்பு எப்போதையும்விட அதிக ஜனநாயகத்தன்மையும்,

மதச்சார்பற்றதன்மையும் கொண்டதொரு மொழியாக மாற்றியதைப் பற்றி ஒரு வரிகூடக் குறிப்பிடாமல், 'மோஹம்' என்றும் 'காம்பீர்யம்' என்றும் 'வ்யவஹாரம்' என்றும் 'தமிழை' எழுதிய இந்துமதவாதியான வ.வே.சு. ஐயரை மறுமலர்ச்சியாளர் என்று நுஃமானால் குறிப்பிட முடிகின்றது.

மொழி என்பது அதிகாரச் செயல்பாடான அரசியலோடு நெருங்கிய தொடர்புடையது. இதற்குப் பாரதி மட்டுமன்றி, நுஃமானும் நானும்கூட விலக்கல்லர்.

சான்றுக் குறிப்புகள்

1 இத்தொடர்பில் கவனத்தில் கொள்ளவேண்டிய கட்டுரை, அ. மார்க்ஸ், 'தமிழ் நவீனமான கதை', *நிறப்பிரிகை* இலக்கிய இணைப்பு 2.

2 யாழ்ப்பாணப் பல்கலைக்கழகக் கலைப்பீட வெளியீடு, 1984. கட்டுரைக்கிடையே அடைப்புக் குறிகளுக்குள் தரப்படும் பக்க எண்கள் இந்நூலினைக் குறிக்கும்.

3 எம்.ஏ.நுஃமான் (பதிப்பாசிரியர்), *தொடர்பாடல் மொழி நவீனத்துவம்*, கொழும்பு, 1993.

4 *மேலது*, ப. 21.

5 மொழியின் எளிமையாக்கம் என்பதன் தொடர்பில், 'ஓரிரண்டு வருஷத்து நூற்பழக்கமுள்ள தமிழ் மக்களெல்லோருக்கும் நன்கு பொருள் விளங்கும்படி' எழுத வேண்டும் என்ற 'பாஞ்சாலி சபத'க் காணிக்கையுரையில் பயின்றுவரும் வரிகள் பலமுறை பலரால் மேற்கோள் காட்டப்பட்டுள்ளன. நவீனத்துவத்தின் தலையாய பிரதிநிதியாகப் பாரதியை இனங்காண்பவர்களுக்கு மிகவும் பிடித்த மேற்கோள் இது. காட்டாகப் பேராசிரியர் கைலாசபதி இதனை மனோன்மணியம் ஆசிரியரின் குறிக்கோளாடு ('கல்வி கேள்வியால் நிறைந்த இத்தலைமுறை சிரேஷ்டர் அங்கீகரித்து எனது இச்சிறு முயற்சியும் தமிழ் மாதாவுக்கு அற்புதமாகும்படி அருள் புரியாதொழியார் என நம்பிப் பிரகடனஞ் செய்யப்படுகிறது.') ஒப்பிட்டுச் சுந்தரம் பிள்ளையைக் காய்கிறார் (*பாரதி ஆய்வுகள்*, சென்னை, 1987, ப.70–1). ஆனால், சுந்தரம் பிள்ளை மறைந்த பதினைந்து ஆண்டுகளுக்குப் பிறகும்கூட, 'இக்காவிய முறை நவீனமானது. இஃது தமிழறிந்த நூலோர்கள் அங்கீகரிக்கத்தக்கதுதானா என்று பார்த்திடும்பொருட்டுச் சிறிய நூலொன்றை முதலில் எழுதினேன். இதனைப்

பதம்பார்த்து மேலோர் நன்றென்பாராயின் இவ்வழியிலே வேறு பல வெளியாக்குவேன்' என்று தன் சுயசரிதையின் முன்னுரையில் பாரதி மேலோரைத் துணைக்கழைப்பதைக் கைலாசபதி மறந்துவிடுகிறார்.

மேலும், எளிமை என்பதும் அகவயமானதே. நுஃமான் கருதுவது போல் பாரதியின் எழுத்து எளிமையானது என்று புறநிலையாக நிறுவிவிட முடியுமா என்பது ஐயமே. காட்டாக, நுஃமான் எளிமைக்கு உதாரணமாகக் காட்டும் பாட்டையே எடுத்துக்கொள்வோமே.

அச்ச மில்லை, அமுங்குத லில்லை
நடுங்குத லில்லை, நாணுத லில்லை
பாவ மில்லை, பதுங்குத லில்லை
ஏது நேரினு மிடர்ப்பட மாட்டோம்
அண்டஞ் சிதறினா லஞ்ச மாட்டோம்
கடல் பொங்கி எழுந்தாற் கலங்க மாட்டோம்
யார்க்கு மஞ்சோம், எதற்கு மஞ்சோம்
எங்கு மஞ்சோம், எப்பொழுது மஞ்சோம்.

சொற்கள், உருபன் அமைப்பு, வாக்கிய அமைப்பு எல்லாம் எளிமையாக உள்ளன என்று சுட்டும் நுஃமான் இப்பாடலின் புணர்ச்சி முறைகளைப் பற்றி ஒன்றும் கூறவில்லை.

அது போலவே, 'சங்க இலக்கியத்தை விசேடப் பயிற்சி இல்லாமல் அல்லது வேறு ஒருவரின் துணையில்லாமல் இன்றைய தமிழர்களால் புரிந்துகொள்ள முடியாது' (ப.15) என்று கூறும் நுஃமான் 'குயில்' பாட்டை வைத்து இதே சோதனையைச் செய்து பார்க்கலாம்! இலக்கியம் என்பது மொழியை, எழுத்தறிவை மட்டும் சார்ந்ததல்ல. அது பயிற்சியைச் சார்ந்தது. அப்பயிற்சி சமூகமயமாக்கத்தின் ஒரு கூறாக அமைவது. நடைமுறைப் பயன்பாட்டு மொழியை மட்டும் அறிந்தவரிடம் இலக்கியப் படைப்பைப் படித்துக் காட்டி அதன் எளிமை/புரியும்தன்மை முதலானவற்றை எடைபோடுவது போன்ற அனுபவவாதப் பிழை வேறு இருக்க முடியாது.

மேலும், பாரதியின் இலக்கண நெகிழ்வுகளுக்கு ஆதாரமாக நுஃமான் காட்டும் சான்றுகள் பெரும் பாலும் பத்திரிகைகளில் வந்தவை. அவசர கோலத்தில் எழுதப்பட்டு, வளர்ச்சியுறாத தொழில்நுட்பத்தோடு, தாறுமாறாக அச்சிடப்பட்டவற்றை வைத்து இலக்கணம் பற்றிய மதிப்பீடுகளைச் செய்ய முடியாது. அமைதியாக, ஓர்மையோடு எழுதப்பட்டு, ஆசிரியராலேயே மெய்ப்புப்

பார்க்கப்பட்ட படைப்புகளைக் கொண்டு முடிவெடுப்பதே பொருத்தமானது. உதாரணமாக, பாரதியின் பகவத் கீதை மொழிபெயர்ப்பை எடுத்துக்கொள்வோம். அதன் முன்னுரையில் பாரதி பயன்படுத்தும் அஃது, இஃதுகள்தாம் எத்தனை. ஒருமை பன்மையில் காட்டப்படும் அக்கறைதான் எவ்வளவு. 'இதுவெல்லாம்' என்றெழுதாமல், 'இவையெல்லாம்' என்றுதானே பாரதி எழுதுகிறான்.

6 பாரதி, *கட்டுரைகள்: கலைகள்*, சென்னை (பாரதி பிரசுராலயப் பதிப்பு, ஆண்டு குறிப்பிடப்படவில்லை), ப. 83–4.

7 ரா.அ. பத்மநாபன் (ப–ர்), *பாரதி புதையல் பெருந்திரட்டு*, சென்னை, 1982, ப. 279.

பாரதி தன் பாடல்களில் காவடிச் சிந்து, நொண்டிச் சிந்து முதலான அடித்தள மக்கள் கலை வடிவங்களைக் கையாண்டிருக்கிறான். தேசிய இயக்கத்திற்கு மக்களைத் திரட்டுவதற்காக இவற்றைக் கைவயப்படுத்தி (appropriation) இருக்கிறான் என்று இதனை விளக்கலாம்.

'ஏற்றநீர் பாட்டு, நெல்லிடிக்கும் கொற்றொடியார் கொஞ்சுமொலி, சுண்ணமிடிப்பாரின் சுவைமிகுந்த பண்கள்' முதலானவற்றில் பாரதி நெஞ்சு பறிகொடுத்ததை ('குயில்') நவீனமயமாக்கத்தால் இழந்துவரும் பாரம்பரியத்தைப் பற்றிய ஏக்கமாகவும், அது வழங்கிய விந்தையனுபவமாகவும் (exotic) புரிந்துகொள்ளப்பட வேண்டும். மேலோர் கலையும் அடித்தள மக்கள் பண்பாடும் இணையானவை என்று இதற்குப் பொருள்கொள்ள முடியாது. மேற்கு ஐரோப்பாவில் நாட்டார் வழக்காற்றியல் என்ற துறை இவ்வாறு இழந்து வருவனவற்றை மீட்க வேண்டும் என்ற வேட்கையோடு முகிழ்த்தது; பின்னர் தேசியத்தோடும் பிணைந்தது. காண்க: *Peter Burke, Popular Culture in Early Modern Europe, London, 1979.*

8 இது போன்றதொரு நடுத்தர வர்க்கப் பார்வையைக் 'கண்ணன் – என் சேவகன்' என்ற பாடலிலும் காணலாம்.

9 *ஞானபாநு*, ஜூலை 1915.

10 *ஞானபாநு*வில் நடந்த இவ்விவாதத்தின் முழு வடிவத்தை ஆ.இரா. வேங்கடாசலபதி (ப–ர்), *வ.உ.சி.யும் பாரதியும்*, சென்னை, 1994 என்ற நூலில் காண்க.

11 *ஞானபாநு*, செப்டம்பர் 1915.

12 பாரதி, *கட்டுரைகள்: கலைகள்*, சென்னை, ப. 100.

13 இளசை மணியன் (தொ – ர்), *பாரதி தரிசனம் I*, சென்னை, 1975, ப. 218.

14 பாரதி, *கட்டுரைகள் : கலைகள்*, சென்னை, ப. 110.

15 வடமொழி பற்றிய சமூகவியல் நோக்கிலான விமரிசனத்திற்குக் காண்க: D. D. Kosambi, *An Introduction to the Study of Indian History*, Bombay, 1957.

16 பெ.தூரன் (ப – ர்), *பாரதி தமிழ்*, சென்னை, 1953, ப. 283.

சில துணை நூல்கள்

Raymond Williams, Keywords, London, 1988.

Tony Crowley, Standard English and the Politics of Language, Urbana & Chicago, 1989.

Partha Chatterjee, Nationalist Thought and the Colonial World, Delhi, 1986.

~~

11

‘விஜயா’
பாரதி ஆசிரியனாக விளங்கிய ஒரே நாளிதழ்

‘சுதேசமித்திரன்’ நாளிதழில் உதவி ஆசிரியராகத் தன் இதழியல் பணியைத் தொடங்கிய பாரதி அதே நாளிதழில் மீண்டும் உதவி ஆசிரியராக இருந்தபொழுதுதான் இறந்துபோனான். 1904இல் தொடங்கி 1921இல் முடிவுற்ற அவனது எழுத்து வாழ்க்கையின் இடையில் ஓர் எட்டு மாதக் காலம் ‘விஜயா’ என்ற நாளிதழுக்கு ஆசிரியராக விளங்கியிருக்கிறான். பாரதியின் பத்திரிகைப் பணி என்றதுமே ‘இந்தியா’ வார இதழும், ஓரளவுக்குச் ‘சுதேசமித்திர’னும் நினைவுக்கு வரும். ‘விஜயா’ அவ்வளவாக அறிமுகமாகாத இதழ். பாரதியின் மனைவி செல்லம்மா எழுதிய ‘பாரதியார் சரித்திர’த்திலும், வ.ரா.வின் ‘மகாகவி பாரதியா’ரிலும்கூடக் குறிப்பிடப்படாத இதழ் இது. இதற்குக் காரணம் உண்டு. பொதுவாக, வார இதழ்களும் மாத இதழ்களும் காலத்திற்கு இரையாகாமல் ஓரளவு தப்புவதுபோல் நாளேடுகள் தப்புவது அரிது. பெரிதும் அவ்வப் பத்திரிகை அலுவலகக் கோப்பில் மட்டுமே அவை பாதுகாக்கப்படும். ‘இந்தியா’வின் அறுபதுக்கும் மேற்பட்ட இதழ்கள் கிடைக்கப் பெறாவிட்டாலும்கூட ஏறத்தாழ நூற்றிருபது இதழ்கள் கிடைத்துள்ளன. ‘விஜயா’வின் நிலையோ வேறு.

‘இந்தியா’வில் வெளியான ‘விஜயா’ பற்றிய விளம்பரங்கள் தவிர, ‘விஜயா’விலிருந்து மூன்று நறுக்குகளே கிடைத்துள்ளன; ஓர் இதழ்கூட முழுமையாகக் கிடைக்கவில்லை. முதல் நறுக்கு, ரா.அ.பத்மநாபன், புதுச்சேரி பேராசிரியர் சுப்பிரமணிய ஐயரிடமிருந்து (பாரதியால் ‘பிரம்மராய ஐயர்’ என்று குறிப்பிடப்பட்டவர்) பெற்ற ‘எதிர்க்கிறாயா? துணை செய்கிறாயா?’ என்ற புகழ்பெற்ற தலையங்கம்.[1] இரண்டாம் நறுக்கு, ‘சித்திரபாரதி’யில் இடம்பெற்றிருக்கும் 13 ஜனவரி 1910 இதழின் (இலக்கம் 105) முதல் பக்கம். (இதற்காகப் ‘பாண்டிச்சேரி ஹிஸ்டாரிகல் ஸொஸைட்டி’க்கு ரா.அ.பத்மநாபன் நன்றி கூறியிருக்கிறார்.[2] இது இப்பொழுது புதுச்சேரி அருங்காட்சியகத்தில் பார்வைக்கு உள்ளது. இதில் இடம்பெற்ற ‘கல்விப் பயிற்சி’ என்ற கட்டுரை சீனி. விசுவநாதனின் ‘பாரதியின் பத்திரிகை உலகம்’ நூலில் மிக விரிவாக மேற்கோள் காட்டப்பட்டுள்ளது.) அடுத்தது, 2 மார்ச் 1910 இதழின் (இலக்கம் 154) ஒரு பக்கம் மட்டும் மறைந்த ஜெயவேலு அவர்கள் கண்டுபிடித்துப் பின்பு அவருடைய தாய்மாமன் பாரதி அன்பர் வெ. ஜீவானந்தம் அவர்களால் ஈரோடு கலைமகள் கல்வி நிலையம் அருங்காட்சியகத்திற்குக் கொடையளிக்கப்பட்டது.[3] (ஆனால் இப்போது அப்பக்கத்தை அங்கே கண்டெடுக்க முடியவில்லை.) அந்த முகப்புப் பக்கத்தில் விளம்பரங்களும், பின்பக்கத்தில் ‘ஸ்ரீ லாலா லஜ்பத் ராயும் இங்கிலீஷ்மன் பத்திரிகையும்’ என்ற தலையங்கமும், ‘மையில் லாமல் அச்சடித்தல்’ என்றொரு கட்டுரையும் வெளிவந்துள்ள தாகத் தெரிகின்றது.[4] பா.இறையரசன் தம் நூலின் ஒரு பின்னிணைப்பில், ‘விஜயா’ 2 பிப்ரவரி 1910 இதழின் முகப்புப் பக்கத்தின் ஒளிநகலை வழங்கியுள்ளார். (இதன் தலைப்பில் ‘நன்றி: சிவசண்முகம் பிள்ளை, பாரிஸ், ஃபிரான்ஸ்’ என்று குறிப்பிடப்பட்டுள்ளது.[5]) இவை தவிர, ‘விஜயா’வில் வெளிவந்து ‘இந்தியா’விலும் ‘கர்மயோகி’யிலும் மறு வெளியீடு செய்யப்பட்ட சில கட்டுரைகளை ஏ.கே. செட்டியாரும் ரா.அ. பத்மநாபனும் சீனி. விசுவநாதனும் வெளியிட்டுள்ளனர். மேலும், பாரதியின் இதழியல் பணிகள் பற்றிய தம் நூல்களில் சீனி. விசுவநாதன், பெ.சு. மணி, பா. இறையரசன் ஆகியோர் ‘விஜயா’ பற்றிச் சில செய்திகளைத் தொகுத்தளித்துள்ளனர்.

பல்லாண்டுக் காலப் பாரதி தேடலின் பின்பும் எந்தவொரு பாரதி ஆய்வாளரும் ‘விஜயா’வின் முழு இதழ் ஒன்றையேனும் பார்த்தறியாத பின்னணியில், 1910 பிப்ரவரியில் வெளிவந்த ‘விஜயா’ இதழ்களை பிரான்சின் தேசிய நூலகத்தில் நான் கண்டெடுத்தேன். இதுவரை கிடைக்கப்பெறாத ‘விஜயா’ இதழ்களில் வெளியான தலையங்கங்கள், கட்டுரைகள், குறிப்புகள், படங்கள் ஆகியன

பற்றிய பொருட் சுருக்கங்கள், மொழிபெயர்ப்புகள் ஆகியவற்றை ஆங்கிலேய அரசாங்கத்தின் சுதேசப் பத்திரிகைகளின் இரகசிய வாராந்தர அறிக்கைகளிலிருந்து திரட்டி முதன்முறையாக ஒரு தொகுப்பாக 2004இல் வெளியிட்டேன்.

சென்னையில் 'விஜயா'

'விஜயா' முதலில் சென்னையிலிருந்தே நாளேடாக வெளிவரத் தொடங்கியிருக்கிறது. அன்றைய ஆங்கிலேயச் சென்னை அரசாங்கம் தயாரித்துவந்த *'Report on English Papers Owned by Natives Examined by the Criminal Investigation Department, Madras and on Vernacular Papers Examined by the Translators to the Government of Madras'* (இதனை Native Newspaper Reports - சுருக்கமாக NNR - என்று ஆய்வாளர்கள் சுட்டுவார்கள்) என்ற வாராந்தர அறிக்கையிலிருந்தே பல செய்திகளை அறிய முடிகின்றது. இதில் 1908ஆம் ஆண்டின் கடைசிக் காலாண்டுக்கான பட்டியல்வழி 9 நவம்பர் 1908இலிருந்து ஒவ்வொரு நாளும் (ஞாயிற்றுக்கிழமைகளும் பிற விடுமுறைநாள்களும் நீங்கலாக) புலனாய்வுத் துறையினரால் பார்வையிடப்பட்டதும் தெரிகின்றது. 19 அக்டோபர் 1908இலிருந்தே சென்னை 'விஜயா' தொடங்கிவிட்டதை ஓர் அரசாணை தெரிவிக்கின்றது.[6] இதன் வெளியீட்டு முகவரி 'எண் 83, திருவல்லிக்கேணி நெடுஞ்சாலை' என்றும், ஆசிரியர் பெயர் ஆர்.ஏ. ஸ்ரீரங்கராஜம் என்றும், அவர் பிராமணர் என்றும், வயது 25 என்றும் மேற்கண்ட அறிக்கையிலிருந்தும் அரசாணையிலிருந்தும் தெரிகின்றன.

வாராந்தர இரகசியப் பத்திரிகை அறிக்கைகள் தரும் செய்திகளை உறுதிப்படுத்துவதோடு, 1909ஆம் ஆண்டின் பத்திரிகைகள் பற்றிய இரகசிய ஆண்டறிக்கை சில கூடுதல் தகவல்களையும் வழங்குகின்றது. ஆர்.ஏ. ஸ்ரீரங்கராஜம் 'விஜயா'வின் ஆசிரியர் மட்டுமல்லாது உரிமையாளர், வெளியீட்டாளர், அச்சிடுபவர் என்றும், வயது 23 என்றும், மெட்ரிகுலேஷன் படித்தவர் என்றும், அவருக்குச் சொந்தமாகத் திருவல்லிக்கேணித் தேரடித் தெருவில் ரூ.2,500 பெறுமானமுள்ள ஒரு வீடு உண்டென்றும், முன்பு 'இந்தியன் பிரிண்டர்ஸ் ஏஜென்சி'யில் (இது 'இந்தியா' பத்திரிகையை அச்சிட்டுவந்த, மண்டயம் குடும்பத்துக்குச் சொந்தமான 'தி இந்தியா பிரிண்டிங் வொர்க்ஸ்' என்ற அச்சகமா அல்லது வேறு நிறுவனமா என்று தெரியவில்லை.) மேலாளராகப் பணியாற்றியவர் என்றும் பதிவு செய்யப்பட்டுள்ளது. இவர் பிரிட்டிஷ் எதிர்ப்புணர்வுள்ளவர் என்று அரசாங்கம் ஐயப்பட்டதோடு, 'விஜயா' இந்திய தேசியத்தின் உறுப்பாக

விளங்கியது என்றும் குறிப்பிடப்பட்டுள்ளது. இதன் தொனி கடுமையானது (*'tone: strong'*) என்றும் சொல்லப்பட்டுள்ளது.[7]

'விஜயா' சென்னையிலிருந்தே முதலில் வெளிவரத் தொடங்கியது என்பதை உறுதிப்படுத்தும்வண்ணம், புதுச்சேரியிலிருந்து வெளிவந்துகொண்டிருந்த 'இந்தியா' வார இதழிலும் விளம்பரங்கள் தொடர்ந்து வெளிவந்தன. 'விஜயா' என்றதும் பாரதி அன்பர்களின் மனக்கண்முன் காட்சி வடிவில் தோன்றும் ஒரு விளம்பரம் இது (காண்க படம் 1).

இதன் தலைப்பில் 'விஜயா' என்றும், 'சென்னையில் தமிழில் பிரசுரமாகும் தினசரிப் பத்திரிகை' என்றும் கொட்டை எழுத்தில் வாசகங்கள் உள்ளன. இதன் கீழே கட்டம்கட்டி இந்திய அன்னையின் ஓவியம் உள்ளது. தலைப்பில் 'பாரத மாதா' என்றும் சற்றுக் கீழே வலப்புறத்தில் 'வந்தே மாதரம்' என்று தேவநாகரி எழுத்திலும் பொறிக்கப்பட்டுள்ளன. இந்தியத் துணைக் கண்டத்தின் வரைபடத்தின் மேல் அமைந்துள்ள பாரத மாதாவுக்கு நான்கு கைகள். இரு கைகளில், வெவ்வேறு சமயப் பிரிவுகளைச் சேர்ந்த நான்கு குழந்தைகளை அவள் ஏந்தியிருக்கிறாள். மற்றொரு கையில் 'அல்லாஹூ அக்பர்' என்று அரபு மொழியில் எழுத்துப் பிழையுடன் ஒரு வாசகம் உள்ளது. படத்தின் அடிப்பகுதியில் இடப்புறம் பரிமுக அம்பியும், வலப்புறம் அன்னமுக அம்பியும் உள்ளன. ஒவ்வொரு படகிலும் ஒரு முஸ்லிம், ஓர் இந்து என இருவர் ஒருவரையொருவர் அணைத்தவாறு உள்ளனர். இடப்புறப் படகில் 'த்வேஷம் வேண்டாம்' என்ற தொடரைத் தாங்கிய ஒரு கொடியும், அதே பொருள் தரும் 'த்வேஷமு ஒத்து' என்ற தெலுங்குத் தொடர் தெலுங்கு எழுத்திலும் அமைந்துள்ளன. படத்திற்குக் கீழே ஒரு புறம்,

சந்தா விவரம்
தபால் கூலியுள்பட

	ரூ.	அ.	பை.
ஒரு வருஷத்திற்கு	8	8	0
மூன்று மாதத்திற்கு	2	2	0
ஒரு மாதத்திற்கு	0	12	0
ஒரு தனிப் பிரதி	0	0	6

என்றும், பக்கத்தில் 'விலாசம்: மானேஜர், விஜயா ஆபீஸ், 83 நெ. ஹை ரோட், திருவல்லிக்கேணி, மதறாஸ்' என்றும் அச்சிடப்பட்டுள்ளது.

பல முறை, சிறிய தகவல் மாற்றங்களுடன் 'இந்தியா'வில் வெளியான விளம்பரமாதலால் இதனைச் சற்று விரிவாக விவரித்திருக்கிறோம்.

'விஜயா' பத்திரிகை, பாரதியின் 'இந்தியா' சென்னை யில் நின்றதும், அக்குறையைப் போக்குவதற்காக மண்டயம் ஸ்ரீநிவாஸாச்சாரியாரின் சொந்தத் தமயனாரான எஸ். திருமலாச்சாரியாரால் சென்னையில் ஆரம்பிக்கப்பட்டது. ...

என்று ரா.அ.பத்மநாபனும் குறிப்பிடுகிறார்.[8]

பத்திரிகைக் கட்டுரைகளின் ஆங்கிலச் சுருக்கம் அல்லது மொழிபெயர்ப்புகளைக் கொண்ட அரசாங்கத்தின் வாராந்தர அறிக்கைகளிலிருந்து சென்னை 'விஜயா'வில் கீழ்க்காணும் கட்டுரைகள் வெளிவந்தது தெரிகின்றது.[9]

1. *The Christian Missionaries and the Hindus* (கிறிஸ்தவ மிசனரிகளும் ஹிந்துக்களும்), 24 நவம்பர் 1908.
2. *A Remedy for Sedition* (ராஜதுரோகத்திற்கு ஒரு மருந்து), 2 டிசம்பர் 1908.
3. *The Indian Industrial Conference* (இந்தியத் தொழில் மஹாநாடு), 29 டிசம்பர் 1908.
4. *The Bengal Deportations* (வங்காளத்திலிருந்து தேச நிர்வாசம்), 2 பிப்ரவரி 1909.
5. *The Half-Educated Youth* (அரைகுறையாகப் படித்த இளைஞர்கள்), 4 பிப்ரவரி 1909.
6. *The Indians in the Public Works Department* (பொதுப் பணி இலாகாவில் இந்தியர்கள்), 21 பிப்ரவரி 1909.
7. *The Indian Reforms Bill* (இந்தியச் சீர்திருத்த மசோதா), 4 மார்ச் 1909.

9 நவம்பர் 1908இலிருந்து சென்னை 'விஜயா' இரகசிய மொழிபெயர்ப்புத் துறையினரால் பார்வையிடப்பட்டுவந்ததாக வாராந்தர அறிக்கை பதிவு செய்து, 19 ஜூன் 1909 வரை அதன் பட்டியலில் 'விஜயா' இடம்பெற்றிருந்தாலும், 1909ஆம் ஆண்டுக்கான பத்திரிகைகளின் ஆண்டறிக்கை 15 மே 1909இல் அது நின்றுபோனதைக் குறிப்பிடுகின்றது.[10] (ஆண்டின் முடிவில் தயாரிக்கப்படும் முழு அறிக்கையின் பதிவே கொள்ளத்தகுந்தது.) சென்னையிலிருந்து வெளியான 'விஜயா'வின் ஒரு தாள்கூடக் கிடைக்காத நிலையில் அரசு ஆவணங்களின் அடிப்படையிலேயே அதனைப் பற்றிய தகவல்களைத் திரட்ட வேண்டியுள்ளது. மொத்தத்தில் சென்னை 'விஜயா' ஏழு மாதங்களில், ஏறத்தாழ

150 இதழ்கள் வெளிவந்ததெனக் கணக்கிடலாம். 'விஜயா' புதுச்சேரியிலிருந்து தொடங்கப்பட்டதையும் அதே அறிக்கை பதிவு செய்துள்ளது. 'விஜயா'வைச் சென்னையில் நடத்திய ஆர்.ஏ. ஸ்ரீரங்கராஜம் என்னவானார் என்பது முதலான வேறு செய்திகளை அறிய முடியவில்லை.

புதுவை 'விஜயா'

1908 அக்டோபர் முதல் 1909 மே மாதம் வரை சென்னையிலிருந்து வெளிவந்துகொண்டிருந்த 'விஜயா' 1909 செப்டம்பரில் புதுச்சேரிக்கு இடம் மாறியது. இடையில் சில மாதங்கள் 'விஜயா' வெளியானதாகத் தெரியவில்லை. 'இந்தியா'வைப் போலவே 'சென்னையில் அப்பத்திரிகையும் ('விஜயா') சர்க்கார் தலையீடின்றி நடக்க முடியாமற் போகவே அதுவும் புதுவை வந்தது' என்கிறார் ரா.அ. பத்மநாபன்.[11]

இதற்கான பின்னணியை முதலில் பார்ப்போம். 'சென்ற சுபகிருது வருஷத்திலே பாரத நாட்டில், ஸர்வ சுபங்களுக்கும் மூலாதாரமாகிய "தேசபக்தி" என்ற நவீன மார்க்கம் தோன்றியது' என்று பாரதி குறிப்பிடும் இயக்கம் 1905இல் வங்காள மாகாணத்தை இந்து, முஸ்லீம் மக்கள் வாழும் பகுதிகளாக ஆங்கிலேயே அரசு பிரிக்க முயன்றதையொட்டி முகிழ்த்தது. 'சுதேசி இயக்கம்' என்று பெயர் பெற்ற இவ்வியக்கத்தினூடேதான் தமிழ்ச் சமூகத்தில் பாரதி இன்று மகாகவியாகப் போற்றப்படுவதற்குரிய அடிப்படை உண்டானது. சுதேசி இயக்கக் கூட்டங்களில் கலந்துகொண்டு பாரதி பேசியும் கவிதை பாடியும் வந்தானெனினும், அவனது அரசியல் பணி பத்திரிகைகளின் வாயிலாகவே பெரிதும் அமைந்தது. 'சுதேசமித்திரன்' நாளிதழில் உதவியாசிரியராகத் தன் பத்திரிகைப் பணியைத் தொடங்கிய பாரதியின் இதழியல் ஆளுமை மண்டயம் குடும்பத்தார் நடத்திய 'இந்தியா' வார இதழில் முழு மலர்ச்சி பெற்றது. கூர்மையான கட்டுரைகள், உணர்ச்சிமிக்க கவிதைகள், குத்தலான கருத்துப்படங்கள் முதலானவற்றின் மூலமாகத் தமிழகத்தின் தலையாய தேசிய் இதழாகப் பாரதியின் கையில் 'இந்தியா' விளங்கியது. சுதேசியக் காலகட்டத்தில் வெகுசனத்தன்மையோடு தேசிய இயக்கம் வளர்ந்துவருவதைக் கண்ட அரசாங்கம், ஒரு புறம் மிதவாதிகளை அரவணைத்துக்கொண்டு, மறுபுறம் தீவிரவாதப் பிரிவைக் கடுமையாக அடக்க முயன்றது. வங்காளத்திலும் மகாராஷ்டிரத்திலும் பஞ்சாபிலும் நிலவியதைப் போல் தமிழகத்திலும் ஓரளவுக்கேனும் கடுமையான அடக்குமுறை கட்டவிழ்த்து விடப்பட்டது. பாரதியின் நெருங்கிய அரசியல் தோழர்களான வ.உ.சி., சுப்பிரமணிய சிவா, எதிராஜ் சுரேந்திரநாத் ஆர்யா,

கிருஷ்ணசாமி சர்மா ஆகியோர் சிறையிலடைக்கப்பட்டனர். வ.உ.சி.க்கு இரட்டை ஆயுள் தண்டனை வழங்கப்பட்டது. 'இந்தியா'வின் சட்டபூர்வ ஆசிரியர் எம். சீனிவாசன் கைது செய்யப்பட்டார். தானும் சிறைப்படுவது உறுதி என்பதை உணர்ந்த பாரதி செப்டம்பர் 1908இல் பிரிட்டிஷ் இந்தியாவிலிருந்து தப்பி, பிரெஞ்சுப் பகுதியான புதுச்சேரியில் அடைக்கலம் புகுந்தார். சிறிது காலத்தில் மண்டயம் ஸ்ரீநிவாஸாச்சாரியாரும் அச்சியந்திரங்களுடன் புதுவை வந்தடைய, 1908 அக்டோபர் தொடக்கத்திலிருந்து 'இந்தியா' அங்கிருந்து மீண்டும் வெளிவரலாயிற்று.

புதுவையிலிருந்து 'இந்தியா' தடையில்லாமல் பத்து மாதங்களாக வெளிவந்துகொண்டிருந்த நிலையில் 1909 ஆகஸ்டு மாதத்திலிருந்து புதுவை 'விஜயா'வுக்கான விளம்பரங்கள் 'இந்தியா'வில் வெளிவரலாயின. சென்னை 'விஜயா'வுக்கான அதே படக்கட்டை இதற்கும் பயன்படுத்தப்பட்டிருக்கிறது (காண்க படம் 2). படத்திற்கு மேலேயிருந்த வாசகத்தில் மட்டும் சிறு மாறுதல். 'விஜயா' என்பது சித்திர எழுத்தில், ஜகரத்திற்குமேல் தென்னங்கீற்றுக் கோட்டோவியத்துடன் 'பிரதி தினம் வெளியாகும்' என்று அறிவிக்கப்பட்டிருந்தது. படத்திற்குக் கீழே,

> 'விஜயா' வென்ற பெயர் கொண்ட தினசரிப் பத்திரிகை அரிய பெரிய விஷயங்களிலும் உலக வர்த்தமானம் முற்றும் அடங்கியதும், விவசாயக் குறிப்புகள், கைத்தொழிற் குறிப்புகளடங்கிய இனிய நடை பெற்றதுமாயுள்ளது. செப்டம்பர் மாதம் 7ௗ கிருஷ்ண ஜயந்தியன்று துவக்கி வெளியாகும்.
>
> உள்நாட்டு சந்தா விபரம்

வருஷம் 1க்கு	ரூ	10 – 0 – 0
ஆறு மாதத்திற்கு	ரூ	5 – 0 – 0
மூன்று மாதத்திற்கு	ரூ	2 – 12 – 0
தனிப் பிரதி	ரூ	0 – 0 – 6

> மானேஜர்
> 'விஜயா' ஆபீஸ்
> புதுச்சேரி

என்ற வாசகங்கள் காணப்படுகின்றன.

1909 செப்டம்பர் மாதத்திலும் இதே விளம்பரம் வெளிவந்தது. ஆனால் கூடுதலாக, படத்திற்கு வலப்புறம் நெடுக்காக 'நமது பத்திரிகைக்கு முக்ய நிருப நேயர்கள் ஸ்ரீமான் ஸி. ஸுப்ரமண்ய

பாரதி, ஸ்ரீமான் கா.வரதராஜன் முதலான இன்னும் அநேகர்கள்' என்றும் அறிவிக்கப்பட்டிருந்தது (காண்க படம் 3). (இந்தக் கா. வரதராஜ்ன் யாரெனத் தெரியவில்லை.) 1909 அக்டோபரில் வேறொரு விளம்பரம் வந்தது.

ஏஜெண்டுகள் வேண்டும்
மிக உதாரமான கமிஷன்கள்
கொடுக்கப்படும்

விஜயா

தினந்தோறும் புதுச்சேரியில் பிரசுரமாகும்
தமிழ்ப் பத்திரிகை.

தமிழ் ஜனங்கள் அறிவு, செல்வம், வல்லமை, ஸ்வதந்திரம் முதலிய நன்மைகளனைத்தும் பெற வழிகாட்டுவது. உலக வர்த்தமானங்களெல்லாம் அடங்கியது. விலை மிகவும் சொற்பம். வருஷத்திற்கு 10 ரூபாய்தான்.

இப்பத்திரிகைக்குச் சந்தாக்கள் சேகரிப்பதையே தொழிலாக எடுத்துக்கொள்பவர்கள் வேறு எத் தொழிலும் விரும்பாமல் கவுரவமான சம்பாத்தியம் பெற இடமுண்டு.

8 சந்தா சேகரித்துக் கொடுப்போருக்கு ஒரு வருஷப் பத்திரிகை இனாமாக் அனுப்பப்படும்.

ஏஜெண்டுகள் சம்பளம் அல்லது கமிஷன் விஷ யத்தைப் பின்வரும் விலாசத்திற்கு எழுதிக்கொள்க.

மானேஜர்
விஜயா பத்திரிகாசாலை
புதுவை

அடுத்து, 'வித்தியாபாநு' ஜனவரி–பிப்ரவரி 1910 இதழில் வெளியான கீழ்க்காணும் விளம்பரம் பாரதியின் பெயரை மட்டும் சுட்டுவது கவனிக்கத்தக்கது.

விஜயா
தமிழ் தினசரி பத்திரிகை

ஹிந்து தர்மம், பாரத சரித்திரம், சாஸ்திரம், தொழில், கலைகள், சிற்பம், தற்கால நிலை, வருங்கால நிலை, உலக வர்த்தமானங்கள், அவற்றால் பாரத நாட்டிற்கு விளையக்கூடிய பலாபலன்கள் – இவையெல்லாம் இப்பத்திரிகையில் நாடோறும் விவரிக்கப்படும் விஷயங்களாகும். உயர்வு, ஸ்வதந்திரம் என்பவற்றை

நோக்கங்களாகக் கொண்டு ராஜாங்கச் சட்டவரம்பு பிறழாமல் இப்பத்திரிகை நடத்தப்படுகிறது. இதுவரை தமிழ்நாட்டில் இல்லாததோர் புதிய விசேஷம், இப்பத்திரிகையில் நாள்தோறும் சித்திரங்களும் பதிப்பிக்கப்படும். அடிக்கடி சித்திரத் தொகுதியால் உதகரிக்கப்பட்ட வியாசங்கள் எழுதப்படும். ஸ்ரீமத் ஸி.சுப்பிரமணிய பாரதி முதலியவர்கள் விஷயதானஞ் செய்வார்கள்.

இந்த விளம்பரச் செய்திகளையெல்லாம் உறுதிப்படுத்தும் வண்ணமாக 1909 செப்டம்பர் முதல் வாரத்திலிருந்து (4 செப்டம்பர் 1909), சென்னை அரசாங்க வாராந்தர இரகசியப் பத்திரிகை அறிக்கையின் பட்டியலில் 'விஜயா' இடம்பெறத் தொடங்குகிறது.

Vijaya; Saraswathi Press, Pondicherry; Daily; 300 copies.

முதல் வாரப் பட்டியலில் ஆசிரியர் என்ற கலம் வெறுமையாக உள்ளது. 11 செப்டம்பர் 1909க்கான பட்டியலில் *'Editor'* என்ற கலத்தில் *'Subramania Bharati'* என்று பதியப்பட்டுள்ளது. 1910 ஏப்ரல் வரை இதே பதிவு எந்த மாற்றமுமில்லாமல் தொடர்ந்து காணப்படுகின்றது. 1909, 1910 ஆகிய ஆண்டுகளுக்கான பத்திரிகைகளைப் பற்றிய சி.ஐ.டி.யின் ஆண்டறிக்கைகளிலும் ஆசிரியர் பாரதி எனவும், உரிமையாளர் மண்டயம் எஸ். ஸ்ரீநிவாஸாச்சாரியார் எனவும் குறிப்பிடப்பட்டுள்ளது. கூடுதலாக, வெளியிடுபவர் பெயர் ராயலு ரெட்டி (24 வயது), அச்சிடுபவர் பெயர் பொன்னுசாமி (27 வயது, சூத்திரர்) என்ற தகவல்களும் பதிவு செய்யப்பட்டுள்ளன.

'இந்தியா'வில் வெளியிடப்பட்ட விளம்பரங்களிலும், 'விஜயா' இதழிலும்கூடப் பாரதியின் பெயரோ, வேறு எவர் பெயரோ ஆசிரியரெனவோ, வெளியிடுபவரெனவோ காணப்படவில்லை. பத்திரிகையின் கடைசியிலுள்ள 'இம்பிரிண்ட்' பகுதியில் மட்டும் பிரெஞ்சு மொழியில் S.Rayalouretty, Le Gerant, Imprimerie de Sarasvati, 10 rue de Valdour, Pondicherry' (எஸ். ராயலு ரெட்டி, மேலாளர், சரஸ்வதி அச்சகம், 10 வழுதாவூர் வீதி, புதுச்சேரி) என அச்சிடப்பட்டுள்ளது.

சட்டத் தேவைகளுக்காகப் புதுச்சேரி குடிமகனான வில்லியனூர் எஸ். லக்ஷ்மிநாராயண ஐயர் என்பவர் 'இந்தியா'வுக்கு ஆசிரியராக அறிவிக்கப்பட்டாலும், நடைமுறையில் பாரதியே ஆசிரியர், மண்டயம் ஸ்ரீநிவாஸாச்சாரியாரே உரிமையாளர். இது 'விஜயா'வுக்கும் பொருந்தும். *'After I came to Pondicherry, I was living as an independent journalist, not attached to any particular paper but receiving money from various newspapers for signed articles'*[12] ('புதுச்சேரிக்கு வந்ததும் நான் சுயேச்சையான பத்திரிகையாளனாக, எந்த ஒரு பத்திரிகையிலும் பதவி வகிக்காமல், என் பெயரில் எழுதிய விஷயங்களுக்குப் பணம் பெற்று வாழலானேன்.') என்று 1914 பிப்ரவரியில் பாரதியே குறிப்பிட்டிருந்தாலும், புதுச்சேரி வாழ்க்கையின்பொழுது, நடைமுறையில் ஒன்றல்ல, நான்கு இதழ்களுக்குத் தலைமையோ, முக்கியப் பொறுப்போ அவன் ஏற்றிருந்தான். 'இந்தியா'வைத் தவிர 'விஜயா'வுக்கும் 'கர்மயோகி'க்கும் ஆசிரியராக விளங்கியதோடு சைகோன் லூயி சின்னையா நடத்திவந்த 'சூரியோதயம்' வார இதழிலும் பாரதி முக்கியப் பங்கு வகித்திருக்கிறான். சி.ஐ.டி. துறை தயாரித்த அறிக்கையின் அடிப்படையில் சென்னை அரசாங்கத்தின் தலைமைச் செயலாளர் எழுதியது போல் 'இந்தியா', 'சூரியோதயம்', 'விஜயா' ஆகிய 'இந்த மூன்று பத்திரிகைகளும் பெயரளவுக்குத்தான் வேறானவையே தவிர, உண்மையில் இவை, பேர்போன தீவிரவாதிகளான அதே நபர்களால் உருவாக்கப்படுகின்றன; ஒவ்வொரு பத்திரிகையும் வெளியிடும் கருத்தும் உணர்ச்சியும் ஒன்றே'. *('Although these three papers are nominally separate, they are really produced by the same people, noted extremists, and the sentiments expressed in each are practically the same.'*[13]*)*

பாரதியும் மண்டயம் ஸ்ரீநிவாஸாச்சாரியாரும், ஓரளவு சைகோன் சின்னையாவுமே 'இந்தியா', 'விஜயா', 'சூரியோதயம்' ஆகியவற்றின் பின்னணியிலிருந்தனர் என்பதை அரசின் இரகசிய ஆவணங்கள் உறுதிப்படுத்துகின்றன. 1910 பிப்ரவரியில் புதிய பத்திரிகைச் சட்டம் செயலுக்கு வந்த பின்பு, சென்னை அரசாங்கம் இம்மூன்று இதழ்களையும் தடை செய்ய முடிவெடுத்தபொழுது திரட்டிப் பதிவு செய்த இரகசியக் குறிப்புகளெல்லாம் இதையே காட்டுகின்றன.

> சென்னையிலிருந்து (1909ஆம்) ஆண்டின் தொடக்கப் பகுதியில் வெளிவந்தபொழுதே 'விஜயா'வின் போக்கு தீவிரத்தை வெளிப்படுத்தினாலும், புதுச்சேரிக்கு மாற்றலாகிச் சென்ற பிறகு காட்டியதைவிடச் சற்று மிதமான மொழியினைக் கையாள்வதையே அது உசிதமாகக் கருதியிருந்தது.
>
> *(During the early part of the year, the 'Vijaya' was published in Madras, and though even then, its tendencies were extremist, it found it advisable to use more moderate language than is used after its transfer to Pondicherry.*[14]*)*

‘இந்தியா’ தடைசெய்யப்பட்ட பிறகு, அதன் சட்டபூர்வமான ஆசிரியர் எஸ். லக்ஷ்மிநாராயண ஐயர் எழுதிய விண்ணப்பங்களைப் பற்றிய கோப்பின் குறிப்புகளில், ‘எஸ். ஸ்ரீநிவாஸாச்சாரியாரின் வரலாற்றுக் குறிப்பிலிருந்து அவர் ‘விஜயா’வை உயிர்ப்பித்தது சுட்டப்பட்டுள்ளது.’ *(In the [history] sheet it is noted that he revived the ‘Vijaya’. ‘History sheet’* என்பது இரகசியக் காவல் துறைக் கண்காணிப்பிலுள்ளவரைப் பற்றிய முழு விவரங்களையும் உள்ளடக்கிய அறிக்கையாகும்) இதே கோப்பு, பாரதி பற்றிய வரலாற்றுக் குறிப்பின் *(history sheet)* அடிப்படையில் கூறுவதாவது.

> ‘இந்தியா’வுடனான இவரது தொடர்பைத் தவிர, ‘விஜயா’வுக்கும் இவர்தான் ஆசிரியர். ‘சூரியோதய’த்திற்கும் தொடர்ந்து பங்களித்து வந்திருக்கிறார். புதுச்சேரியில் அரவிந்த கோஷுக்கு உதவி வருகிறார். இவ்விருவருமே [பாரதியும் ஸ்ரீநிவாஸாச்சாரியாரும்] புதுச்சேரியில் கட்சியின் தலைவர்களாவதோடு, ‘இந்தியா’, ‘விஜயா’, ‘சூரியோதயம்’ ஆகியவற்றில் வெளிவருவனவற்றுக்கெல்லாம் பொறுப்பானவர்கள். இவர்களுக்குக் கீழே இரண்டொருவர் எழுத்தர்களாகப் பணிபுரிகிறார்கள்.
>
> *(In addition to his connection with the ‘India’, he is editor of the ‘Vijaya’, and was a regular contributor to the ‘Suryodhayam’. He also is helping Arabindo Ghose in Pondicherry. These two men [Bharati, Srinivasachari] are the leaders of the party now in Pondicherry, and are responsible for what appears in the ‘India’ ‘Vijaya’, and ‘Suryodhayam’. They have under them one or two men who are employed as clerks.[15])*

1911–1915க்கு இடைப்பட்ட காலத்தில் பாரதி எழுதிய *My Journal of Thoughts and Deeds* என்ற கையெழுத்துக் குறிப்புகளின் 86ஆம் பக்கத்தில் *‘1. Literary and religious articles and songs from the Karmayogi, Vijaya and Tamil Journals File’* (‘கர்மயோகி, விஜயா மற்றும் பிற தமிழ்ப் பத்திரிகைகளின் கோப்பிலிருந்து இலக்கியம், சமயம் தொடர்பான கட்டுரைகளும் பாடல்களும்’) என்று குறித்துவைத்திருப்பதைச் சீனி.விசுவநாதன் மேற்கோள் காட்டியுள்ளதையும் இங்கு நினைவுபடுத்திக்கொள்ள வேண்டும்.[16]

இவ்வாறு பாரதியின் பொறுப்பில் ‘விஜயா’ நடைபெற்று வந்தது ஐயத்திற்கிடமின்றிப் புலனாகிறது. 7 செப்டம்பர் 1909இல் தொடங்கிய புதுவை ‘விஜயா’ ஏப்ரல் 1910இல் தடைசெய்யப்படும்வரை வெளிவந்திருக்கிறது. வாராந்தரப்

பத்திரிகை அறிக்கைகளின் பட்டியலின்படி ஞாயிற்றுக் கிழமைகள், விடுமுறைநாள்கள் நீங்கலாக நாள்தோறும் 'விஜயா' வெளிவந்திருக்கிறது.

பாரதியும் மண்டயம் ஸ்ரீநிவாஸாச்சாரியாரும் புதுச்சேரியில் அடைக்கலம் தேடியதும், தீவிரவாதக் கட்சியின் முக்கியத் தலைவர்களில் ஒருவரான அரவிந்தரும் அங்கே தஞ்சம் புகுந்ததும், இந்தியாவின் பல பகுதிகளில் பயங்கரவாத நடவடிக்கைகள் பெருகவும், எஸ்.ஜி. இராமாநுஜலு நாயுடு குறிப்பிட்டது போல 'இந்தியா பத்திரிகை சென்னையில் நடைபெற்றதைவிட இன்னும் "கார"மாகவும் வியாபகமாகவும் நடைபெறலான'தாலும்[17] புதுச்சேரி சென்னை அரசாங்கத்தின் சிறப்புக் கவனத்திற்கு இலக்கானது. புதிய பத்திரிகைச் சட்டம் 1910 பிப்ரவரியில் செயலுக்கு வந்ததைத் தொடர்ந்து, புதுவைப் பத்திரிகைகள் மூன்றன் மீதும் அரசாங்கம் நடவடிக்கை எடுக்கத் தலைப்பட்டது. முதற்கட்டமாக 'இந்தியா', 'சூரியோதயம்' ஆகியவற்றின் நவம்பர் 1909 முதல் பிப்ரவரி 1910 வரை வெளியான இதழ்களிலிருந்து சில கட்டுரைகள் அரசாங்கத்தின் அட்வகேட் ஜெனரல் பி.எஸ். சிவசாமி ஐயருக்கு அனுப்பப்பட்டன. அரசாங்கத்தை வெறுப்புக்கும் பகைமைக்கும் உள்ளாகுமாறு தூண்டுவதே இவ்விதழ்களின் நோக்கம் என்பதை உறுதிபட சிவசாமி ஐயர் கூறவே, அடுத்த கட்ட நடவடிக்கைகள் மேற்கொள்ளப்பட்டன. இதன் தொடர்பான அரசுக் கோப்பு சுவையானது.[18] இதை முதலில் கண்ணுற்ற ஜே.என். அட்கின்சன் என்ற அதிகாரி, 'விஜயா'வை நினைத்து, 'பறிமுதலுக்கு உள்ளாக வேண்டிய இன்னொரு புதுச்சேரிப் பத்திரிகை உண்டல்லவா?' (*'I thought there was a third Pondicherry paper that deserved forfeiture.'*) என்று வினவினார். இதனை கவர்னரின் குழுவில் விவாதித்தபின், 'மூன்றாம் பத்திரிகையினையும் சேர்த்துக்கொள்வதென்றும்', அடைப்புக் குறிக்குள் 'வி? எனக்குப் பெயர் மறந்துவிட்டது.' (*'The V.? I forget the name.*) என்று ஒரு குறிப்பும் உள்ளது. கடைசியில் 1 மார்ச் 1910ஆம் நாள் கவர்னரின் குழுவில் விவாதிக்கப்பட்டு, இந்தியப் பத்திரிகைச் சட்டத்தின் அடிப்படையில் 'இந்தியா'வும் 'சூரியோதய'மும் தடைசெய்யப்பட்டுப் பறிமுதல் ஆணையும் பிறப்பிக்கப்பட்டது. 'இப்போதைக்கு "விஜயா" பற்றி எந்த நடவடிக்கையும் வேண்டாம்' (*No action need be taken for the present as regards the 'Vijaya'.*) என்றும் தலைமைச் செயலர் 3 மார்ச் 1910இல் குறிப்பு எழுதினார். இதற்கு ஒரு மாதத்திற்குள்ளாகவே 'விஜயா'வை அதே சட்டத்தின் கீழ் தடை செய்யும் ஆணை 1910 ஏப்ரல் 5ஆம் நாள் பிறப்பிக்கப்பட்டது. ஒரே மாதத்தில் ஏன் முந்தைய முடிவு மாற்றப்பட்டது என்று தெரியவில்லை. தீயூழாக, இந்தக் குறிப்பிட்ட அரசாணைக்கு[19] இணைப்பாகக்

குறிப்புகள் எவையும் இல்லை. எனவே, எந்த அடிப்படையில் தடையாணை பிறப்பிக்கப்பட்டது, அப்போது வெவ்வேறு நீதித்துறை அதிகாரிகள் என்ன கருத்துகளை வெளியிட்டனர் என்பனவற்றை அறிய முடியவில்லை.

செப்டம்பர் 1909இல் தொடங்கிய புதுவை 'விஜயா' நாளிதழ் ஏப்ரல் 1910இல் பிறப்பிக்கப்பட்ட தடையாணைக்குச் சிறிது காலத்திற்குப் பிறகு நின்றுவிட்டது. சி.ஐ.டி. பிரிவு தயாரித்த இரகசிய வாராந்தரப் பத்திரிகை அறிக்கைகளில் 31 மார்ச் 1910க்குப் பிறகு 15, 22 ஏப்ரல் 1910 ஆகிய இதழ்களிலிருந்து மட்டுமே கட்டுரைகள் எடுத்தாளப்பட்டுள்ளன. 'விஜயா' இதழ்கள் முழுவதும் கிடைக்காத நிலையில், ஏப்ரலில் இந்த இரண்டு இதழ்கள் மட்டும்தாம் வெளிவந்தனவா என்று தெரியவில்லை. ஆனால் 1910 ஏப்ரலுக்குப் பிறகு 'விஜயா' வெளிவரவில்லை என்பது மட்டும் உறுதி. கூட்டிக் கழித்துப் பார்க்கும்பொழுது புதுவை 'விஜயா' எட்டுமாத கால இடைவெளில் ஏறத்தாழ 175 இதழ்கள் வெளிவந்திருக்கலாம் என்று சொல்ல முடியும். முழுவதுமாகக் கிடைத்த இருபது இதழ்கள், நறுக்குகளாக எஞ்சியுள்ள இரண்டோர் இதழ்கள், வாராந்தர அறிக்கைகளில் எடுத்தாளப்பட்ட நாற்பத்தைந்து இதழ்கள், 'இந்தியா'வில் மறுவெளியீடு செய்யப்பட்ட ஆறேழு கட்டுரைகள் ஆகியவை நான் தொகுத்த நூலில் அடங்கும்.

உருவமும் உள்ளடக்கமும்

'விஜயா'வின் இருபது இதழ்களிலிருந்து அதன் உருவத்தையும் உள்ளடக்கத்தையும் இனிக் காண்போம்.

'விஜயா' 'டாபிளாய்டு' (tabloid) அளவில் ஒவ்வோர் இதழிலும் நான்கு பக்கங்கள் உள்ளன. முதல் பக்கத்தின் தலைப்பில் 'விஜயா' என்று கொட்டை எழுத்திலும், கீழே சற்றுச் சிறியதாக 'Vijaya' என ஆங்கிலத்திலும் உள்ளன (காண்க: படம் 4). அவற்றுக்குக் கீழே 'பிரதி தினமும் மாலையில் பிரசுரிக்கப்படும்' என்ற வரியும் அழுத்தமாக அச்சாகியுள்ளது. மேலே இடது ஓரத்தில் 'ரிஜிஸ்டர் நெ. எம் **அ௨எ**' என்று தமிழ் எண்ணிலும், வலப்பக்கம் ஆங்கிலத்தில் 'Registered No. M 827' என ஆங்கிலத்திலும் உள்ளன. இடப்புறத்தில் 'வெளிநாட்டுச் சந்தா உள்நாட்டைப் போலவே. பிரன்ச் காலனியல்லாத இதர வெளிநாடுகளுக்கு அவ்வவ் வாரத்துப் பத்திரிகைகளை வாரம் ஒரு முறையாக சேர்த்து அனுப்பப்படும்' என்று கட்டம் கட்டி அச்சிடப்பட்டுள்ளது. அதைப் போலவே வலப் பக்கத்திலும் கட்டம் கட்டி உள்நாட்டுச் சந்தா விவரம் அச்சிடப்பட்டுள்ளது. இவ்விரு கட்டங்களுக்கும் இடையில் 'Liberte - Egalite - Fraternite' என்ற முழக்கம் அரை

படம் 1

சென்னை 'விஜயா'வுக்கான விளம்பரம் ('இந்தியா', 9 ஜனவரி 1909)

படம் 2

இந்தியா — சௌமிய ஹூ ஆவணி| 3வ

விஜயா.

பிரதி தினம் வெளியாகும்

விஜயா என்ற பேபர் கொண்ட தினசரிப் பத்திரிகை அரியபெரிய விஷயங்களிலும் உலக வர்த்தமானம் முற்றும் அடங்கியதாய், [illegible] கைத்தொழிற் குறிப்புகளடங்கிய [illegible] பெற்றதுமாயுள்ளது. செப்டம்பர்மாதம் 7வ [illegible] வெளியாகும்.

உள்நாட்டு சந்தா விபரம்.

வருஷம் 1-இ ரூ. 10 0 0

ஆறுமாதத்திற்கு „ 5 0 0

மூன்று மாதத்திற்கு ரூ. 2 12 0

தனிப் பிரதி „ 0 0 6

மானேஜர்
'விஜயா' ஆபீஸ்,

'விஜயா' புதுவையிலிருந்து வெளிவரவுள்ளதைப் பற்றிய விளம்பரம்
('இந்தியா', 28 ஆகஸ்டு 1909)

படம் 3

'விஜயா' புதுவையிலிருந்து வெளிவரவுள்ளதைப் பற்றிய விளம்பரம் ('இந்தியா', 4 செப்டம்பர் 1909). பாரதி பங்களிக்கவுள்ளது ஓரத்தில் குறிப்பிடப்பட்டுள்ளது.

படம் 4

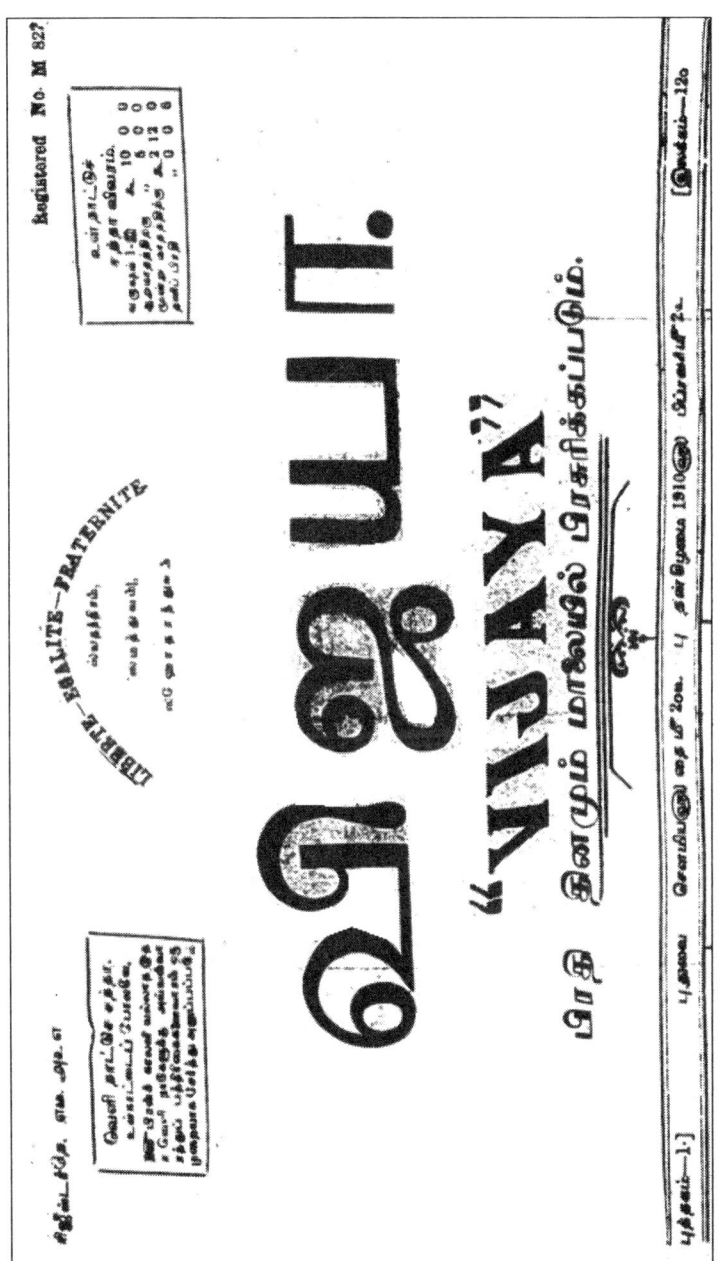

‘விஜயா’, 2 பிப்ரவரி 1910 இதழின் முகப்பு

வட்ட வடிவிலும், அதன் உள்ளே அந்தப் பிரெஞ்சு தொடரின் தமிழ் வடிவமான 'ஸ்வதந்திரம், ஸமத்துவம், ஸஹோதரத்துவம்' என்பதும் அடுத்தடுத்து அச்சிடப்பட்டுள்ளன. இவற்றுக்கெல்லாம் கீழே, கோடிட்ட வரிகளுக்குள் புத்தகம், இலக்கம் என்று இதழ் நிரலும், தமிழ் ஆண்டு, ஆங்கில ஆண்டு ஆகிய இரு முறைகளில் வெளியீட்டு நாளும் குறிப்பிடப்பட்டுள்ளன. முதல் பக்கத்திலும் நான்காம் பக்கத்திலும் எப்பொழுதும் விளம்பரங்களே அச்சிடப் பட்டுள்ளன. 'இந்தியா'வைப் போலவே 'விஜயா'விலும் பக்கங்களுக் கெல்லாம் தமிழிலேயே எண்ணிடப்பட்டுள்ளது.

இரண்டாம் பக்கத்தில் தலையங்கமும் துணைத் தலையங்கமும் இடம்பெறுகின்றன. துணைத் தலையங்கம் நீண்டுவிடுமாயின் மூன்றாம் பக்கத்திலும் தொடர்கின்றது. ஏறத்தாழ எல்லாக் கட்டுரைகளுமே எழுதியவர் பெயரில்லாமல்தான் வெளியாகியுள்ளன. இரண்டாம் பக்கத்தின் மேற்பகுதியில் ஏறத்தாழ ஒவ்வோர் இதழிலும் ஏதேனும் படம் வெளியிடப்பட்டுள்ளது. தமிழ் இதழியலில் கருத்துப் படங்களுக்கு முன்னோடியான பாரதி ஆசிரியனாகயிருந்த 'விஜயா'வின் கிடைத்த இருபது இதழ்களில் ஒரு கார்ட்டூன்கூட இல்லை. (வாராந்தர அறிக்கைகள் மட்டும் இரண்டு கருத்துப்படங்களின் விளக்கத்தைத் தருகின்றன.) மூன்றாம் பக்கத்தில் சென்னை, கல்கத்தா, பம்பாய், லாஹுர் என்று வெவ்வேறு ஊர்களிலிருந்து தந்திச் செய்திகளும் ராய்ட்டர் செய்திகளும் வெளிவந்திருக்கின்றன.

'விஜயா', 'இந்தியா', 'சூரியோதயம்' ஆகியவை சகோதரப் பத்திரிகைகள் என்பதைக் காட்டும் வகையில் ஒன்றில் இடம்பெற்ற கட்டுரைகள் அப்படியே மற்றொன்றிலும் இடம்பெற்றுள்ளதைக் காண முடிகின்றது. அரசாங்கத்தின் வாராந்தர இரகசியப் பத்திரிகை அறிக்கைகளும் கட்டுரைகள் இவ்வாறு மறுவெளியீடு பெறுவதைப் பதிவுசெய்திருக்கின்றன. 'இந்தியா' 12 பிப்ரவரி 1910 இதழில் இடம்பெற்ற 'புதிய பத்திரிகைச் சட்ட மசோதா' 'விஜயா' இதழிலும், அதே 'இந்தியா' இதழில் இடம்பெற்ற 'ஸர் ஹெர்பர்ட் ரிஸ்லியின் பேச்சு'ம் 'விஜயா' இதழிலும் அப்படியே, அதாவது அச்சுக்கோக்கப்பட்ட எழுத்துகளை அப்படியே எடுத்து அதே வரியமைப்பில், அதே அச்சுப் பிழைகளோடு இரண்டு பத்திரிகைகளிலும் வெளியிடப்பட்டுள்ளன. ('இந்தியா'வும் 'விஜயா'வும் ஒரே அச்சகத்தில்தான் அச்சாகி வந்தன என்பதை இங்கு நினைவில் கொள்ள வேண்டும். அந்த ஸரஸ்வதி அச்சகம் வழுதாவூர் வீதிக்கு இடம் மாறியபொழுது 'நமது இந்தியா, விஜயா பத்திரிகைகளை அச்சடித்துவந்த' அச்சகத்தின் இடமாற்றமெனவே 'இந்தியா' 22 ஜனவரி 1910 இதழில் அறிவிக்கப்பட்டுள்ளது.) இதைத்தான் எஸ்.ஜி. இராமாநுஜலு நாயுடு,

> ‘விஜயா’வில் பிரதி தடவையும் சித்திரப் படங்கள் பதிப்பிக்கப்படலாயின. அந்தப் படங்களையும் அதிலுள்ள வியாசங்கள் பெரும்பான்மையையும் அப்படியே எடுத்து ‘இந்தியா’ பத்திரிகையில் வெளியிட்டு, ‘இந்தியா’வின் உருவையும் இரட்டிப்பாக்கி விட்டார்

என்று பதிவு செய்துள்ளார்.[20] இராமாநுஜலு நாயுடு குறிப்பிடுவதைப் போல் மேடம் காமாவின் படமும், பாரிஸ் வெள்ளக் காட்சியும், சென்னை ஆகாய விமானப் படமும் இரண்டிலும் இடம்பெற்றுள்ளன.

சென்னையிலிருந்து பாரதி செயல்பட்ட காலத்திலிருந்து புதுவை வாழ்க்கை தொடங்கிய ஓராண்டுக்குள் அரசியல் சூழல் பெருமளவில் மாறிவிட்டது. தீவிரவாதக் கட்சியின் முக்கியத் தலைவர்கள் சிறைப்பட்டனர். மிதவாதிகளை அரசாங்கத்தின் பக்கம் அரவணைப்பதற்கெனக் கொண்டுவரப்பட்ட மிண்டோ–மார்லி சீர்திருத்தங்களும் செயலுக்கு வரலாயின. ஒருபுறம் தீவிரவாதத்தை ஒடுக்கக் கடுமையான சட்டங்கள். மறுபுறம் புதிய சட்டசபைகள், சற்று விரிவாக்கப்பட்ட பிரதிநிதித்துவம் என்ற ‘கருங்கல் ரொட்டி’. வெகுசனங்களை ஓரளவுக்கேனும் சென்றடைய முயன்ற தீவிரவாதிகள் ஒடுக்கப்பட்டதால் பயங்கரவாதமும் வெடிகுண்டு வீச்சும் தலையெடுத்த நிலை. இந்தக் கட்டத்தில்தான் ‘விஜயா’ வெளிவந்துகொண்டிருந்தது.

சுதேசி இயக்கத்தின் உச்சகட்டம் என்று சுட்டத்தகுந்த ஒரு காலப் பகுதியில்–பாரதியின் எழுத்து வாகனங்கள் அனைத்தும் முடக்கப்படவிருந்த தருணத்தில்–பாரதி அன்றாடம் என்ன சிந்தனைகளை வெளிப்படுத்தினான் என்பதை வெளிக்காட்டும் சாதனமாக ‘விஜயா’வைக் கொள்வதில் தவறிருக்க முடியாது. ‘ராஜாங்கச் சட்ட வரம்பு பிறழாமல்’ ‘விஜயா’ நடத்தப்படுவதாக ‘வித்தியாபாநு’வில் விளம்பரப்படுத்தியிருந்தாலும் தலையங்கங்களின் கடுமை இதற்கு மாறாக உள்ளது. பாரதியின் முத்திரை வரிகளுக்கும் குறைவில்லை.

‘விஜயா’வில் முக்கியமாகப் புதிய பத்திரிகைச் சட்டம் மிக விரிவாக விவாதிக்கவும் கண்டிக்கவும் பட்டுள்ளது. தனது பத்திரிகைகளை இச்சட்டம் நேரடியாகத் தாக்கும் என்பதில் பாரதிக்கு எந்த ஐயமும் இருந்ததாகத் தெரியவில்லை. ‘சகோதரர்களே – ஒரு வார்த்தை மட்டும் சொல்லுகிறேன். இன்னொரு முறை சொல்ல எனக்குச் சந்தர்ப்பங் கிடைக்குமோ கிடைக்காதோ, அதுவே சந்தேகத்திலிருக்கிறது’ (‘சூரியோதயம்’, 13 பிப்ரவரி 1910) என்று பாரதி எழுதும்பொழுது இந்த அச்சம் ஐயத்திற்கிடமின்றி வெளிப்படுகின்றது. ‘சிற்பமும் கவிதையும்’

பற்றி எழுதத் தலைப்பட்டபொழுது 'இதைக் குறித்து எழுதினால் பத்திரிகைச் சட்டம் நம்மை அண்டாது. ஆகையால் இதையாவது நம் ஜனங்களுக்குச் சொல்லுவோம்' ('இந்தியா', 5 மார்ச் 1910) என்று கிண்டலடித்ததோடு வேறோர் இடத்திலும், விரிவாகப் பேசுவதற்கு பதிலாக, இதற்கு மேல் எழுதினால் பத்திரிகைச் சட்டத்திற்கு விரோதமாகப்போகும் என்று கூறியிருக்கிறான்.

அடுத்ததாக, மிண்டோ–மார்லி சீர்திருத்தங்களால் உருவான புதிய சட்டசபைகளைப் பற்றிய விரிவான விமரிசனங்களைப் பாரதி முன்வைக்கிறான். புதிய சட்டசபைகளுக்கு எந்தப் புதிய அதிகாரமும் இல்லை என்பதோடு, முஸ்லிம்களுக்குத் தனித் தொகுதி வழங்கியது தேச ஒற்றுமைக்கு ஆபத்து என்ற கருத்தையும் தொடர்ந்து வெளிப்படுத்தியிருக்கிறான். அப்பொழுது பிரிட்டனை ஆண்டுவந்த லிபரல் கட்சி பற்றிய பாரதியின் விமரிசனம் மிகக் கூர்மையானது.

நிகழ்காலத்தின் சிறுமைகளுக்கு மாற்றாகப் பண்டைப் பெருமையைப் பேசும் பகுதிகளும் 'விஜயா'வில் உள்ளன. பாரதியின் பார்வை இந்தியாவோடு நின்றுவிடவில்லை. அயலகத்தில் இந்தியர் படும் துன்பங்களையும் அவன் மிக விரிவாகப் பதிவு செய்துள்ளான். முக்கியமாகத் தென்னாப்பிரிக்காவில் இந்தியத் தொழிலாளர்களின் நிலையைப் பதிவாகக் கவனித்திருப்பது தெரிகிறது.

சுதேசி இயக்கத்தின் கடைசிக் கட்டத்தில் எழுந்த பயங்கரவாத இயக்கம் பற்றிய பாரதியின் கருத்துகள் ஆழ்ந்த பரிசீலனைக்குரியவை. புரட்சிகர பயங்கரவாதம் என்று சில வரலாற்றாசிரியர்களால் குறிப்பிடப்பெறும் இதனை 'அராஜகம்' என்றும் 'அராஜகர்கள்' என்றுமே பாரதி குறிப்பிடுகிறான். நாசிகைப் படுகொலை முதலான இத்தகைய செயல்களைப் பற்றி விமரிசித்தபொழுதும், இவற்றுக்கெல்லாம் 'நிரங்குசப் பிரபுத்துவ அரசாட்சி'யான ஆங்கிலேய அரசாங்கமே பொறுப்பு என்ற வாதமும் இதில் அடங்கியுள்ளது. 'அராஜகம்' பற்றிய பாரதியின் கடும் விமரிசனங்கள் வெறும் தந்திரோபாய மாக–வெளிப்படையாக அவற்றை ஆதரிக்க முடியாது என்ற சூழ்நிலையில்–சொல்லப்பட்டவை என்று தள்ளிவிட முடியாது. (இந்தியாவில் பிரிட்டிஷ் ஆட்சிக்கு எதிராகப் பிரெஞ்சு இந்தியாவில் ஜனநாயகம் பற்றிய பாரதியின் சாதகமான கருத்துகள் தந்திரோபாயம் என்ற சலுகைக்குப் பிறகும் விமரிசனத்துக்குரியவை என்பதையும் இங்குச் சுட்டலாம்.) அதே வேளையில், 'எது வந்தாலும் அதைரியப்படாதேயுங்கள். ...நியாயந் தவறான செய்கைகள் செய்ய வேண்டாம். நியாயமான சட்டங்களை மீற வேண்டாம். அநியாயமான சட்டங்களை யெடுத்து விடுவதற்கு

இயன்ற முயற்சிகளெல்லாம் செய்ய வேண்டும்' என்றும் பாரதி எழுதியிருக்கிறான் ('சூரியோதயம்', 13 பிப்ரவரி 1910). 'இந்தியா'வுக்குத் தடை விதிக்கப்பட்டதும்,

> இப்போது நாம் 'இந்தியா'வின் சந்தாதாரர்களுக்குச் சொல்லிக்கொள்வதென்னவென்றால், நமது 'விஜயா' தினசரியை வாரப் பத்திரிகையாக மாற்றி, ஆங்கிலேய அரசாங்க விஷயங்களைத் தொடாமல் இந்திய ஜனங்களின் நன்மையை விருத்தி செய்யும் உபாயங்களைப் பற்றி மட்டுமே எழுதுவது என்று உத்தேசித்துள்ளோம். ('விஜயா', 23 மார்ச் 1910)

என்றும் எழுதியிருக்கிறான். அரசின் தடை, பொது மக்களைச் சென்றடைய வேண்டிய நிலை என்ற இரண்டுக்குமிடையேயான தத்தளிப்பாக இதைக் காண்பது தவறாகமாட்டாது. ஆனால் இதற்கு ஒரு மாதத்திற்குள்ளாகவே நிலைமை மேலும் மோசமடைந்தது. நாம் அறியவரும் 'விஜயா'வின் கடைசி இதழில் 'சுதேசியம் வெற்றி பெறுமா?' என்ற கேள்வியுடன் ஒரு கட்டுரை அமைந்துள்ளது. புதிய பத்திரிகைச் சட்டத்திற்குப் பிறகு சுதேசியம் அபிவிருத்தியடையுமா என்று மனசஞ்சலமடைவோருக்கு மறுமொழியாக,

> பத்திரிகைகளின் பிரசுரத்தில் சுதேசியம் தங்கி யிருக்கவில்லை. சுதேசிய தீபத்திற்குப் பத்திரிகைகள் கேவலம் தூண்டுகோல்களேயாகும். மிக அதிகமாகத் தூண்டப்பட்ட விளக்கு அணைந்துவிடுவது போல், இந்தத் தருணத்தில் பத்திரிகைகளால் பிரயோஜன மில்லை என்பதைக் காட்டவே பத்திரிகைச் சட்டம் இயற்றப்பட்டுள்ளதாகத் தோன்றுகிறது. ...மேலும் மேலும் வீண் விஷயங்களை மூளைக்குள் திணித்துக்கொள்வதால் பிரயோஜனமில்லை. ('விஜயா', 22 ஏப்ரல் 1910)

இதனைப் பாரதி தனக்குத் தானே கூறிக்கொண்ட ஆறுதலாகவும் கொள்ள இடமுண்டு.

மொத்தத்தில், பாரதியின் அரசியல் வாழ்க்கையின் கடைசிக் கட்டத்தின் பரபரப்பு மிகுந்த இக்கட்டான ஒரு சூழலை 'விஜயா' காட்டுவதாகக் கொள்ளலாம்.

சான்றுக் குறிப்புகள்

[1] ரா.அ. பத்மநாபன், *பாரதி புதையல் பெருந்திரட்டு*, சென்னை, 1982, ப. 494–97.

[2] ரா.அ. பத்மநாபன், *சித்திரபாரதி*, சென்னை, 1982, ப. ix, 211.

3. இத்தகவலைத் தெரிவித்து உதவியவர் டாக்டர் வெ. ஜீவானந்தம்.
4. பெ.சு. மணி, *பத்திரிகையாளர் பாரதியார்*, சென்னை, 1989, ப. 166.
5. பா. இறையரசன், *இதழாளர் பாரதி*, சென்னை, 1995, பின்னிணைப்பு 33.
6. G.O.No.515, Public, dated 22 July 1909.
7. G.O.No.1010, Judicial & Confidential, dated 4 July 1910.
8. ரா.அ. பத்மநாபன், *சித்திரபாரதி*, ப. 61.
9. Native Newspaper Reports, 1908-1909.
10. G.O.No.1010, Judicial & Confidential, dated 4 July 1910.
11. ரா.அ. பத்மநாபன், *சித்திரபாரதி*, ப. 61.
12. ஆ. இரா. வேங்கடாசலபதி (ப-ர்.), *பாரதி கருவூலம்: 'ஹிந்து' நாளிதழில் பாரதியின் எழுத்துகள்*, காலச்சுவடு பதிப்பகம், நாகர்கோவில், 2008, ப. 56
13. G.O.No 1010, Judicial & Confidential, dated 4 July 1910.
14. G.O.No 1010, Judicial & Confidential, dated 4 July 1910.
15. G.O.No 621, Judicial & Confidential, dated 22 April 1910.
16. சீனி. விசுவநாதன், *மகாகவி பாரதி: சில புதிய உண்மைகள்*, சென்னை, 1984, ப. 40.
17. எஸ்.ஜி. இராமாநுஜலு நாயுடு, 'சென்றுபோன நாட்கள்', *அமிர்த குணபோதினி* 1928இல் வெளிவந்த கட்டுரைத் தொடர். இதன் முழு வடிவத்திற்குக் காண்க: ஆ. இரா. வேங்கடாசலபதி (ப-ர்), எஸ்.ஜி. இராமாநுஜலு நாயுடு, *சென்றுபோன நாட்கள்*, காலச்சுவடு பதிப்பகம், நாகர்கோவில், 2015.
18. G.O. No.424, Judicial & Confidential, 18 March 1910.
19. G.O. No.516, Judicial & Confidential, 5 April 1910.
20. எஸ். ஜி. இராமாநுஜலு நாயுடு, *சென்றுபோன நாட்கள்*.
21. 'இந்தியா', 15 மே 1909, சீனி. விசுவநாதன், *பாரதியின் கட்டுரைச் செல்வம்*, சென்னை, 1989, ப. 480–1

~~

அட்டவணை 1

பார்வையிடப்பட்ட 'விஜயா' இதழ்கள்

வரிசை எண்	புத்தகம்	இலக்கம்	ஆண்டு (தமிழ்) சௌமிய	ஆண்டு (ஆங்கிலம்) பிப்ரவரி 1910
1	1	119	தை 19	1
2	1	120	" 20	2
3	1	121	" 21	3
4	1	122	" 22	4
5	1	123	" 23	5
6	1	124	" 25	7
7	1	125	" 26	8
8	1	126	" 27	9
9	1	127	" 28	10
10	1	128	" 29	11
11	1	129	மாசி 1	12
12	1	130	" 3	14
13	1	131	" 4	15
14	1	134	" 7	18
15	1	135	" 8	19
16	1	137	" 11	22
17	1	138	" 13	23
18	1	139	" 15	25
19	1	140	" 15(16)	26
20	1	141	" 17	28

அட்டவணை 2

சென்னை அரசாங்கத்தின் இரகசிய வாராந்தர அறிக்கைகளில் எடுத்தாளப்பட்ட 'விஜயா' இதழ்கள்

வரிசை எண்		தேதி	
1.	20	அக்டோபர்	1909
2.	25	,,	,,
3.	30	,,	,,
4.	2	நவம்பர்	,,
5.	9	,,	,,
6.	10	,,	,,
7.	13	,,	,,
8.	16	,,	,,
9.	17	,,	,,
10.	18	,,	,,
11.	25	,,	,,
12.	27	,,	,,
13.	1	டிசம்பர்	,,
14.	2	,,	,,
15.	3	,,	,,
16.	7	,,	,,
17.	8	,,	,,
18.	9	,,	,,
19.	10	,,	,,
20.	13	,,	,,
21.	14	,,	,,
22.	15	,,	,,
23.	17	,,	,,

ஆ. இரா. வேங்கடாசலபதி

வரிசை எண்		தேதி	
24.	5	ஜனவரி	1910
25.	18	,,	,,
26.	26	,,	,,
27.	28	,,	,,
28.	21	பிப்ரவரி	1910
29.	2	மார்ச்	,,
30.	3	,,	,,
31.	5	,,	,,
32.	9	,,	,,
33.	11	,,	,,
34.	14	,,	,,
35.	15	,,	,,
36.	16	,,	,,
37.	17	,,	,,
38.	19	,,	,,
39.	22	,,	,,
40.	23	,,	,,
41.	25	,,	,,
42.	26	,,	,,
43.	31	,,	,,
44.	15	ஏப்ரல்	,,
45.	22	,,	,,

சான்று: *Report on English Papers Owned by Natives Examined by the Criminal Investigation Department, Madras and on Vernacular Papers Examined by the Translators to the Government of Madras, 1909-1910.*

~ ~

12

ஆங்கில நாளிதழில் ஒரு தமிழ்க் கவிஞன்
'ஹிந்து'வில் பாரதி

அச்சில் வெளிவந்த பாரதியின் இரண்டாம் படைப்பு 'ஹிந்து' நாளிதழில் (27 டிசம்பர் 1904) பிரசுரமான 'Mr Sankaran Nair's Pronouncement' என்ற கடிதமாகும். அப்பொழுது பாரதிக்கு வயது இருபத்திரண்டு.

பத்தொன்பதாம் நூற்றாண்டின் பிற்பகுதியிலிருந்து இன்றுவரை ஒன்றேகால் நூற்றாண்டுக்கும் மேலாகத் தென்னகத்தின் தலையாய ஆங்கில நாளேடாக விளங்கிவரும் 'ஹிந்து'வில் சி. சுப்பிரமணிய பாரதி இருபது கடிதங்களையும் குறிப்புகளையும் எழுதியிருக்கிறான். இவற்றில் செம்பாதிக்கும் மேலானவை முதன்முறையாக இந்நூலாசிரியனால் வெளிச்சத்திற்கு வந்திருக்கின்றன. அரைகுறையான நறுக்குகளாகவும் செப்பமற்ற பாடங்களோடும் நிலவிய சில பாரதி எழுத்துகளும் முழுமையும் செப்பமும் துல்லியமான காலக்குறிப்பும் பெற்றுள்ளன. இவை தவிர, பாரதியோடு செய்யப்பட்ட ஒரே நேர்காணல் எனக் கருதலாகும் ஒரு கட்டுரையும் முதன்முறையாகக் கண்டெடுக்கப்பட்டுள்ளது. மேலும், 'ஹிந்து'வில் பாரதி எழுதியவற்றுக்குத் தூண்டுகோலாகவும்

எதிர்வினையாகவும் அமைந்த கடிதங்களும் கட்டுரைகளும் பாரதி பற்றிய விரிவான ஆய்வுக்கு வழிகோலுகின்றன.

1921இல் பாரதி மறைந்தபொழுதே கையெழுத்துப் படிகளாக நின்றுவிட்ட படைப்புகள், பல்வேறு இதழ்களில் தொகுக்கப் படாமல் சிதறிக்கிடந்த எழுத்துகள் என இரு நிலையிலும் பாரதி பதிப்பியல் முழுமை பெறாமல் இருந்தது. ஆனால் சிறிது காலத்திற்குள்ளேயே அவனுடைய படைப்பாளுமையின் பெருமையும் சமூக-பண்பாட்டு முக்கியத்துவமும் உணரப்பட்டு அவனுடைய படைப்புகளைத் தேடி வெளியிடும் முயற்சிகள் தொடங்கிவிட்டன. பாரதியின் மனைவி செல்லம்மா தொடங்கிய பாரதி ஆச்ரமத்தின் முயற்சிகள், பாடல்களை வெளியிடுவதோடு நின்றுவிட்டன.

1920களின் இடைப்பகுதியில் பாரதி பிரசுராலயத்தைத் தொடங்கி, பாரதியின் வெளிவந்ததும் வெளிவராததுமான பல நூல்களைத் தொடர்ச்சியாக வெளியிட்டுவந்த பாரதியின் தம்பி சி. விசுவநாத ஐயர் சிதறிக்கிடந்த பாரதியின் ஆங்கில எழுத்துகளையும் தேடியெடுத்து 1930களின் பிற்பகுதியில் வெளி யிட்டார். சென்னையிலுள்ள பிரம்மஞான சபையின் அடையாறு நூலகத்திலுள்ள அன்னி பெசண்டின் 'நியு இந்தியா', 'காமன்வீல்' இதழ்களிலிருந்தும், புதுச்சேரியில் அரவிந்தர் நடத்திய 'ஆர்யா' மாத இதழிலிருந்தும் (சுத்தானந்த பாரதியின் உதவியோடு) பாரதியின் ஆக்கங்களை அவர் திரட்டினார். மேலும் கையெழுத்துப்படியாக இருந்தவற்றையும் சேர்த்து *Agni and Other Poems and Translations, Essays and Other Prose Fragments* என்று இரு நூல்களாக ஆங்கிலக் கவிதைகளையும் கட்டுரைகளையும் தனித்தனியே 1937இல் வெளியிட்டார். இரண்டாம் நூலின் பதிப்பாளர் குறிப்பு 'A few of these pieces were originally published over twenty years ago in the periodicals New India and Commonwealth [sic] (Madras) and Arya (Pondicherry). The others are now published for the first time, from the commonplace note-book and other Ms. material of the late C.S. Bharati, now in the possession of his brother, Mr C. Viswanatha Ayyar' என்று கூறுகிறது. இந்த நூலில் பாரதியின் 'ஹிந்து' எழுத்துகள் எவையும் இடம்பெறவில்லை என்பது குறிப்பிடத்தகுந்தது. ('காங்கிரஸ்' பற்றிய கடிதம் 'நியூ இந்தியா'வில் வெளிவந்தவாறே விசுவநாத ஐயர் பதிப்பித்திருக்கிறார்.)

இதன் பிறகு, 1959இல் வெளியான பாரதி ஆய்வு முன்னோடி ரா.அ. பத்மநாபனின் 'பாரதி புதையல்' இரண்டாம் தொகுதியில் பாரதியின் *The Fox with the Golden Tail* என்ற நூல் மறுவெளியீடு செய்யப்பட்டதோடு, *The Political Evolution in the Madras Presidency*

என்ற முற்றுப்பெறாத கட்டுரையின் சில பத்திகளும் இடம் பெற்றன. மேலும், 'ஹிந்து' பத்திரிகையின் *'Fifty Years Ago'* பகுதியில் இடையிடையே மறுபிரசுரம் செய்யப்பட்டுவந்த பாரதியின் சில கடிதங்களும் பாரதி ஆய்வாளர்களுக்குக் கிடைக்கலாயின. (எ—டு: பெ. தூரனின் 'பாரதி தமிழ்' இரண்டாம் பதிப்பில் (1963) இடம்பெற்ற *'Proscription of Innocuous Literature'*.)

பாரதி நூற்றாண்டுக்குக் கொஞ்ச காலத்திற்கு முன்பு சி. விசுவநாத ஐயர் தம் நண்பர் ஏ. நடராஜன் என்பவரைக் கொண்டு 1937இல் வெளியான மேற்குறித்த இரண்டு ஆங்கில நூல்களையும் இணைத்ததோடு இரண்டு பாடல்களையும் ஏழு கட்டுரைகளையும் புதியதாகச் சேர்த்து *Agni and Other Poems and Translations & Essays and Other Prose Fragments* என்று தனி நூலாக வெளியிட்டார். இவற்றுள் *'Mr Tilak and the British Government'* என்ற கடிதம் 'ஹிந்து', 'நியு இந்தியா' இரண்டிலும் வந்தது; *'National Languages as Media of Instruction'* 'ஹிந்து'வில் வெளிவந்தது (ஆனால் தேதி 18 அக்டோபர் 1916 என்று பிழையாக உள்ளது. வெளிவந்த தேதி 19 ஆகும்); *'A Letter to Mr Ramsay Macdonald'* என்ற நீண்ட கடிதம் பாரதி பயன்படுத்திய ஏராளமான துணைத்தலைப்புகள் இல்லாமல் தொகுக்கப்பட்டிருந்தது.

1982இல் 'பாரதியின் கடிதங்கள்' நூலை வெளியிட்ட ரா.அ. பத்மநாபன், ராம்சே மெக்டோனால்டுக்கு எழுதப்பட்ட இக்கடிதத்தை முழுமையாக, ஏறத்தாழ அனைத்துத் துணைத் தலைப்புகளோடு வெளியிட்டார். இதற்கடுத்து எழுதப்பட்ட *'Police Rule in India'* என்ற கடிதம் ஆங்கில மூலமில்லாமல் தமிழாக்கம் மட்டும் இடம்பெற்றது.

பாரதியின் படைப்புகளைக் காலவரிசையில் செப்பமாகப் பதிப்பித்துள்ள சீனி. விசுவநாதன், அதன் எட்டாம் தொகுதி யின் பதிப்புரையில் பின்வருமாறு கூறுகிறார்: 'The Hindu பத்திரிகையிலே வெளியான பாரதி கடிதக் கட்டுரைகளுக்கான பிரதிகள் பார்வைக்குக் கிடைக்கவில்லை. ஆயினும், பாரதியின் எழுத்துக்களை மறுபிரசுரம் செய்திருந்த பாரதி பிரசுராலயத்தாரின் *Essays and Other Prose Fragments* என்ற நூலும், ஹிந்து அலுவலகமே வெளியிட்ட *The Hindu hundred years [sic]* என்ற நூலும் பெரிதும் பயன்பட்டன' (ப. 29—30).

மேற்கண்ட பதிப்பு வரலாறு உணர்த்தும் செய்தி இதுவரை 'ஹிந்து' நாளிதழின் பாரதி காலத்துக் கோப்புகளை ஆய்வாளர்கள் பார்வையிட இயலவில்லை என்பதேயாகும். சீனி. விசுவநாதன் மேற்கண்ட தம் பதிப்புரையில் (ப. 6) மேலும் கூறுவதாவது: '... ராம்ஸே மக்டானல்டு அவர்களுக்கு எழுதிய

கடிதத்துடன் "ஹிந்து" பத்திரிகையுடனான பாரதியின் தொடர்பு புதுப்பிக்கப்பட்டது. இதன்பின் இரண்டொரு கடிதங்களும் கட்டுரைகளும் பிரசுரமாகியுள்ளன.'

பாரதி ஆய்வின் இன்றைய எல்லை இது. பாரதியின் எழுத்துகள் 'ஹிந்து'வில் இடம்பெற்றுள்ளது அறியப்பட்ட நிலையிலும் அதன் கோப்புகள் பாரதி ஆய்வுக்காகப் பயன் படுத்தப்படவில்லை என்பது வெள்ளிடைமலை. 1921இல் நீதிபதி எஸ். சுப்பிரமணிய (மணி) ஐயரின் தலைமையில் பாரதி நிகழ்த்திய 'நித்திய வாழ்வு' என்ற பேச்சின் விவரத்தையும், பாரதியின் குருநாதர் குள்ளச்சாமி படத்தையும் 'ஹிந்து'வில் தேட வேண்டும் என்று ஐம்பதாண்டுகளுக்கும் முன்பு 'சித்திரபாரதி'யின் முதல் பதிப்பிலேயே ரா.அ.பத்மநாபன் குறிப்பிட்டிருந்தாலும் இத்தேடல் நடைபெறவில்லை.

ஐம்பதாண்டுகளுக்குப் பிறகு 'ஹிந்து' நாளிதழின் 1904 முதல் 1921 வரையான காலகட்டத்துக் கோப்புகள் பார்வை யிடப்பட்டு, சீனி. விசுவநாதன் குறிப்பிடும் 'இரண்டொரு' என்பதற்கு மேலாகப் பத்துக்கும் அதிகமான எழுத்துகளை அடையாளம் கண்டு நூலாக்கியுள்ளேன். பாரதி எழுத்துகள் இத்தனை புதையலாகக் கிடைக்கும் என்று நான் எதிர்பார்க்க வில்லை.

க

அச்சில் வெளிவந்த பாரதியின் முதல் படைப்பு, 'விவேகபாநு' மாத இதழ் (ஜூலை 1904) வெளியிட்ட 'தனிமையிரக்கம்' என்ற 'சானட்' வடிவப் பாடலாகும். இப்பாடல் வெளிவந்த காலத்தையொட்டிச் சில மாதங்கள் மதுரை சேதுபதி உயர்நிலைப் பள்ளியில் தமிழாசிரியராகப் பாரதி பணியாற்றினான். 'சுதேசமித்திரன்' நிறுவனர் ஜி.சுப்பிரமணிய ஐயரால் அடையாளம் காணப்பட்ட பாரதி, 1904 நவம்பரில் சென்னைக்கு வந்து, 'சுதேசமித்திரன்' நாளிதழில் உதவியாசிரியனாகப் பணியாற்றலானான். ஆனால் 'சுதேசமித்திர'னில் அவனுடைய படைப்பு எதுவும் 1905 ஏப்ரல்வரை வெளிவந்ததாகத் தெரியவில்லை. இந்நிலையில் 1904 டிசம்பர் 27இலேயே, அதாவது பாரதி சென்னைக்கு வந்த இரண்டு மாதங்களுக்குள்ளாகவே 'ஹிந்து' நாளிதழுக்கு ஒரு நீண்ட கடிதத்தை அவன் எழுதியிருக்கிறான்.

பாரதி 'ஹிந்து'வில் எழுதலானது வியப்புக்குரியதல்ல. இருபதாம் நூற்றாண்டின் தொடக்கத்தில் தமிழகத்திலிருந்து பொது வாழ்க்கையில் ஈடுபட்ட ஒருவருக்கு 'ஹிந்து'வின்

பரிச்சயம் தவிர்க்க இயலாதது. தி. முத்துசாமி ஐயர் சென்னை உயர்நீதி மன்றத்தின் முதல் இந்திய நீதிபதியாக அமர்த்தப் பட்டபொழுது அதை ஐரோப்பியர் நடத்திய ஆங்கிலப் பத்திரிகைகள் கடுமையாகக் கண்டித்ததற்கு எதிர்வினையாக இந்தியக் குரலாக ஒலிப்பதற்கெனத் தோற்றுவிக்கப்பட்டதே 'ஹிந்து'. திருவல்லிக்கேணி இலக்கியச் சங்கம் என்ற அமைப்பைச் சேர்ந்த ஜி. சுப்பிரமணிய ஐயர், முடும்பை வீரராகவாசாரி, பி.வி. ரங்காசாரி, டி. கேசவ ராவ் பந்த், என். சுப்பாராவ் பந்துலு ஆகிய ஆறு இளைஞர்கள் 20 செப்டம்பர் 1878இல் அதனை வார இதழாக முதலில் வெளியிட்டனர். பத்திரிகை தொடங்கப்பட்ட சிறிது காலத்திலேயே அரசு பணி கிடைத்த காரணத்தினால் தோற்றுநருள் நால்வர் விலகிவிட ஜி. சுப்பிரமணிய ஐயரும் மு. வீரராகவாசாரியும் முழு உரிமையாளர்களாயினர்.

அக்டோபர் 1883இல் வார மும்முறை இதழான 'ஹிந்து', ஏப்ரல் 1889 முதற்கொண்டு நாளிதழாகத் தொடர்ந்து வெளிவரலானது. (பாரதியின் காலத்திலும் அதற்குப் பின்னர் பல்லாண்டுகளுக்கும் ஞாயிறன்று பதிப்பு இல்லை. மேலும் அக்காலத்தில் 'ஹிந்து' மாலையில்தான் வெளிவந்தது.)

தொடக்கம் முதலே இந்தியத் தேசியத்தின் முதன்மையான ஒரு போக்கைப் பிரதிபலிக்கும் ஓர் ஊடகமாக 'ஹிந்து' விளங்கிவந்தது. சென்னை மாகாணத்தின் தொடக்க காலத் தேசிய அமைப்பாக விளங்கிய சென்னை மஹாஜன சபை 1884இல் 'ஹிந்து' அலுவலக வளாகத்தில் கால்கோளிடப்பட்டது தற்செயலானதல்ல. 1885இல் பம்பாயில் நடந்த முதல் காங்கிரஸ் மாநாட்டில் ஜி. சுப்பிரமணிய ஐயர் முக்கியப் பங்காற்றியவர்; காங்கிரஸின் ஆரம்ப காலத் தலைவர்களுள் ஒருவராகப் போற்றப்பட்டவர். மு. வீரராகவாசாரி 'சுயாட்சி வினா விடை' (1887) முதலான துண்டறிக்கைகளை எழுதிப் பல்லாயிரக்கணக்கில் விநியோகித்தார். சுதேசி இயக்கக் காலம்வரையில் தீவிரமான ராஜவிசுவாசம், இந்தியாவில் பிரிட்டிஷ் ஆட்சியின் குறைபாடுகள் பற்றிய கடும் விமரிசனம் ஆகியன இரண்டும் கலந்த ஒரு நிலைப்பாட்டை மேற்கொண்ட 'ஹிந்து', வெகுசன இயக்கமாக மாறிவந்த காங்கிரசின் பிரதான போக்கோடு தன்னைத் தொடர்ந்து இணைத்துக்கொண்டுவந்தது. 'ஹிந்து'வின் புகழ்பெற்ற ஆசிரியர்கள் நால்வர் (ஜி. சுப்பிரமணிய ஐயர், மு. வீரராகவாசாரி, எஸ். கஸ்தூரிரங்க ஐயங்கார், அ. அரங்கசாமி ஐயங்கார்) காங்கிரஸ் அமைப்பின் வளர்ச்சியில் முக்கியப் பங்காற்றியவர்களாவர். அந்தவகையில் 'ஹிந்து'வின் நூற்றாண்டு விழாவின்பொழுது வெளியிடப்பட்ட அதன் அதிகாரபூர்வ வரலாறு 'இந்தியத் தேசியத்தின் காவியக் கதை' *(A Hundred Years of the Hindu: The Epic Story of Indian Nationalism)* என்ற துணைத்தலைப்புடன் அமைந்ததும் பொருத்தமானதே.

சமூக சீர்திருத்தத்தில் பேரார்வம் கொண்டிருந்த ஜி. சுப்பிரமணிய ஐயருக்கும், உறுதியான சனாதனப் பிடிப்பு கொண்டிருந்த மு. வீரராகவாசாரிக்கும் இடையிலான முரண்பாடுகள் முற்றியதன் விளைவாக 1898இல் ஜி. சுப்பிரமணிய ஐயர் 'ஹிந்து'விலிருந்து விலகி ஏற்கெனவே தாம் 1882இல் தொடங்கிவிட்டிருந்த 'சுதேசமித்திர'னை 1899இல் நாளேடாக்கி அதில் ஆழ்ந்துவிட்டார். இதனால்தான் அவரைத் தமிழகத்தின் 'புதிய விழிப்பின் முன்னோடி'களில் ஒருவராக மதித்ததோடு, 'எவர் துணையுமின்றித் தமிழ்ப் பத்திரிகைத் துறையை இன்றைய உலகத்தில் நிலைநிறுத்திவிட்டார்' என்றும் பாரதி புறநிலையாக நின்று கூறினான்.

'ஹிந்து'வின் சட்ட ஆலோசகராக இருந்த எஸ். கஸ்தூரிரங்க ஐயங்கார் (1859–1923) 1905இல் 'ஹிந்து'வின் உரிமையாளரானதோடு, தாம் மறையும்வரை அதன் ஆசிரியராகவும் இருந்தார். 'ஹிந்து'வைத் தாம் நடத்தத் தொடங்கிய உடனேயே தம் மருகரான அ. அரங்கசாமி ஐயங்காரை (1877–1934) உதவி ஆசிரியராகவும் மேலாளராகவும் அமர்த்தினார். 1907இல் 'ஹிந்து'வின் அச்சிடுவோராகவும் வெளியீட்டாளராகவும் பொறுப்பேற்ற அரங்கசாமி ஐயங்கார் 1915இல் 'ஹிந்து'விலிருந்து விலகி 'சுதேசமித்திர'னுக்கு ஆசிரியரானார். 1906ஆம் ஆண்டுக்குப் பிறகு 'சுதேசமித்திர'னில் பங்காற்றுவதை நிறுத்தியிருந்த பாரதி, அரங்கசாமி ஐயங்கார் அதற்குப் பொறுப்பேற்ற காலகட்டத்தில் தன் தொடர்பைப் புதுப்பித்துக்கொண்டு தொடர்ச்சியாக எழுதிவரலானான்.

பாரதியின் பத்திரிகை எழுத்தில் 'சுதேசமித்திரன்', 'ஹிந்து' இரண்டுக்கும் பங்குண்டு. ஜி. சுப்பிரமணிய ஐயர், அரங்கசாமி ஐயங்கார் ஆகிய இருவருமே இந்த இரண்டு பத்திரிகைகளிலும் நேரடித் தொடர்புகொண்டிருந்தவர்கள். எனவே 'ஹிந்து' பற்றிய மேற்கண்ட சுருக்கமான அறிமுகம் கவனம் கொள்ளத்தக்க பின்புலமாகும்.

உ

1904 டிசம்பரில் எழுதிய கடிதம் நீங்கலாக, 'ஹிந்து'வில் பாரதி எழுதிய பிற அனைத்தும் கஸ்தூரிரங்க ஐயங்கார் ஆசிரியராக இருந்த காலத்திலேயே வெளிவந்துள்ளன. பாரதியின் கட்டுரைகளை மேலோட்டமாகப் புரட்டினாலும்கூட அவன் எந்த அளவுக்கு 'ஹிந்து' பத்திரிகையோடு நெருங்கிய பரிச்சயம் கொண்டிருந்தான் என்பது விளங்கும். தன்னுடைய எழுத்துகளில் பல இடங்களில் 'ஹிந்து' செய்திகளைக் குறிப்பிடவும் எதிர்வினையாற்றவும்

செய்திருக்கிறான் பாரதி. உலகச் செய்திகளை, அதாவது மேலைச் செய்திகளை, அதாவது இங்கிலாந்து செய்திகளை ‘ஹிந்து’ அளவுக்கு வெளியிட்ட பத்திரிகை இருக்குமா என்பது ஐயமே. ‘தம் சொந்த நாட்டைவிட இங்கிலாந்து செய்திகளை “ஹிந்து” வாசகர் அதிகம் அறிந்திருப்பார்’ என்று அதன் அதிகாரபூர்வ வரலாற்றாசிரியர் கூறியுள்ளது மிகப் பொருத்தமானது.

‘ஹிந்து’வில் வெளியான பாரதியின் எழுத்துகள் ஏறத்தாழ அனைத்துமே ‘ஆசிரியருக்குக் கடிதங்கள்’ (*‘Correspondence’*) பகுதியிலேயே வெளிவந்துள்ளன. (பாரதியின் மேதைமையை ‘ஹிந்து’ ஆசிரியர்கள் அறிந்திருந்தனர் என்று கொள்ள எந்த முகாந்திரமும் இல்லை. பாரதி மறைந்தபொழுதுகூட ஒரு சிறு தலையங்கக் குறிப்பும் சில உதிரிச் செய்திகளும் மட்டுமே ‘ஹிந்து’வில் வெளிவந்தன). 1880களின் தொடக்கம் முதலே இந்தப் பகுதி சூடான விவாதத்திற்கான களமாக விளங்கியதை ‘ஹிந்து’ வரலாறும் கூறுகிறது. பிட்டி தியாகராயர், ம. சிங்காரவேலர், அ. மாதவையா, பி. வரதராசுலு நாயுடு முதலான ஏராளமான பெரியோரின் கடிதங்களை ‘ஹிந்து’வின் பக்கங்களில் பரக்கக் காண முடியும்.

கஸ்தூரிரங்க ஐயங்காரின் ஆசிரியத்துவத்தில் இக்களம் மேலும் விரிவுபெற்றது. ஆசிரியருக்குக் கடிதங்கள் பகுதிக்கு மேலதிகமான இடம் கொடுத்து, சர்ச்சைக்குரிய சமகால விஷயங்களுக்கு வடிகாலாக அமைய அவர் வழிவகுத்தார். முக்கியத்துவம் வாய்ந்த பல பிரச்சினைகள் ‘விவாதம் முற்றுப் பெற்றது’ என்று ஆசிரியர் அறிவிக்கும்வரை வாரக் கணக்கிலும் மாதக் கணக்கிலும் தொடர்ந்திருக்கின்றன. தலையங்கம் அளவுக்கு இந்தப் பகுதியும் பேர்பெற்றது என்று ‘ஹிந்து’ வரலாற்றாசிரியர் கூறுகிறார். இது உண்மை என்பதைப் பாரதியின் கடிதங்களும் அவற்றுக்கு வந்த எதிர்வினைகளும் காட்டுகின்றன.

தன் பொது வாழ்க்கையின் தொடக்கத்தில் ஒரு கடிதத்தையும், சுதேசி இயக்கக் காலத்தில் இரண்டு கடிதங்களையும் பாரதி ‘ஹிந்து’வுக்கு எழுதியிருக்கிறான்.

சென்னை ஆசாரத் திருத்தச் சங்கத்தின் பன்னிரண்டாம் ஆண்டுவிழாக் கூட்டத்தில் செட்டூர் சங்கரன் நாயர் ஆற்றிய உரையில் சமூக சீர்திருத்தம் மேற்கொள்ளப்பட்டுச் சாதி அமைப்பு ஒழியும்வரை இந்தியா விடுதலை பெறக்கூடாது என்று வாதிட்டு விரிவாகப் பேசியிருந்தார். இந்த உரை ‘ஹிந்து’வில் ஒரு முழுப் பக்கத்திற்கு வெளிவந்திருந்தது. இதனை மறுத்துச் சென்னை மாகாணத்தின் உள் மாவட்டத்தைச் சேர்ந்த ஒருவர்

Plainspeaker ('வெளிப்படப் பேசுவோன்') என்ற பெயரில் எழுதியிருந்தார். இதற்கு எதிர்வினையாக சங்கரன் நாயரை ஆதரித்தும், 'வெளிப்படப் பேசுவோ'னை எள்ளிநகையாடியும் பாரதி ஒரு கடிதம் எழுதினான். 'ஹிந்து' 27 டிசம்பர் 1904 இதழில் வெளிவந்த இந்தக் கடிதமே நாமறிந்தவரையில் அச்சில் வெளியான பாரதியின் முதல் ஆங்கில எழுத்தாகும்.

இதற்கடுத்து மூன்றாண்டுகள் கழித்து, சூரத் நகரில் நடைபெறவிருந்த காங்கிரஸ் (1907) ஆண்டு மாநாட்டுக்குச் செல்லும் சென்னை மாகாணப் பிரதிநிதிகளுக்கு ஓர் அறிவிப்பாக ஒரு சிறிய கடிதம் பாரதியின் பெயரில் வெளியாகியுள்ளது.

சுதேசி இயக்கத்தின் உச்சகட்டத்தில், வ.உ.சி., சுப்பிரமணிய சிவா முதலானோர் கைதாகியிருந்த வேளையில், பாரதி ஒரு கடிதம் எழுதியிருக்கிறான். பிரிட்டிஷ் ஆட்சியில் இந்தியர்களுக்குச் சமக் குடியுரிமை கிடைக்கும் என்பது போலி நம்பிக்கை என்பதை பிரிட்டிஷ் பேரரசில் இந்திய ஒப்பந்தக் கூலிகள் அனுபவிக்கும் இன்னல்களை நிமித்தமாகக் கொண்டு இக்கடிதம் சாடுகிறது. தேசிய இயக்கத்தின் மூத்த தலைமுறையினையும், குறிப்பாக 'ஹிந்து' ஆசிரியரையும், விமரிசிக்கும் இக்கடிதத்தில் இந்தியா 'நிராயுதபாணியாக்கப்பட்ட ஒரு தேசம்' என்பதாலேயே இழிநிலை அடைந்துள்ளது என்ற கருத்தைப் பாரதி அடிக்கோடிட்டுள்ளான்.

இதற்குப் பிறகு சில மாதங்களிலேயே அரசாங்கம் தன்னைக் கைதுசெய்து சிறையிலடைத்துவிடும் என்பது உறுதியாகிவிட்ட நிலையில் (செப்டம்பர் 1908) புதுச்சேரியில் அடைக்கலம் தேடுகிறான் பாரதி. இதன் பிறகு 'ஹிந்து'வில் வெளியான பாரதி எழுத்துகள் அனைத்தும் புதுச்சேரியிலிருந்து எழுதப்பட்டவையே.

'இந்தியா', 'விஜயா', 'சூரியோதயம்' முதலான பத்திரிகைகள் தடை செய்யப்பட்டு, கருத்து வெளிப்பாட்டுக்கு வேறு சாதனம் அற்ற நிலையில் பாரதி புதுச்சேரியில் தஞ்சமடைந்த இரண்டரையாண்டுக் காலத்திற்குப் பிறகு, 1911 ஏப்ரல் 24ஆம் நாள் 'ஹிந்து'வில் அவனுடைய கடிதம் வெளிவருகிறது. 'நம் காலத்தின் மிகப்பெரும் அறிவுலக மோசடி' என்று பாரதி தன் 'பொன்வால் நரி' (*The Fox with the Golden Tail*) என்ற ஆங்கில அங்கத நூலில் விவரித்திருந்த பிரம்மஞான சபை (*Theosophical Society*) பற்றியதாகும் இக்கடிதம். தங்கள் விமரிசகர்களை ராஜதுரோகிகள் எனக் கோள் சொல்லிக் காட்டிக்கொடுக்கும் பிரம்மஞான சபையினரின் மலினமான உத்தியை விமரிசிக்கும் கடிதம் இது. பிரம்மஞான சபையின் சமயப் புரட்டுகளையும் அதன் தலைவர் அன்னி பெசண்ட் பற்றியும் மேலும் இரண்டு கடிதங்களை

‘ஹிந்து’வில் பாரதி வெளியிட்டான். ஒரு கடிதம் அப்பொழுது புதுச்சேரியில் தஞ்சம் புகுந்திருந்த அரவிந்தரின் சார்பாக அன்னி பெசண்டுக்கு விடுக்கப்பட்ட மறுப்புரையாகும். பாரதிக்கும் அரவிந்தருக்குமான நெருக்கத்தைப் புலப்படுத்தும் ஆவணம் இது. மற்றொரு கடிதம், அன்னி பெசண்டின் பிரம்மஞான சபை சார்ந்த செயல்பாடுகளை மறுக்கும் அதே வேளையில், அவர் தேசிய இயக்கத்தில் காலடி எடுத்துவைப்பதை வரவேற்கின்றது.

பிரம்மஞான சபையையும் அன்னி பெசண்டையும் கண்டிக்க ‘ஹிந்து’வைக் கருவியாகப் பாரதி கொண்டதற்குக் காரண மில்லாமலில்லை. ஏறத்தாழ இருபத்தைந்து ஆண்டுகளுக்கு அன்னி பெசண்டோடு ‘ஹிந்து’ சொற்சமர் புரிந்து வந்தது. 1894இலேயே அன்னி பெசண்ட் இந்து மதம் மற்றும் நாகரிகம் பற்றிச் சென்னை மாகாண நகரங்களில் உரையாற்றியதைப் பதிவு செய்துள்ளதை ‘ஹிந்து’வின் வரலாற்றாசிரியர் குறிப்பிடுகிறார். 1911 முதல் ‘ஹிந்து’வுக்கும் அன்னி பெசண்டுக்கும் இடையே கடும் விவாதம் தொடங்கியது. பிரம்மஞான சபையின் கோட்பாடுகளையும் நடைமுறைகளையும், முக்கியமாக ஜே. கிருஷ்ணமூர்த்தியை லோக குருவாக அறிவித்ததையும் கண்டித்துப் பாரதியின் நண்பரும் அந்நாளில் புகழ்பெற்ற மருத்துவராக விளங்கியவருமான எம்.சி. நஞ்சுண்ட ராவ் எழுதியது 24 ஜனவரி 1914 ‘ஹிந்து’வில் வெளியானது. இதைத் தொடர்ந்து வாதங்களும் பிரதிவாதங்களும் முற்றின. முக்கியமாக, பிரம்மஞான சபையின் ‘மகாத்மா’ கோட்பாடு கடுமையாக மறுக்கப்பட்டது. ஜே. கிருஷ்ணமூர்த்தியும் அவருடைய அண்ணனும் அன்னி பெசண்டுக்குத் தத்துக் கொடுக்கப்பட்டதைப் பற்றி அவர்களுடைய தந்தை ஜே. நாராயணய்யா தொடுத்த உயர் நீதிமன்ற வழக்கும், இலண்டன் பிரிவி கவுன்சில் வரை சென்ற மேல்முறையீடும் பெரும் விவாதங்களைக் கிளப்பின. பிரம்மஞான சபைப் பிரமுகர் லெட்பீட்டரின் ‘பாலுறவுப் பிறழ்வுகள்’ பற்றிய விமரிசனங்கள் அவதூறு வழக்குகளுக்கு வழிகோலின. 1917இல் அன்னி பெசண்டு, ஜார்ஜ் அருண்டேல், பி.பி. வாடியா ஆகியோர் உதகையில் கட்டுக்குள் வைக்கப்பட்டனர். இவ்வேளையில் ‘ஹிந்து’ பெசண்டை ஆதரித்து எழுதியது. 1919 முதல் காந்தியடி களையும் ஒத்துழையாமை இயக்கத்தையும் அன்னி பெசண்ட் எதிர்க்கலானதும் ‘ஹிந்து’ மீளவும் அவருக்கு எதிராகத் திரும்பியது.

பிரம்மஞான சபை பற்றிய தம் விமரிசனங்களை வெளிப்படுத்த பாரதி ‘ஹிந்து’வைக் கைக்கொண்டதில், அதுவும் வேறு வெளியீட்டுச் சாதனங்களே இல்லாத நிலையில், வியப்பில்லை. ‘ஹிந்து’வில் வெளியிடப்படாத பிரம்மஞான சபையின் ஒரு கூட்டம் பற்றிய தம் விமரிசனத்தை ‘ஹிந்து’வில்

பாரதி எழுதியதை ஒரு பிரம்மஞான சபையின் பற்றாளரும்கூடக் குறிப்பிட்டுள்ளார். முதல் உலகப் போர் மூண்டுவிட்ட பின்னணியில், அன்னி பெசண்டை இந்தியத் தேசியவாதிகளின் பிரதிநிதியாக ஏற்றுக்கொண்டுவிட்ட பாரதி, அதன் பிறகு சில வாரங்களிலேயே அன்னி பெசண்டின் 'நியு இந்தியா' நாளேட்டில் எழுதத் தொடங்கிவிடுகிறான். பிரம்மஞான சபை சார்ந்த இதழ் ஒன்றில் முதன்முறையாகப் பாரதியின் எழுத்து *'Home and War'* என்ற கடிதமாக 'நியூ இந்தியா' 3 அக்டோபர் 1914 இதழில் வெளிவருகிறது.

1911 ஜூன் 17ஆம் நாள் திருநெல்வேலி மணியாச்சி தொடர்வண்டிச் சந்திப்பில் நெல்லை கலெக்டர் ஆஷ் வாஞ்சி ஐயரால் சுட்டுக்கொல்லப்பட்டது பாரதியின் வாழ்க்கையைக் கடுமையாகப் பாதித்தது. பாரதியைக் கைது செய்ய வாரண்ட் பிறப்பிக்கப்பட்டது. ஆள்காட்டிகளும் ஒற்றர்களும் அடங்கிய ஒரு பெரிய போலீஸ் படை புதுவையிலிருந்த சுதேசி இயக்கத்த வரைச் சிக்கவைக்க முயன்றது. 'குற்றமற்ற காதல் கவிதையும் சமூக சீர்திருத்தக் கதையும்' என்று பாரதி வருணித்த 'கனவு', 'ஆறிலொரு பங்கு' ஆகிய நூல்கள் தடைசெய்யப்பட்டன. போலீஸ் படையோடும் தடையுத்தரவுகளோடும் சில ஆண்டுகளுக்குப் பாரதி மல்லுக்கட்ட வேண்டியிருந்தது. வ.வே.சு. ஐயரையும் பிறரையும் சிக்கவைப்பதற்காகப் போலீஸே அவர்கள் வீட்டில் போலியாகச் சில பொருள்களை வைத்ததைப் பாரதி 'ஹிந்து'வில் அம்பலப்படுத்தினான். சென்னை மாகாண ஆளுநருக்குப் பல விண்ணப்பங்களை அனுப்பினான். இவற்றால் பயன் விளையாததைக் கண்டு, 1914இன் தொடக்கத்தில் இந்தியாவில் சுற்றுப்பயணம் மேற்கொண்டிருந்த தொழிற்கட்சித் தலைவரும் பிரிட்டிஷ் நாடாளுமன்ற எதிர்கட்சித் தலைவருமான ராம்சே மெக்டோனால்டுக்கு எழுதிய மிக நீண்ட கடிதம் 'ஹிந்து'வில் வெளிவந்தது. இதனையொட்டி மேலும் இரண்டு கடிதங்களையும் பாரதி 'ஹிந்து'வில் வெளியிட்டான். புரட்சிகர, ஆயுதந்தாங்கிய நடவடிக்கைகளுக்கும் தனக்கும் எந்தத் தொடர்பும் இல்லை என்பதே இக்கடிதங்களின் சாராம்சமாகும். போலீஸின் பிடியிலிருந்து தப்புவதற்கான ஒரு தந்திரோபாயமாகவே இது இருக்கலாமெனினும், பாரதியின் மாறிவந்த அரசியல் நிலைப்பாடு களைப் புரிந்துகொள்ள இக்கடிதங்கள் துணைபுரிகின்றன.

1914இன் இடைப்பகுதியில் முதல் உலகப் போர் மூண்ட பின்னர், பாரதி சில கடிதங்களை எழுதுகிறான். போர்க் காலத்தில் ஆங்கில அரசுக்கு இந்திய மக்களின் ஆதரவு உண்டு என்றும், ஆனால் போர் வெற்றிக்குப் பின்னர் இந்தியாவுக்கு இதனால் அரசியல் பயன் விளையும் என்ற நம்பிக்கையினையும் பாரதி

வெளிப்படுத்துகிறான். இந்த நிலைப்பாட்டுக்குத் திலகர் அரணாக இருப்பதையும் பாரதி சுட்டுகிறான்.

போர்ச் சூழலில் செர்பிய நாட்டின் வீரப் பாடல்களை வியந்தும் விதந்தும் ஒரு குறிப்பைப் பாரதி வரைந்துள்ளான். செர்பியரின் தேச உணர்வையும், அதற்கு வலுவூட்டும் வீரத்தையும் இந்தியாவுக்கு உதாரணமாக முன்வைக்கும் இக்கட்டுரையை இன்று படிக்கும்பொழுது 1990களில் பொஸ்னியாவில் செர்பியர்கள் இழைத்த இனப்படுகொலைகள் நினைவுக்கு வந்து மன சஞ்சலத்தை ஏற்படுத்துகின்றன.

இவற்றைத் தவிரப் பல்வேறு பொருள்களைப் பற்றியும் பாரதி இடையிடையே 'ஹிந்து'வுக்குக் கடிதம் விடுத்துள்ளான். ஜி. சுப்பிரமணிய ஐயரைப் பற்றிப் பாரதி எழுதியுள்ள மதிப்பீட்டை அவர் தமிழில்கூடச் செய்ததில்லை. ஜி. சுப்பிரமணிய ஐயரைப் பாரதியின் குருநாதராகக் காட்டும் முயற்சிகள் பாரதிக்கே உவப்பளிக்காது என்பதை இக்கடிதம் காட்டுகிறது. ஜி. சுப்பிரமணிய ஐயரைப் புறநிலையாக நின்று நிறைகுறைகளோடு விமரிசித்துள்ள பாரதி, 'எவ்வளவு குறைகள் இருந்தபோதிலும் தமிழ்நாட்டின் மிக உபயோகமான ஒரு செய்திப் பத்திரிகையாக ஒரு தினசரித் தமிழ்ப் பத்திரிகையை அவர் நிறுவிக் காட்டிவிட்டார்' என்று பாராட்டிய அதேவேளையில் 'மேதையின் ஒளிவீசும் ஆற்றல் ஸ்ரீமான் ஐயருக்கு இல்லை என்பது நிச்சயம்' என்றும் மதிப்பிடுகிறான்.

காங்கிரஸ் கட்சியின் அமைப்புப் பற்றியும், கல்விக்குத் தாய்மொழியே பயிற்றுமொழியாக வேண்டும் என்றும் பாரதி இக்கடிதங்களில் எழுதியுள்ளான்.

சாதி அமைப்புப் பற்றிய பாரதியின் கருத்துகள் அன்றைய வைதீகர்களின் பகைமையைச் சம்பாதித்துத்தந்திருக்கின்றன. 1912ஆம் ஆண்டளவில் 'மெட்ராஸ் ஸ்டாண்டர்டு' நாளிதழில் எந்தப் பேராசிரியர் கே. சுந்தரராம ஐயரிடம் கடுமையாக விவாதித்திருந்தானோ அவருக்கு 1915இலும் பாரதி எதிர்வினை ஆற்றியிருக்கிறான்.

அரவிந்தரின் 'ஆர்யா' மாத இதழில் பெயரிடாமல் நம்மாழ்வார் பற்றிப் பாரதி எழுதிய கட்டுரை 'ஹிந்து'வில் மறுவெளியீடு செய்யப்பட்டிருக்கிறது.

1916ஆம் ஆண்டின் பிற்பகுதியில் 'ஹிந்து'வின் மைசூர் நிருபர் புதுச்சேரிக்கு மூன்று நாள் சென்று அங்குள்ள சுதேசி இயக்கத்தவரைச் சந்திக்க முயன்றிருக்கிறார். பலத்த போலீஸ் கெடுபிடிகளுக்கிடையில் பாரதியை மட்டும் சந்தித்துப் பேசி

யிருக்கிறார். இந்த அனுபவத்தை ஒரு சுவையான கட்டுரையாக எழுதி 'ஹிந்து'விலும் வெளியிட்டிருக்கிறார். பத்திரிகையில் வெளியான பாரதியின் ஒரே பேட்டி இதுவெனலாம். இந்த அனுபவத்தைப் பாரதியும் 'சுதேசமித்திர'னில் தான் எழுதிய 'தராசு' என்ற பத்தியில் பதிவுசெய்திருக்கிறான். இந்த மைசூர் நிருபரின் பெயர் தெரியவில்லை. பாரதியின் கட்டுரையிலிருந்து அவர் ஓர் ஐயங்கார் என்பதும் நெடுங்காலம் கர்நாடகத்திலேயே வாழ்ந்துவந்ததால் ஓரளவுக்கு மட்டுமே தமிழ் பேசத் தெரிந்தவர் என்பதும் அறியமுடிகின்றது. எழுதுவதற்கேற்ப ஊதியம் பெற்று பெங்களூரில் கஷ்ட ஜீவனம் நடத்திவந்தவர் என்பதும் தெரிகிறது.

1890களின் கடைசியில் 'ஹிந்து'வின் மைசூர் நிருபராக பெங்களூரிலிருந்து செயல்பட்டுவந்த சாளிகிராம சுப்பா ராவ் என்பவரைப் பற்றிக் கூறும் 'ஹிந்து' வரலாறு இவர் ஆற்றல் வாய்ந்த ஒரு வழக்குரைஞர் என்றும் குறிப்பிடுகின்றது. எனவே, பாரதியைச் சந்தித்தவர் இவரல்லர் என்பது தெளிவு. பாரதியை நேர்கண்ட பெருமையுடைய ஒரே நிருபர் யாரெனத் தெரியவில்லை.

1916 அக்டோபர் 19இல் சுதேச மொழிகளே பயிற்று மொழியாக இருக்க வேண்டும் என்று வாதிட்டு எழுதிய பாரதி அதன் பிறகு, 1921இல் இறக்கும்வரையான ஐந்தாண்டுகளில் 'ஹிந்து'வில் எதுவும் எழுதியதாகத் தெரியவில்லை. இதற்கான காரணமும் புலப்படவில்லை.

ரு

'ஹிந்து' இதழின் மூலம் அறியவரும் பாரதியின் புதிய எழுத்துகள் கணிசமானவை; பின்வரும் காரணங்களுக்காக முக்கியமானவை. முதலாவதாக, தமிழில் அதிகம் அவன் பேசாத சில பொருள்கள் இவற்றில் பேசப்படுகின்றன. பிரம்மஞான சபை பற்றிய நேரிடையான விமரிசனங்களைத் தமிழில் அவன் அதிகமாகச் செய்ததில்லை. தனக்குப் போலீசால் புதுவையில் ஏற்பட்ட தொல்லைகளைப் பற்றியும் – அரசாங்கத்தின் பார்வைக்குக் கொண்டுவருவதற்காக – ஆங்கிலத்திலேயே எழுதியிருக்கிறான். மேலும், 1910ஆம் ஆண்டின் தொடக்கத்தில் 'இந்தியா', 'விஜயா', 'சூரியோதயம்' ஆகிய இதழ்கள் தடைசெய்யப்பட்டுவிட்ட சூழ்நிலையில் வெகுசனப் பத்திரிகைகளில் அன்றாடச் சிக்கல்களைப் பற்றி எழுதும் வாய்ப்பு அருகிவிட்டது. 1915இல்தான் 'சுதேசமித்திர'னில் மீண்டும் எழுத வாய்ப்புக் கிடைத்ததென்றாலும் அரசியல் விஷயங்களை அவன் எழுத

முடியாத நிலை. இந்தப் பின்புலத்தில் 'ஹிந்து'வுக்கு எழுதியவை மிக முக்கிய ஆவணங்களாகும்.

இன்று நமக்குக் கிடைக்கப்பெறும் பாரதியின் ஆங்கில எழுத்துகள் நூற்றைம்பது பக்கங்களுக்கும் குறைவே. இதைப் பார்க்க 'ஹிந்து'வழி அறியலாகும் எழுத்துகள் கணிசமானவை. எடுத்துக்காட்டாக, விரிவும் ஆழமும் கொண்ட இரவீந்திரநாத தாகூரின் ஆங்கிலப் படைப்புகளோடு ஒப்பிட இயலாது என்றபொழுதும், தகுதியான ஆங்கிலத்தை வளத்தோடும் செழுமையோடும் பாரதி எழுதியிருக்கிறான் என்பதில் ஐயமில்லை. சிட்டுக்குருவியைப் பற்றித் தமிழில் சின்னச் சின்ன வாக்கியங்களை எழுதிய பாரதி, ஆங்கிலத்தில் மிக நெடிய, சிக்கலான வாக்கியங்களைக் கையாண்டிருக்கிறான். பல இடங்களில் கேலியும் ஏளனமும் குத்தலும் மிளிர்கின்றன. குறைவு நவிற்சிக்கும் (understatement) குறைவில்லை. பொருளுணர்ந்து தக்க இடத்தில் இலத்தீன், பிரெஞ்சு சொற்றொடர்களையும் பயன்படுத்தியிருக்கிறான். 'செர்வியாவின் வீரக் கதைப் பாடல்கள்' பற்றி அல்போன்ஸ் லாமார்டின் எழுதிய கட்டுரைப் பகுதியை பிரெஞ்சிலிருந்து மொழிபெயர்க்கும் அளவுக்கு அவனுடைய பிரெஞ்சு மொழிப் பயிற்சி இருந்துள்ளது.

பாரதி 'ஹிந்து'வுக்கு எழுதிய கடிதங்கள் உடனுக்குடன் வெளிவந்திருக்கின்றன. புதுச்சேரியிலிருந்து அனுப்பப் பட்டாலும்கூட மிக விரைவிலேயே அவை பிரசுரிக்கப்பட்டுள்ளன. காட்டாக, 2 செப்டம்பரில் எழுதிய கடிதம் 3 செப்டம்பர் 1914 இதழிலேயும், 8 ஜூலையில் எழுதிய கடிதம் 11 ஜூலை 1914இலும் வெளிவந்திருக்கின்றன.

தன் கடிதங்களைப் பெரும்பாலும் C. Subramania Bharati என்ற பெயரிலேயே அவன் எழுதியிருக்கிறான். ஒரு கடிதத்தில் முதலெழுத்து இல்லாமலும், ஒரு கடிதத்தை C.S. Bharati என்றும் கையெழுத்திட்டுள்ளான். 'ஹிந்து'வே அவன் பெயரைக் குறிப்பிடும்பொழுது வெவ்வேறு வகையில் எழுதியிருக்கிறது (எ – டு: C.Subrahmania).

பாரதி ஒரே கடிதத்தை ஒன்றுக்கு மேற்பட்ட பத்திரிகை களுக்கும் அனுப்பியிருக்கிறான். மூன்று கடிதங்கள் எந்த மாற்றமுமில்லாமல் அன்னி பெசண்டின் 'நியூ இந்தியா'விலும் வெளிவந்துள்ளன.

ஆங்கிலத்திலும் தமிழிலுமாக ஒரே கருத்தை ஒரே சமயத்தில் பாரதி வெளிப்படுத்தியிருக்கிறான். தாய்மொழியே

பயிற்றுமொழியாக வேண்டும் என்று 'ஹிந்து'வுக்கு எழுதிய அதே சமயத்தில் இதே கருத்தை 'சுதேசமித்திரன்' 24 அக்டோபர் 1916 இதழில் 'தமிழில் சாஸ்த்ர பரிபாஷை' என்ற கட்டுரையாகவும் எழுதியிருக்கிறான்

பாரதியின் அரசியல், சமூகப் பார்வையைப் புரிந்து கொள்வதற்கு 'ஹிந்து'வில் அவன் எழுதிய கடிதங்களும் குறிப்பு களும் முக்கிய ஆதாரங்களாகும். இவற்றைப் பயன்கொண்டு பாரதியியலைச் செழுமைப்படுத்துவது ஆய்வாளர்களின் கடமை

~ ~

13

பாரதியின் கருத்துப்படங்கள்

க

தமிழ் இதழியலில் கருத்துப்படங்கள்

தமிழகம் தகும் உயர்வளிக்கும் தலைவனை எண்ணித் தவம் கிடக்கையில் தோன்றிய பாரதி இருபதாம் நூற்றாண்டுத் தமிழைத் தகுதிப்படுத்தும் வகையில் நவீனத் துறைகள் பலவற்றிலும் முன்னோடியாக விளங்கியவன். கவிதை, உரைநடை ஆகியவற்றில் அவனுடைய சாதனைகள் தமிழுல கெங்கும் பரவலாக அறியப்பட்டும் ஆராயப்பட்டும் உள்ளன; தமிழ் இலக்கிய வரலாற்றில் நீங்காத இடத்தையும் பெற்றுவிட்டன. ஆயினும் அரசியல் இதழியல், சமகாலச் சமூக விமரிசனம் போன்ற துறைகளில் பாரதியின் செயல்பாடுகள் அண்மைக் காலத்தில்தான் கவனத்தைப் பெற்று வருகின்றன. இதன் தொடர்பில் செய்யவேண்டிய பணிகள் இன்னும் ஏராளம் என்பதைத் தனியே சொல்ல வேண்டியதில்லை.

பாரதி தான் பொறுப்பேற்று நடத்திய ‘இந்தியா’ என்ற அரசியல் வாரஇதழில் கருத்துப்படங்களை வெளியிட்டுத் தமிழ்/இந்திய இதழியல் துறையிலும் முன்னோடியாக விளங்கினான் என்பது பரவலாக அறியப்படாத செய்தி. ரா.அ. பத்மநாபன், ஸி.எஸ். சுப்பிரமணியம் மற்றும் இளசை மணியன், சீனி. விசுவநாதன் ஆகியோரால் இடைப்பிறவரலாகச்

சில கருத்துப்படங்கள் வெளியிடப்பட்டிருந்தாலும், அவை முழுமையாகப் பாரதி அன்பர்கள்–தமிழன்பர்களின் பார்வைக்குக் கிடைக்கவில்லை.

'இந்தியா' கருத்துப்படங்களை அவற்றின் சூழலில் வைத்துப் புரிந்துகொள்வதற்குத் தமிழ் இதழியலில் கருத்துப்படம் என்ற கூறு தோன்றி வளர்ந்த வரலாற்றை முதலில் அறிந்துகொள்வது பயன் தரும். பொது மக்கள் திரளை அடைவதற்கான செய்தி இதழ்களின் வரவோடுதான் கருத்துப்படங்கள் என்ற வகைமை தோன்றியிருக்கக் கூடும் என்பது சொல்லாமலே பெறப்படும். ஆங்கிலேயரின் ஆட்சிக் காலத்தில்தான் செய்தி இதழ்கள் சீராக வெளிவரத் தொடங்கின. தொடக்ககால இதழ்கள் பலவும் வெள்ளையரால் ஆங்கிலத்தில் நடத்தப்பட்டவை என்னும்போது கருத்துப்படங்களும் முதலில் அவற்றில்தாம் வெளிவந்தன என்பதில் வியப்பதற்கொன்றுமில்லை.

1850ஆம் ஆண்டு முதல் தில்லியிலிருந்து வெளியான 'தில்லி ஸ்கெட்ச் புக்' (*Delhi Sketch Book*) தான் இந்தியாவில் முதன்முதலாகக் கருத்துப்படங்களை வெளியிட்டது. 1857 புரட்சியில் கிளர்ச்சியாளர்கள் தில்லியை முற்றுகையிட்டபோது இதன் கதை முடிந்ததாக அறிய முடிகின்றது.[1]

இதற்குச் சில காலத்திற்குப் பிறகு 'இந்தியன் பன்ச்' (*The Indian Punch*) என்ற இதழ் தொடர்ந்து அரசியல் கருத்துப் படங்களை வெளியிட்டு வந்தது.[2] 'அவத் பஞ்ச்' (*The Oudh Punch*) என்ற இதழும் கருத்துப்படங்களைத் தாங்கி வந்ததாகத் தெரிகின்றது.[3] இவை தவிர 'தில்லி பஞ்ச்' (*The Delhi Punch*), 'பஞ்சாப் பஞ்ச்' (*The Punjab Punch*), 'இந்தியன் பஞ்ச்' (*The Indian Punch*) என்ற பெயரில் இரு வேறு இதழ்கள், 'உருது பஞ்ச்' (*The Urdu Punch*), 'குஜராத்தி பஞ்ச்' (*The Gujarati Punch*), 'பார்சி பஞ்ச்' (*The Parsi Punch*) போன்ற இதழ்கள் வெளிவந்ததாக, இந்தியத் தேசியத்திற்கும் கலைகளுக்குமான உறவை விரிவாக ஆராய்ந்து நூல் எழுதிய பார்த்தா மித்தர் கூறுகிறார்.[4] இவ்விதழ்களின் பெயர்களில் இணைந்துள்ள 'பஞ்ச்' என்ற பின்னொட்டு கவனத்திற்குரியது. அண்மைக் காலம்வரை இங்கிலாந்திலிருந்து வெளியான 'பஞ்ச்' என்ற நகைச்சுவை இதழே கருத்துப்படங்களை வெளியிடுவதற்கு ஒரு முன்மாதிரியாகக் கொள்ளப்பட்டது என்பது வெளிப்படை.

வங்காளத்தின் தேசிய நாளேடான 'அமிர்த பஜார் பத்திரிகா' தனது முதல் கருத்துப்படத்தை 1872இல் வெளியிட்டது.[5] இந்திய ஆங்கில இதழ்களின் நிலை இவ்வாறிருக்க, கருத்துப் படங்களை முதலில் வெளியிட்ட இந்தியமொழி இதழ் எதுவென அறியக்கூடவில்லை. பம்பாயிலிருந்து வெளியான 'இந்தி பஞ்ச்' இதில் முன்னோடியாக இருந்திருக்கலாம். இதனைப் பாரதியும்

அறிந்திருந்தான் என்பதைக் கீழ்க்காணும் குறிப்பு உறுதி செய்கின்றது.[6]

The 'Hindi Punch'
'ஹிந்தி பன்ச்'

பம்பாயில் வெகு சாமர்த்தியத்துடன் பிரசுரம் செய்யப் படும் 'ஹிந்தி பன்ச்' என்ற விகட பத்திரிகையின் 'தீபாவளி இலக்கம்' பார்க்க வெகு சந்தோஷமாயிருக்கிறது. உலகமெங்கும் புகழோங்கி வருவதாகிய லண்டன் 'பன்ச்' பத்திரிகையின் தகுதிக்கு இந்தப் பத்திரிகையும் வெகு சீக்கிரத்தில் வந்துவிடுமென்று நம்பும்படியாக இருக்கிறது.

மலையாளத்திலுங்கூட, மிகப் பிற்காலத்தில்தான் (1919) கருத்துப்படங்கள் வெளியாயின. பி.எஸ். கோவிந்த பிள்ளை என்பவரால் நடத்தப்பட்ட 'விதூஷகன்' இதழிலேயே முதல் மலையாளக் கருத்துப்படம் வெளிவந்திருக்கிறது. 'வாசகர்களின் ரசனைக்காக "நகைச்சுவைச் சித்திரம்" ஒன்றைப் பதிப்பித்திருக் கிறோம். இலண்டன் "பஞ்ச்" இதழில் வெளியாகும் "கார்ட்டூன்" களின் தரத்தை இது எட்டவில்லை என்றாலுங்கூட வாசகர்கள் வரவேற்று ஊக்குவிப்பார்களானால் மேலும் இவற்றை வெளியிடுவோம்.'[7] என்ற குறிப்போடு முதல் கருத்துப்படத்தை 'விதூஷகன்' வெளியிட்டது. இந்தியத் தேசிய இயக்கம், தன் செயல்திட்டத்திற்காக முதன்முறையாகப் பரந்துபட்ட பொதுமக்களை முனைப்புடன் அணிதிரட்டத் தொடங்கிவிட்ட ஒத்துழையாமை இயக்கக் காலத்திலும்கூட இந்தியமொழி இதழியலில் கருத்துப்படங்கள் புதிய கூறாக இருந்ததை இது புலப்படுத்துகின்றது.

இந்தப் பின்னணியில், சுதேசி இயக்கக் காலத்திலேயே பாரதி கருத்துப்படங்களை வெளியிட்டமை அவனுடைய தொலைநோக்குக்கும் முன்னோடித்தன்மைக்கும் சான்றாகும். வங்காள இதழ்களைப் போல் கூரிய சமூக விமரிசனமும், நடுத்தர வர்க்கத்தின் போலிமை – பலவீனங்கள் பற்றியும் கருத்துப்படம் வெளியிடாமல், பெரிதும் அரசியலையே கருப்பொருளாகக் கொண்டிருந்தாலும், தமிழ் இதழியலில் கருத்துப்படங்களை அறிமுகப்படுத்திய பெருமை பாரதிக்கே உரியது. 'தேவிதாசன்' என்ற புனைபெயரில் இந்திய/தமிழ் இதழியலில் கருத்துப்படங்களின் வரலாற்றைச் சமகாலத்திலேயே எழுதிய பெயர் பெற்ற இதழாளர் டி.எஸ். சொக்கலிங்கமும் இதை வற்புறுத்தியுள்ளார்.[8] ஆனால் மா.ரா. இளங்கோவன், பத்தொன்பதாம் நூற்றாண்டின் இறுதியிலேயே சில தமிழ் இதழ்கள் கருத்துப்படங்களை வெளியிடும் முயற்சியை மேற்

கொண்டனவென்றும், அவை சமூக சீர்திருத்தம் பற்றியனவாக இருந்தனவென்றும் கூறுகிறார்.[9] இக்கூற்றுக்கு எந்தச் சான்றும் அவர் காட்டவில்லை என்பது மட்டுமன்றி, அவ்வாறு கருத்துப் படங்களை வெளியிட்டதாகச் சொல்லப்படும் இதழ்களின் பெயர்களைத்தானும் அவர் கூறினாரில்லை. பாரதி சில காலம் உதவி ஆசிரியராகப் பணியாற்றிய தமிழ் நாளேடான 'சுதேசமித்திரன்'கூட அக்காலத்தில் கருத்துப்படங்களை வெளியிட வில்லை. அவ்வகையில், அரசியல் இதழியலில் தன் ஆசிரியரான ஜி. சுப்பிரமணிய ஐயரையும் பாரதி விஞ்சிவிட்டான் என்றே சொல்ல வேண்டும். இந்த ஓர்மையும், அதனால் விளைந்த பெருமிதமும் பாரதிக்கும் இருந்ததை அறிய முடிகின்றது. சென்னையிலிருந்து புதுச்சேரிக்கு 'இந்தியா'வைப் பெயர்த்துச் சென்ற பின்னர் 'இந்தியா'வை விரிவாக்க எண்ணியபோது பாரதி வெளியிட்ட குறிப்பொன்று இதற்குச் சான்று கூறுகின்றது.[10]

'இந்தியா' பத்திரிகையில்
ஓர் புதிய அபிவிருத்தி

> தமிழ்நாட்டு வர்த்தமானப் பத்திரிகைகளிலே நமது பத்திரிகை யொன்றுதான் விகட சித்திரங்கள் பதிப்பித்து வருவதென்ற விஷயம் நேயர்களுக்குத் தெரிந்திருக்கும். ஆனால் அடுத்த வாரம் முதல் இன்னுமொரு புதிய அலங்காரம் நமது பத்திரிகைக்குச் செய்ய கருதியிருக்கிறோம். அதாவது தலைப்பக்கத்திலுள்ள ஒரு சித்திரம் மட்டுமேயன்றி, பக்கத்துக்குப் பக்கமுள்ள முக்கியமான வர்த்தமானங்களை விளக்குவதன் பொருட்டு அங்கங்கே சிறிய படங்களும் சித்திரங்களும் போடுவதாக உத்தேசம். தென்னிந்தியாவிலே இம்மாதிரி ஏற்பாடு தமிழ், இங்கிலிஷ், தெலுங்கு, கன்னடம் முதலிய எந்த பாஷைப் பத்திரிகைகளிலும் இதுவரை கிடையாது. நாம் நூதனமாகச் செய்யப்போகிறோம். ஆரம்பத்தில் கொஞ்சம் கொஞ்சம்தான் செய்ய முடியும். நாளாக நாளாக மிகுந்த அபிவிருத்தியாகும். ஆனால் இது போன்ற காரியங்களுக்கு பணம் மிகுதியாகச் செலவாகும். அது பற்றி நாம் சந்தாத் தொகையை உயர்த்தப்போவது கிடையாது. நமது சந்தாதாரர்களில் ஒவ்வொருவரும் இன்னும் அனேகரைச் சேர்த்து விடுவதற்கு மனதோடு உழைக்க வேண்டுமென்ற ஒரு விண்ணப்பம் மட்டும் செய்துகொள்கிறோம்.

மேலும், 'இந்தியா'வின் மடல்தாளிலும் *(letterhead)* 'நவீன முறைமைகளைத் தழுவி பிரசுரிக்கப்படும் ஒரு வாராந்தத் தமிழ்ப் பத்திரிகை. வாரந்தோறும் சித்திரத்தோடு பிரசுரமாகிறது' என்ற அச்சிட்ட குறிப்புக் காணப்படுவதும்[11] 'இந்தியா'வின்

சிறப்பம்சங்களில் தலையானதாகக் கருத்துப்படம் கருதப் பட்டதைக் காட்டுகின்றது.

1906 மே மாதத்திலிருந்து வெளிவரத் தொடங்கிய 'இந்தியா'வில் 8 செப்டம்பர் 1906ஆம் இதழ் முதல் ஏறத்தாழ ஒவ்வொரு வாரமும் கருத்துப்படம் வெளியானது. 1909ஆம் ஆண்டின் கடைசிப் பகுதியிலிருந்து ஒரே இதழில் ஒன்றுக்கு மேற்பட்ட கருத்துப்படங்கள் வெளியாயின. இதைத்தான் பழம்பெரும் இதழாளரான 'பிரஜாநுகூலன்' எஸ்.ஜி. இராமாநுஜலு நாயுடு, 'சென்னை "இந்தியா" பத்திரிகையில் ஒரு தடவைக்கு ஒரு படமாய் வரப்போக, புதுச்சேரி "இந்தியா"விலோ பக்கங்கள் முற்றிலும் படங்களாகவே திகழ்ந்தன' எனச் சிறிது மிகைப்படுத்திக் கூறியுள்ளார்.[12] பெரும்பாலும் முகப்புப் பக்கத்தில் வெளியான இவை 'இந்தியா'வுக்குத் தனித்ததொரு அடையாளத்தை வழங்கின.

'இந்தியா'வில் வெளியான கருத்துப்படங்கள் பாரதியின் நேரடி மேற்பார்வையில் வரையப்பட்டதாக அறியமுடிகின்றது.[13] ஒவ்வொரு படத்துக்கும் வழங்கப்பட்ட விரிவான 'சித்திர விளக்கம்' இதனை உறுதிப்படுத்துகின்றது. கருத்துப் படத்தின் சாரம் அல்லது உட்கிடை என்பதைவிட விளக்கவுரை அல்லது ஈட்டுரையாகவே 'சித்திர விளக்கம்' அமைந்துள்ளது. இதழியலில் கருத்துப்படம் புதிய அம்சமாகையால் விரிவான விளக்கங்கள் இன்றிப் புதிய வாசகர்கள் அதனைப் புரிந்துகொள்ள முடியாது என்ற எண்ணமே இந்நீண்ட சித்திர விளக்கங்களுக்குப் பின்னே இருந்ததாகக் கொள்ளலாம். தேசிய இயக்க நோக்குநிலையிலிருந்து சமகால அரசியல் விவகாரங்கள் பற்றியே பெரும்பான்மையான கருத்துப்படங்களை வெளியிட்டதால் கருத்துப் பரிமாற்றம் நேரடியாகவும் உடனடியாகவும் நிகழவேண்டும் என்பது பாரதியின் கருத்தாக இருந்திருக்கிறது. (பண்டை இந்தியாவிலிருந்து ஒரு காட்சியை வெளியிட்டபோதுகூட, 'ஓயாமல் தற்கால விவகாரங்களையே பற்றிச் சித்திரம் காட்டுவதில் ஜனங்களுக்குச் சலிப்புண்டாகி யிருக்குமென்பது கருதி'யே அவ்வாறு செய்வதாகப் பாரதி குறிப்பிடுகிறான்.[14])

'ரெவ்யூ ஆப் ரெவ்யூஸ்', 'பாஸ்கினோ' போன்ற பிற நாட்டு இதழ்களிலிருந்து இரண்டொரு கருத்துப்படங்களை[15] 'இந்தியா' வெளியிட்டதெனினும், கருத்துப்படங்களெல்லாம் தனியே ஓவியரை அமர்த்தி வரையப்பட்டனவாகத் தெரிகின்றன. 'நமது சித்திரக்காரர்'[16] என்ற தொடரைப் பாரதி தமது சித்திர விளக்கத்தில் கையாள்வதும் இதனை உறுதிப்படுத்துகின்றது.

1930களிலும்கூடத் தமிழ் இதழியல் உலகில் இந்நிலை மாறவில்லை. 1934இல் பி.எஸ். ராமையா கருத்துப்படங்களைப் பற்றி எழுதிய ஒரு கட்டுரையில்,

பிற நாடுகளில் கூடார்த்தச் சைத்திரிகர்கள் சுதந்திரத் தொழிலாளிகள் .... ஆனால் இந்தியாவில் நிலைமை வேறுவிதமாக விருக்கிறது. இந்த நாட்டில், சிலரேயானாலும், சிறந்த கூடார்த்தப் படங்கள் எழுதக்கூடியவர்களிருக்கிறார்கள். ஆயினும் அவர்களில் பெரும்பான்மையோர் தாங்கள் சொந்தமாக அன்றன்றைய நிகழ்ச்சிகளைப் பற்றிப் படங்களில் அபிப்பிராயம் தெரிவிப்பதில்லை. பத்திரிகாலயத்திலிருந்து 'குறிப்பிட்ட ஒரு நிகழ்ச்சியைப் பற்றிய ஒரு குறிப்பிட்ட அபிப்பிராயத்தை இன்னவிதமாகப் படத்தில் எழுதிக்கொடுங்கள்' என்று கேட்பதும், அவர்கள் அப்படியே எழுதிக் கொடுப்பதும் தான் இங்கு சாதாரணமாக வழக்கத்திலிருக்கிறது

என்று குறிப்பிட்டுள்ளார்.[17]

பம்பாய் 'ப்ரீ பிரெஸ் ஜர்ன'லில் *(Free Press Journal)* கருத்துப்படம் வரைந்து அனுபவம் பெற்றவரும், தேர்ந்த அரசியல் அறிவுடையவராகக் கருதப்பட்டவருமான மாலிகூட, 'ஆனந்த விகட'னில் பணியாற்றியபோது, ஆசிரியர் கல்கியின் (ரா. கிருஷ்ணமூர்த்தி) ஒப்புதலோடுதான் கருத்துப்படம் தீட்டவேண்டியவராயிருந்தார் என்பதையும் இங்கு நினைவில் கொள்ள வேண்டும்.[18]

எனவே, கருத்துப்பட வரலாற்றின் தொடக்கத்தில், அதிலும் பாரதி என்ற பெரும் ஆளுமையும் ஆற்றலும் கொண்டவனின் மேற்பார்வையில் வெளியான கருத்துப்படங்கள் அவனது கருத்தையே பிரதிபலித்ததாகக் கொள்ள வேண்டும்.

தொழில்நுட்பத்தைப் பொறுத்தவரை, 'இந்தியா' கருத்துப் படங்கள் உலோகத் தகட்டில் செதுக்கப்பட்டு, அச்சுக்கட்டையில் பொருத்தப்பட்டு, அச்சாக்கம் பெற்றுள்ளன.[19] 'ராஜதுவேஷத்தை அமுக்குதல்' என்ற கருத்துப்படத்தின் நான்கு மூலைகளிலும் உள்ள ஆணித் தலைகளின் மையொற்று இதனை உறுதி செய்கின்றது.[20]

'இந்தியா' கருத்துப்படங்களின் கலைநேர்த்தியைப் பற்றிக் கருத்துரைக்கவோ மதிப்பீடு செய்யவோ இது இடமில்லை. மொத்தத்தில், கருத்துப்படங்களுக்காக 'இந்தியா' கவனம் பெற்றது என்பதை மட்டும் வலியுறுத்திச் சொல்லலாம்.

1906 செப்டம்பர் 29இல் வெளியான 'பசுச் சித்திரம்' என்ற கருத்துப்படத்தைச் 'சுதேசமித்திரன்' நல்ல கேலிச்சித்திரம் என்று பாராட்டி எழுதியது.[21] பாரதியோடு தொடர்பு கொண்டிருந்த 'பிரஜாநுகூலன்' எஸ்.ஜி. இராமாநுஜலு நாயுடு 'சென்றுபோன நாட்களை' நினைவுகூர்கையில்,

ஒவ்வொரு பத்திரிகையிலும் அவ்வார வர்த்தமானத்தின் சார்பாய் ஒரு பெரிய சித்திரம் கண்ணுக்கினிய காட்சியாய் மிக்க அழகுடன் பிரசுரிக்கப்பட்டு வந்தது. அந்தப் படம் இன்னின்னவாறு இருக்க வேண்டுமென்று சித்ரீகருக்குப் பாரதியார் சொல்லுங்காலையில் அப்படத்தின் அம்ஸங்களையெல்லாம் தமது முகத்திலும் அபிநயங்களிலும் காண்பித்துவிடுவார். சித்ரீகரின் மனதில் அந்தப் பாவனைகள் நன்கு பதிந்து விடும். அவ்விதமே சித்திரமும் தயாராகும்.

என்று குறிப்பிட்டுள்ளார்.[22]

அவ்வாறே பாரதிதாசனும், 'இந்தியா'வில் வெளியான சித்திர விளக்கங்கள் தமக்குச் சுதேச கீதங்களின் உட்பொருளை விளக்கினவென்று குறிப்பிட்டதோடு,[23]

'இந்தியா' பத்திரிகையில் படம் வெளிவரும். சித்திர விளக்கமும் தெளிவாக எழுதியிருக்கும். படங்கள் ராஜீய சம்பந்தமானவை. அர்த்த புஷ்டியுள்ளவை. பத்திரிகை வெளிவருவதை வாசகர்கள் ஆவலோடு எதிர்பார்ப்பார் கள். படத்தை வெட்டி அட்டையில் ஒட்டி வீட்டுச் சுவரில் தொங்கவிட்டு வைப்பார்கள். ஒவ்வொரு படமும் இங்கிலீஷ்காரனுக்கும் இந்தியனுக்கும் உள்ள சம்பந்தத்தை – இங்கிலீஷ்காரனிடம் இந்தியன் அனுபவிப் பதை – குத்தலாக எடுத்துக் காட்டுவதுதான் இந்தப் பத்திரிகையிலேயே சுவையான பகுதி. அந்தச் சித்திரந் தான் முதலில் என்னைத் தன் பரிவாரங்களின் பக்கமாக இழுத்தது. அந்தச் சித்திரம் என்னை இன்னானென்று எனக்குக் கூறியது

என மிக விரிவாகவே, பாரதியின் கருத்துப்படங்கள் தம்மை ஈர்த்ததை உயிர்ப்பாற்றல்மிக்க உரைநடையில் பதிவு செய்துள்ளார்.[24] சிறுவனாக இருந்தபொழுது பார்த்த பாரதியின் கருத்துப்படங்கள் தம்மைப் பெரிதும் கவர்ந்தன என்று டி.எஸ். சொக்கலிங்கம் நினைவு கூர்ந்ததையும் இங்குக் குறிப்பிடலாம்.[25]

மேலும் 'இந்தியா' கருத்துப்படங்கள் அன்றைய அரசாங்கத்தின் கவனத்தையும் கவர்ந்தன. அரசாங்கத்தின் உளவுத் தேவைகளுக்காக இரகசிய போலீஸ் துறை மற்றும் அரசாங்க மொழிபெயர்ப்பாளர்களால் தயாரிக்கப்பட்ட அறிக்கைகளில் *(Native Newspaper Reports)* 'இந்தியா' கருத்துப் படங்கள் பலவற்றின் சாரம் வழங்கப்பட்டுள்ளது. (கிடைக்கப் பெறாத கருத்துப்படங்களைப் பற்றிய விவரங்களை இவ்வறிக்கை களிலிருந்துதான் தெரிந்துகொள்ள வேண்டியிருக்கிறது.)

அரசாங்கம் பணித்ததற்கிணங்க 'இந்தியா' கருத்துப் படங்களைப் பரிசீலித்த அன்றைய அட்வகேட் ஜெனரல் பி.எஸ். சிவசாமி ஐயர், 13 ஆகஸ்டு 1907 'இந்தியா' இதழில் வெளியான கருத்துப்படம் 'இராஜத்துரோக'த் தன்மையுடைய தென்றும், இ.பி.கோ. 153அ பிரிவின் கீழ் நடவடிக்கை எடுப்பதற்குரியதென்றும் கருத்தறிவித்தார்.[26] மேலும், சுதேசி இயக்கத்தை முறியடிப்பதற்காக 1908இல் அரசாங்கம் எடுத்த கடும் நடவடிக்கைகளையொட்டி 'இந்தியா'வின் சட்டபூர்வ ஆசிரியரான எம். சீனிவாசன் இராஜதுரோகக் குற்றம் சாட்டப்பட்டுக் கைதாவதற்கு 21 மார்ச் 1908 இதழில் வெளியான கருத்துப்படமும் ஒரு காரணம்.[27]

'இந்தியா' கருத்துப்படங்களின் முக்கியத்துவம் சமகாலத்திலேயே பல தரப்பினராலும் உணரப்பட்டமை இவற்றிலிருந்து தெரிகின்றது. இதன் காரணமாகவோ என்னவோ, படங்களை மட்டுமே கொண்ட ஓரிதழைப் பாரதி வெளியிட விழைந்திருக்கிறான். இதன் தொடர்பாக 'இந்தியா'வில் வெளியான விளம்பரம் வருமாறு:[28]

சித்ராவளி

சீக்கிரத்தில் வெளியாகும் — சீக்கிரத்தில் வெளியாகும்

தங்கள் பெயரை ரூபாய் அனுப்பி சீக்கிரத்தில் பதிவு செய்து கொள்ளுங்கள். சித்திரத் தொகுதியில் உதாகரிக்கப் பட்ட மாதாந்தரப் பத்திரிகை. ன்ங்கிலீஷிலும், தமிழிலும் சித்திர விளக்கம் அடங்கியுள்ளது.

ரொம்பவும் குறைந்த சந்தா

வருஷம் 1க்கு 3–0–0
தனிப்பிரதி 0–4–0

வேண்டியவர்கள் கீழ்க்கண்ட விலாசத்திற்கெழுதிப் பெற்றுக்கொள்ளுங்கள்.

மானேஜர்
'இந்தியா' ஆபீஸ்
புதுவை

'சித்ராவளி' வெளிவந்ததாகத் தெரியவில்லை. பாரதி ஆசிரியனாக இருந்த 'விஜயா' என்ற நாளேட்டிலும் சில கருத்துப்படங்கள் வெளிவந்ததாகத் தெரிகின்றது.[29] ஆனால் முதலுக்கே மோசம் என்றவாறு, பாரதியால் 1906இல் தொடங்கி வைக்கப்பட்ட கருத்துப்பட மரபு, 1910இல் 'இந்தியா'வும்

‘விஜயா’வும் தடைப்பட்டதும் தமிழ் இதழியலில் அற்றுவிட்டது. டி.எஸ். சொக்கலிங்கம் குறிப்பிடுவது போல் அதன்பின் ஏறத்தாழப் பத்தாண்டுகளுக்கு எந்தத் தமிழ் இதழும் கருத்துப் படங்களை வெளியிடவில்லை.[30]

1916ஆம் ஆண்டளவில் எம்.எஸ். சர்மா என்ற ஒருவர் கருத்துப்படங்களுக்கென ஓர் ஆங்கில இதழைச் சென்னையி லிருந்து நடத்தி வந்தார். *Sarma's Portfolio of Drawings* என்ற இவ்விதழ் *"A Monthly Depicting Current Topics, Art, Education, Mythology, Religion, Humour, Etc."*[31] என்று தன்னை அடையாளப் படுத்திக்கொண்டது.

வ.வே.சு. ஐயர் ‘தேசபக்தன்’ இதழின் ஆசிரியராக இருந்த காலை (1919–20) வாரமொரு முறையாகக் கொஞ்ச காலத்திற்குக் கருத்துப்படங்கள் வெளியாகியுள்ளன.[32] ஆயினும், கருத்துப் படங்களை இதழின் ஒரு கூறாக ஆக்கி நிலைபெறும்படி செய்தது டாக்டர் பி. வரதராசுலு நாயுடுவின் ‘தமிழ்நாடு’தான் என்றும், 1923 ஏப்ரலிலிருந்து தொடர்ந்து ஒழுங்காகக் கருத்துப்படங்களை அது வெளியிட்டதென்றும் டி.எஸ். சொக்கலிங்கம் குறிப்பிடு கிறார். இதனால் படிப்பவர் தொகை பெருகியதுடன், பிற இதழ்களும் இடையிடையிலாவது கருத்துப்படங்கள் வெளியிட நேர்ந்ததெனவும் அவர் கூறுகிறார்.[33] ‘தமிழ்நா’ட்டில் வெளிவந்த கருத்துப்படங்கள் சிலவற்றைத் திரட்டி வரதராஜுலு நாயுடு ஒரு நூலாகவும் வெளியிட்டிருக்கிறார். பர்மாவிலிருந்து வெளிவந்த ‘ஊழியன்’, ‘தமிழ்நாடு’ கருத்துப்படங்களை மறுபதிப்பிட்டதென அரங்க. சீனிவாசன் நினைவுகூர்கிறார்.[34] பழந்தமிழ் இதழ்களைப் பற்றிய தம் கட்டுரைத் தொடரில் ரா.அ.பத்மநாபனும் இவற்றைச் சிறப்பாகக் குறிப்பிடுகிறார்.[35]

இவ்வாறு தமிழ் இதழியலில் கருத்துப்படங்கள் மெல்ல வளர்ந்து வந்த காலத்தில், தமிழ்நாட்டிலிருந்து வெளியான ஆங்கில இதழ்கள் பின்தங்கியே இருந்தன. 1935வரை ‘இந்து’வும் கூடக் கருத்துப்படங்களை வெளியிடவில்லை; அதற்குப் பின்னரே டேவிடு லோ என்ற ஆங்கிலேயர் இங்கிலாந்து இதழ்களில் வரைந்த கருத்துப்படங்களைப் பதிப்புரிமை பெற்று வெளியிட்டது.[36] பார்ப்பனரல்லாத இயக்கத்தின் பெயர் பெற்ற ‘ஜஸ்டிஸ்’ (Justice) இதழ் காங்கிரசை, குறிப்பாக சுயராஜ்யக் கட்சியினரின் சந்தர்ப்பவாத நிலைப்பாடுகளைக் கேலி செய்து பல கருத்துப்படங்களை வெளியிட்டது.[37] ‘இந்தியன் எக்ஸ்பிரஸ்’ 1930களின் தொடக்கத்தில் மாலியின் படங்களை வெளியிட்டிருக் கின்றது.[38]

ஆயினும், சட்ட மறுப்பு இயக்கத்தைத் தொடர்ந்து தமிழில் வெளியான காலணா ஏடுகளே கருத்துப்படங்களைப்

பெருமளவில் வெளியிட்டு, அவற்றைப் பரவலாக்கின. இதனைத் தொடங்கிவைத்தது டி.எஸ். சொக்கலிங்கத்தின் 'காந்தி' இதழே. (தமிழ் இதழியல் வரலாற்றில் கருத்துப்படங்களின் வளர்ச்சியைப் பற்றி அரிய கட்டுரைகள் இரண்டினை எழுதியவர் இவரே.) 'காந்தி'யை அடியொற்றிச் 'சுதந்திரச் சங்கு'ம் பல கருத்துப் படங்களை வெளியிட்டது. இதழின் முகப்பிலும், சிலவேளை கடைசிப் பக்கத்தில் இன்னொன்றுமாக இவற்றில் கருத்துப் படங்கள் வெளியாகியுள்ளன. இக்காலகட்டத்தில் 'ஆனந்த விகட'னும் கருத்துப்படங்களை வெளியிடலாயிற்று. ('ஆனந்த விகட'னுக்குக் கிடைத்த வெற்றியால், 'ஆனந்த', 'விகடன்' என்ற முன், பின் ஒட்டுகளோடு வெளியான நகைச்சுவை இதழ்கள் ஏராளம்.) நாகவேடு முனுசாமி முதலியாரின் 'ஆனந்த போதினி'க்கும் எஸ்.எஸ்.வாசனின் 'ஆனந்த விகட'னுக்கும் இடையிலான போட்டி அவற்றின் சகோதர ஆங்கில இதழ்களான 'தி ஃபனி மாகஸீன்' (The Funny Magazine), 'தி மெரி மாகஸீன்' (The Merry Magazine) ஆகியவற்றிலும் வெளிப்பட்டது. இவ்விரு இதழ்களும் போட்டி போட்டுக்கொண்டு கேலிச் சித்திரங்களை வெளியிட்டன. அரசியல் இதழாக முதற்கட்டத்தில் (1933–35) வெளியான 'மணிக்கொடி'யிலும் கருத்துப்படங்கள் வெளியாயின.

1930களில்தான் கருத்துப்படங்கள் வரையும் ஓவியர்கள் தனித்த கவனம் பெறலானார்கள். பாரதியின் 'இந்தியா', 'தேசபக்தன்', 'தமிழ்நாடு' ஆகிய ஏடுகளில் கருத்துப்படங்களைத் தீட்டியோரின் பெயர்கள்தாமும் தெரியாமலிருக்க, இக்கால கட்டத்தில் அவர்கள் பெயர் பெறத் தொடங்கினர். இதன் தொடர்பில் முதலில் குறிப்பிடப்பட வேண்டியவர் கே.ஆர். சர்மா. 'கூடார்த்தப் படங்களின் லட்சணங்களையோ, விகடப் படங்களின் லட்சணங்களையோ அறிந்து எழுதுகிறவர்கள் ஒன்றிரண்டு பேர்களில்' இவர் ஒருவர் என்றும், 'சென்னையிலும் கூடார்த்தப் படங்கள் என்ற கார்ட்டூன்கள் வரைவதிலும், விகடப் படங்களை வரைவதிலும்... முதன்மையாக' நிற்பவர் என்றும் டி.எஸ். சொக்கலிங்கம் கே.ஆர். சர்மாவைப் பாராட்டுகிறார்.[39] இவர் 'காந்தி'யிலும் 'மணிக்கொடி'யிலும் வரைந்திருக்கிறார். தத்ரூபமான (எண்ணெய்) வர்ணப்படங்கள் வரைவதிலும், புரோமைடு வழிப் படங்களைப் பெரிதாக்கும் வேலையிலும், நூல்கள், விலைப்பட்டியல்கள் போன்றவற்றுக்குப் படங்களும் அச்சுக்கட்டைகளும் தயாரிப்பதிலும் இவர் ஈடுபட்டிருந்திருக்கிறார் என 'காந்தி'யில் வெளியான ஒரு விளம்பரம் தெரிவிக்கின்றது.[40]

கே.ஆர். சர்மாவைவிடப் பெரும்புகழ் பெற்றவர் மாலி. பம்பாயின் 'பிரீ பிரஸ் ஜர்ன'லிலும் 'இந்தியன் எக்ஸ்பிர'ஸிலும் வரைந்துகொண்டிருந்த மாலி, பின்னர் 'ஆனந்த விகடன்'

எழுக, நீ புலவன்! 199

மூலம் பல்லாயிரக்கணக்கான வாசகர்களைப் பெற்றார். தமிழ் இதழியலில், அரசியல் செய்திகளை வெளிப்படுத்தும் கருத்துப் படத்தைவிடக் (cartoon) கேலிச்சித்திரமே (caricature) அக்காலத்தில் பரவலாயிருந்தது. 'ஒவ்வொரு முகமும் ஒவ்வொரு விதமாயிருக்கும். இந்த முகங்களில் ஏதாவது ஒன்று சிலருக்கு அசாதாரணமாய் இருக்கும் [காந்தி: பெரிய காது; வாய் விட்ட சிரிப்பு; ராஜாஜி: கீழுதடு பெரிது, கூரிய மூக்கு, கறுப்புக் கண்ணாடி]. விகடப் படங்கள் எழுதுபவர்கள் இம்மாதிரியான விசேஷங்களைப் பெருக்கிக் காட்டுவார்கள்'[41] என்று டி.எஸ். சொக்கலிங்கம் வரையறுத்துக் காட்டிய கேலிச்சித்திரங்களில் மாலி தேர்ந்தவராயிருந்தார்.

'மாலி' சித்திரம் வரைகிறார். அதைப் பார்த்ததும் நமக்கு, 'அட! இது நம் கும்பகோணத்தில் பார்த்த சாஸ்திரியின் படமல்லவோ!' என்று தோன்றுகிறது. உண்மையில் கும்பகோணத்துச் சாஸ்திரியார் அவ்விதமில்லை. ஆனால் அவருடைய கோணல்கள் இங்கே தெளிவாய்த் தெரிகின்றன. அவருடைய சாயலாய்த் தோன்றுகிறது. நமக்குச் சிரிப்புண்டாகிறது[42]

என்று குமுதினி குறிப்பிட்டதுபோல் ஒரு தலைமுறையை மாலி கவர்ந்திருக்கிறார்.

வால்ட் டிஸ்னி போல் கார்ட்டூன் திரைப்படம் எடுக்க வேண்டுமென்றும், தம் கருத்துப்படங்களை எல்லாம் தொகுத்து நூலாக்க வேண்டுமென்றும், கருத்துப்பட வரைகலையைப் பயிற்றுவிக்கும் நூல் எழுத வேண்டுமென்றும் விரும்பிய மாலி குறைந்த வயதிலேயே மறைந்துவிட்டார்.[43]

ஆயினும் பாரதி தொடங்கிவைத்த கருத்துப்பட மரபுக்கும், 1930களில் வெளியான படங்களுக்கும் இடையே பெரிய இடைவெளி விழுந்துவிட்டது. வாசகர்கள் கருத்துப்படங் களுக்குப் புதியதாகப் பழக்கப்பட வேண்டியவர்களானார்கள். இதைப் பற்றிப் பழம்பெரும் எழுத்தாளர் தி.ஜ.ரங்கநாதன் ஓரிடத்தில் விரிவாக எழுதியிருக்கிறார்.[44]

கேலிச் சித்திரங்கள் வரைவதில் தலைசிறந்தவர் காலஞ் சென்ற மாலி. 'மாலி, மாலி' என்று இப்போது எல்லோரும் கொண்டாடுகிறார்கள் அல்லவா? இவர் முதல்முதலில் படம் வரைய ஆரம்பித்த காலத்தில் இருந்த நிலையை கவனித்திருக்கிறேன். அந்தக் காலத்தில் இவர் படங்களை மிகச் சிலர்தான் ரசித்தார்கள். மற்றவரெல்லாம் அவ்வளவாக ரசிக்கவில்லை. 'மாலி'யைக் கண்டு, பல வித்துவான்கள், புது மாடு மிரளுமே அந்த மாதிரி மிரண்டுகூடப்

போய்விட்டார்கள்... திரும்பத் திரும்ப 'மாலி' படத்தைப் பார்த்த பிறகே ஜனங்களின் மிரட்சி தீர்ந்தது. காலக் கிரமத்தில் அது பழக்கமாயிற்று. அப்புறம் வழக்கமாயிற்று. காபி சாப்பிடாவிட்டால் தலைவலி வருமே அது போல, கடைசிக் காலத்தில் 'மாலி' படம் பார்க்காமல் சில பேருக்குக் கண் பூத்தே போயிற்றாம்.

எனவேதான், 1930களிலும்கூட, 'நமது நாட்டில் கூடார்த்தப் படங்கள் எழுதும் தொழில் குழந்தைப் பருவத்தில்தானிருக்கிறது. இன்று நமது நாட்டில் கூடார்த்தச் சைத்ரிகர்களை கைவிரல்களால் எண்ணிவிடலாம்' என்றும்,[45] 'தற்காலம் தமிழ்நாட்டிலுள்ள சித்திரக்காரர்களை விரல்விட்டு எண்ணி விடலாம். இந்த வெகு சிலரும்கூட பத்திரிகை உலகில் அவசரம் அவசரமாகத் தோன்றி வெகு சீக்கிரத்தில் மறைந்துவிடும் விளக்கச் சித்திரங்களிலேயே அதிகம் பொழுதைச் செலவழித்துக் கொண்டிருக்கிறார்கள்' என்றும் பி.எஸ். ராமையா கவலைப்பட்டார்.[46]

இவ்வாறு 1930களில் தமிழ் இதழியலில் தொடர்ந்த கருத்துப்பட மரபு, தமிழ்ப் பத்திரிகையுலகில் ஏற்பட்ட முதலாளியத் தொழில் வளர்ச்சியோடு வலுவுடன் தொடர்ந்தது. விகடச் சித்திரம், கேலிச் சித்திரம், விளக்கப்படம், கூடார்த்தப் படம் என்று பலவாறாகத் தமிழாக்கப்பட்ட 'கார்ட்டூன்', 'தினந்தந்தி'யின் வரவோடு 'கருத்துப் பட'மாக நிலைபெற்றும் விட்டது. இதன் பின்னே உள்ள சமூக வரலாறு தனி ஆய்வுக்குரியது.

<u>உ</u>

பாரதியின் கருத்துப்படங்கள்: வரலாறும் கருத்தியலும்

1882ஆம் ஆண்டு எட்டயபுரத்தில் பிறந்த பாரதி, தன் கல்வியைத் திருநெல்வேலியிலும் காசியிலும் முடித்த பின்னர் சொந்த ஊருக்கு மீண்டான். எட்டயபுர ஜமீன்தாரிடமும் மதுரை சேதுபதி உயர்நிலைப் பள்ளியில் தமிழாசிரியராகவும் சில காலம் பணியாற்றிய பிறகு, தேசிய நாளேடான 'சுதேசமித்திரன்' ஆசிரியர் ஜி.சுப்பிரமணிய ஐயரின் அழைப்பின்பேரில் அதன் உதவியாசிரியராக 1904 நவம்பரில் சென்னைக்கு வந்தான். பத்தொன்பதாம் நூற்றாண்டின் கடைசிக் கால்பகுதியிலிருந்து தேசிய உணர்வுகள் முகிழ்க்கத் தொடங்கி, 1885இல் காங்கிரஸ் அமைப்பு ஏற்பட்டுவிட்டதெனினும், 1905ஆம் ஆண்டில் வங்காளத்தை இந்து, முஸ்லீம் மக்கள் வாழும் பகுதிகளாகப் பிரிக்கவேண்டுமென்ற அன்றைய பிரித்தானிய காலனிய அரசாங்கத்தின் முடிவுக்குப் பின்னர்தான் தேசிய இயக்கம் கூர்மை

பெற்றது. இதைத்தான் பாரதியும், 'சென்ற சுபகிருது வருஷத்திலே பாரத நாட்டில், ஸர்வ சுபங்களுக்கும் மூலாதாரமாகிய "தேசபக்தி" என்ற நவீன மார்க்கம் தோன்றியது' என்று குறிப்பிடுகிறான்.[47] இவ்வாறு தொடங்கிய, 'சுதேசி இயக்கம்' என்று பெயர்பெற்ற இவ்வியக்கம், அரசாங்கத்தின் கடுமையான ஒடுக்குமுறை நடவடிக்கைகளாலும், தன் உள்ளார்ந்த பலவீனங்களாலும் 1910ஆம் ஆண்டளவில் தோல்வியடைந்தது. இந்தச் சில ஆண்டுகளில்தான் பாரதி தேசியக் கவிஞனாகவும், இதழாளனாகவும், அரசியல் கருத்துப் பிரசாரகனாகவும் மலர்ந்தான். தமிழ்ச் சமூகத்தில் பாரதி இன்று மகாகவியாகப் போற்றப்படுவதற்குரிய பொருண்மை அடிப்படை சுதேசி இயக்கத்தினூடேதான் ஏற்பட்டது. எனவே, இக்காலப்பகுதியில் பாரதி இயற்றிய பாடல்கள், கட்டுரைகள், கதைகள் ஆகியன போலவே அவன் ஆசிரியராக இருந்த 'இந்தியா' இதழின் கருத்துப்படங்களும் சுதேசி இயக்கத்தின் கூறுகளை எதிரொளித்தமை எதிர்பார்க்கக்கூடியதே. அக்கூறுகள் சிலவற்றை இனிக் காண்போம்.

வங்காளப் பிரிவினையை உடனடிக் காரணமாகக் கொண்டு கிளர்ந்த சுதேசி இயக்கம் தன் இலக்கை அடைவதற்குக் கைக்கொள்ள வேண்டிய நடைமுறைகளைப் பொறுத்து மிதவாதிகள், தீவிரவாதிகள் என இரு பிரிவுகளாகப் பிளவுண்டது. 1885இல் தொடங்கப்பெற்ற காங்கிரஸ், ஆண்டுக்கொரு முறை மூன்று நாள்கள் கூடியும் தீர்மானங்கள் இயற்றியும் அரசாங்கத்திடம் விண்ணப்பம் செய்வதைத் தன் நடைமுறையாகக் கொண்டிருந்தது. இதற்கு எதிரான தீவிரப் போக்கு 1890களிலேயே அரவிந்தர், திலகர் முதலியோரால் முன்னெடுக்கப் பெற்றதெனினும், சுதேசி இயக்கக் காலத்திலேயே கூர்மைபெற்றது.

'அன்னியர்களைச் சென்ற இருபது வருஷங்களாகக் கெஞ்சி கெஞ்சித் தொண்டை வற்றிப்போயிருக்கிறது'[48] என்று எழுதிய பாரதி, தன்னைத் தீவிரவாத அணியினரோடு இனங்கண்டு கொண்டான். மிதவாதிகளைப் 'பழைய கட்சியினர்', 'நிதானஸ்தர்கள்', 'நிதானக் கட்சியினர்' என்று பொதுப்படக் குறித்ததோடு, 'பவதி பிக்ஷாம் தேஹி'[49] கட்சி என்றும் கிண்டல் செய்தான். மிதவாதிகளின் போக்கைக் கேலியாகச் சித்திரிக்கும் பல கருத்துப்படங்களையும் 'இந்தியா'வில் வெளியிட்டான். காட்டாக, இந்தியா என்ற வண்டியைச் சுயராஜ்யம் என்ற ஊருக்கு இட்டுச் செல்ல முயலும் திலகர் என்ற காளைக்கு இடைஞ்சலாக, பிரோஸ்ஷா மேத்தா என்ற மிதவாதத் தலைவரைச் சண்டிமாடாகச் சித்திரித்துள்ளான். ஒவ்வொரு பிரச்சனையிலும் மிதவாதிகளின் நிலைப்பாடு பாரதியின் கூரிய திறனாய்வுக் கணைகளுக்கு இலக்கானதை எல்லா நிலைகளிலும் காணலாம்.

இவ்வாறு பாரதி மிதவாதிகளைப் பலவாறு கண்டிக்கவும் கிண்டலடிக்கவும் செய்தானெனினும், பிற தீவிரவாதிகளைப் போலவே பிரித்தானியக் காலனியாதிக்கம் பற்றிய மிதவாதி களின் பொருளாதாரத் தேசிய (*economic nationalism*) விமரிசனமே பாரதிக்கும் கோட்பாட்டு அடிப்படையாக விளங்கியது.[50] இந்தியாவின் செல்வம் இங்கிலாந்துக்குக் கொள்ளைபோவதைப் (*drain of wealth*) பற்றி ரொமேஷ் சந்திர தத், தாதாபாய் நவுரோஜி[51] முதலான மிதவாத அறிஞர்கள் எழுதிய பொருளியல் நூல் களின் மிகை எளிமைப்படுத்தப்பட்ட சாரத்தைப் பாரதியின் கருத்துப்படங்களில் காணலாம். ஆங்கிலேயன் ஒருவன் (ஜான் புல்?) உறிஞ்சுகுழாயைக் கொண்டு இந்தியாவின் செல்வத்தைச் சுரண்டுவது போலவும், இந்திய மாதா என்ற பசுவிடமிருந்து மார்லி ஒட்டப் பால் கறப்பதைப் போலவும் கருத்துப்படங்கள் பதிப்பித்திருப்பது மனங்கொள்ளத் தக்கது. பொதுவாகவே, இந்திய மக்களின் இன்னல்களும் வறுமையும் ஒருபுறமும், ஆங்கிலேயரின் வளமை அதற்கு எதிரிடையாகவும் இக்கருத்துப்படங்களில் அமைந்துள்ளன. வெள்ளையர்கள் கொழுத்தவர்களாகவும், இந்தியர்கள் எலும்பும் தோலுமானவர்களாகவும் சித்திரிக்கப்பட்டுள்ளனர். பாரதியின் கருத்துப்படங்கள் வகைமாதிரிகளைச் சீராகக் கையாள்கின்றன. இந்துக்கள், இஸ்லாமியர், கிறித்தவர், பார்சிகள் என எளிதில் இனங்காணும்வண்ணம் இச்சமூகத்தவர் சித்திரிக்கப்பட்டுள்ளனர். இஸ்லாமியர் எப்பொழுதும் தாடியுடனும் குல்லாவுடனுமே காட்சி தருகின்றனர். இஸ்லாமியர்கள் மத அடிப்படைவாதிகளாகப் பொதுப்புத்தியில் பதிவதற்கு இவ்வகைச் சித்திரிப்புகள் துணை செய்கின்றன. இந்துக்கள் பெரும்பான்மையும் குடுமியுடன் காணப்படுகின்றனர். இவ்வாறான வகைமாதிரிகள், ஒருவகையில் வெள்ளையர் வற்புறுத்திய அடையாளங்களை ஏற்பதாகவே அமைந்துவிட்டன. இந்தியத் தேசியம் மதங்களைக் கடந்தது என்ற தேசியவாதிகளின் வாதத்தை இது குலைக்கின்றது.

மிதவாதிகளுக்கும் தீவிரவாதிகளுக்கும் இடையிலான ஒப்புமை இவ்வளவில் அமைகின்றது. பிற விஷயங்களில் வெள்ளையருக்கு ஒப்பாகவே மிதவாதிகளிடம் தீவிரவாதிகள் பகைமை பாராட்டினர் என்றும் சொல்லலாம். 1906இல் தாதாபாய் நவுரோஜியின் தலைமையில் நடைபெற்ற கல்கத்தா காங்கிரஸ் மாநாட்டிலேயே தீவிரவாதிகளின் செயல்திட்டம் பெருமளவுக்குத் தீட்டப்பெற்றுவிட்டது. சுயராஜ்யம், சுதேசியம், தேசியக் கல்வி என்பதோடு அயல்நாட்டுப் பொருள்களைப் புறக்கணித்தலும் செயல்திட்டத்தில் ஒரு பகுதியாகியது. பாரதியின் கருத்துப்படங்களும் இச்செயல் திட்டத்தை எதிரொளிக்கின்றன.

பரோடா மன்னரும், மதோல்கார் முதலானோரும் சுதேசியக் கைத்தொழில் வளர்ச்சிக்கு ஆற்றிய பணிகள் கருத்துப் படங்களாக இடம்பெற்றன. தமிழ்நாட்டில் சுதேசி இயக்கத்தின் மணிமகுடமாக விளங்கிய வ.உ.சி.யின் சுதேசிக் கப்பல் கம்பெனிக்கு ஆதரவு திரட்டும் வகையில் நான்கு கருத்துப்படங்கள் அமைந்திருப்பதும் குறிப்பிடத்தகுந்தது. (ஆயினும், பாரதியின் கருத்துப்படங்கள் பெரும்பான்மையும் தமிழகத்தைத் தவிர்த்த பிற செய்திகளையே கருப்பொருளாகக் கொண்டுள்ளமை இங்குக் கருதத்தக்கது.) ஆங்கிலேயரின் அடிமைக் கல்வியைக் கண்டித்தும், தேசியக் கல்வியை ஆதரித்தும் ஒரு கருத்துப் படம் அமைந்துள்ளது.

1907ஆம் ஆண்டின் இறுதியில் சூரத் நகரில் நடைபெற்ற காங்கிரஸ் மாநாடு கலவரத்தில் முடிந்ததைத் தொடர்ந்து தீவிரவாதிகள் தனியாகவும் மிக வேகமாகவும் இயங்கலானார்கள். அதுவரை தேசிய இயக்கம் அறிந்திராத புதிய வகையான மக்கள் அணிதிரட்டல் முறைகளில் இறங்கினர். ஆங்கிலத்தை விடுத்துத் தாய்மொழிகளில் கூட்டங்களையும், பரந்துபட்ட மற்றும் அடித்தட்டு மக்களைத் திரட்டி ஊர்வலங்களையும் நடத்தினர். இத்தகைய கூட்டங்களிலும் ஊர்வலங்களிலும் பாரதி முன்னின்றான். இதனைக் கண்டு கலக்கமுற்ற அரசாங்கம் இரண்டு முறைகளில் செயல்பட்டது. ஒருபுறம் தீவிரவாதி களைக் கடுமையாக ஒடுக்கியது; மறுபுறம் சில சலுகைகளின் மூலமாக மிதவாதிகளைத் தன் பக்கம் அணைத்துச் சென்று தீவிர தேசியத்தின் அறைகூவலைச் சந்திக்கவும் சமாளிக்கவும் முற்பட்டது.

இதன் தொடர்பில் முக்கியக் காலப்பகுதியான 1907 ஜூன் முதல் 1908 செப்டம்பர் வரையான 'இந்தியா' இதழ்கள் இரண்டொன்றைத் தவிரப் பிற கிடைக்கப்பெறாமை தீயூழ் என்றே சொல்ல வேண்டும். வங்காளத்திலும் மகாராஷ்டிரத்திலும் பஞ் சாபிலும் மிகக் கொடுமையான அடக்குமுறையைத் தீவிரவாதிகள் எதிர்கொள்ள வேண்டியவராயிருந்தனர். தானும் சிறைப்பட நேரிடும் என்று நினைத்த பாரதியும், 'இந்தியா' உரிமையாளர்களான மண்டயம் குடும்பத்தினரும் 1908 செப்டம்பரில் பிரிட்டிஷ் இந்தியாவிலிருந்து பிரெஞ்சு ஆட்சியிலிருந்த புதுச்சேரிக்குத் தப்பிச் சென்றனர்.

1908 அக்டோபரிலிருந்து 'இந்தியா' மீண்டும் வெளிவரத் தொடங்கியது. பிரிட்டிஷ் இந்தியக் காவல் துறையினரால் வேட்டையாடப்பட்டுவந்த சூழ்நிலையிலும் தொடர்ந்து தம் ஆங்கிலேய எதிர்ப்பைப் பாரதி வெளிப்படுத்தி வந்தான். பாரத தேசத்தின் அமைதி என்ற ஏரி, தேசிய உணர்ச்சி என்ற வெள்ள

மிகுதியால் உடைபடும் வேளையில், புதிய சட்டங்கள் என்ற கூடைமண்ணைக் கொட்டும் ஆங்கிலேயரின் மடமையைப் பாரதி கருத்துப்படமாக்கியுள்ளான். சுதேசி இயக்கம் தோல்வி கண்டுவந்த சூழ்நிலையில் கொடூரச் சட்டங்கள் என்ற கோழி கூவுவது சுதந்திரச் சூரியன் எழுவதற்கான அறிகுறியே என்றும் நம்பிக்கை கொண்டான்.

கொடுமையான அடக்குமுறை கட்டவிழ்த்து விடப்பட்ட போது வாய்மூடி மௌனமாக நின்ற மிதவாதிகளை முன்னிலும் கடுமையாக விமர்சித்தான் பாரதி. மிதவாதிகளைத் தம் பக்கம் இழுப்பதற்காக வெள்ளையர் அரசால் கொண்டுவரப் பட்ட மிண்டோ–மார்லி சீர்திருத்தங்கள் பற்றியும் தீவிரவாதி களின் ஒருமித்த எதிர்ப்பைப் பாரதி வெளிப்படுத்தினான். ‘பிரிட்டிஷ் இந்தியாவிலுள்ள ஜனங்கள் கேட்பது புதிய உத்தியோகங்களையன்று… அவர்கள் போராடுவதெல்லாம் ஜனாதிகாரம் *(representation)* நாட்டில் ஏற்பட வேண்டுமென்ற ஒரே நோக்கத்துடனாகும்’[52] என்று எழுதினான். (பல்வேறு நிபந்தனைகளுடன் கூடிய) மாநில மற்றும் மைய சட்டமன்றங் களுக்கான தேர்தல்களையே முக்கிய அம்சமாகக் கொண்டிருந்த மிண்டோ–மார்லி சீர்திருத்தங்களை மிதவாதிகள் வரவேற்ற போது, சுயராஜ்யம் வேண்டி நின்ற திலகர் என்ற சிங்கம் சிறையிலிருக்க, ஆங்கிலேயர் வீசியெறிந்த சில்லறைப் பதவிகள் என்ற எலும்புத் துண்டுகளுக்கு அலையும் நாய்களாக அவர்கள் சித்திரிக்கப்பட்டனர்.

மிண்டோ–மார்லி சீர்திருத்தங்களைப் பற்றி மேலுமொரு கடுமையான விமரிசனத்தையும் தீவிரவாதிகள் வைத்தனர். முஸ்லீம்களுக்குத் தனி வாக்காளர் தொகுதிகள் என்ற சலுகை தேசியவாதிகளின் கடுமையான கண்டனத்துக்குள்ளானது. வங்காளப் பிரிவினையைப் போலவே இதன் பின்னணியிலும் ஆங்கிலேயரின் பிரித்தாளும் சூழ்ச்சி இனங்காணப்பட்டது. புதிய அரசியல் சீர்திருத்தங்களைக் கிணறு வெட்டப் பூதம் கிளம்பிய கதையாகவே பாரதி கருதினான். இந்து–முஸ்லீம் பிரச்சனையைப் பற்றி வேறு சில கருத்துப்படங்களும் வெளியிடப்பட்டன. வெள்ளையரின் சூழ்ச்சிக்கு இரையாகக் கூடாதென்றும், பெரும்பான்மையான இஸ்லாமியர் தேசிய உணர்வுடையவர்களாகவே விளங்கினர் என்றும், இந்து–முஸ்லீம் ஒற்றுமையை வலியுறுத்தியும் இவை அமைந்துள்ளன. ஆயினும் இவற்றை மிகைஎளிமைப்படுத்தப்பட்ட கூற்றுகளாகவே கொள்ள முடியும். சுதேசி இயக்கக் காலத்தில் தேசியவாதமும் தீவிர இந்து மதவாதமும் இணைந்துவிட்டன. ‘இந்து’, ‘இந்தியா’ ஆகிய

சொற்கள் ஒருபொருட் பன்மொழியாகவே வழங்கப்பட்டன. மக்களை அணிதிரட்டுவதற்கு இந்து சமயக் கடவுளர்களும் சடங்குகளும் பயன்படுத்தப்பட்டன. இந்திய நாடு அன்னையாக உருவகிக்கப்பட்டது. காளி, பவானி, கணபதி, சிவாஜி ஆகியோரின் வழிபாடும் போற்றலும் தேசியத்தின் அங்கமாயின. ஏற்கெனவே கல்வி, வேலை வாய்ப்பு, அதிகாரப் பொறுப்புகள் முதலானவற்றில் பின்தங்கியிருந்த முஸ்லீம்கள் தேசியத்தின் இந்து சமயப் போக்கைக் கண்டு அஞ்சியதில் வியப்பதற்கு ஏதுமில்லை.[53] '... முஸ்லீம்கள் கடைசியில் சுதேசி இயக்கத்திலிருந்து அயன்மைப்பட்டுப் போனார்கள் என்பது வியப்புக்குரியதல்ல; மாறாக இந்த அளவிற்கு அவர்கள் அதில் பங்குபற்றினார்கள் என்பதே வியப்புக்குரியதாகும்' என்று புகழ்பெற்ற வரலாற்றறிஞர் சுமித் சர்க்கார் கூறுவது இங்கு மனங்கொள்ளத்தக்கது.[54]

'வங்காளத்தில் ஸ்வதேச பாஷையில் அச்சிட்டிருக்கும் சில புத்தகங்கள் சிறிது முஸ்லீம்களுக்கு விரோதமாயிருக்கின்றன. தவிர, அங்கு ஆடிவரும் சில நாடகங்களும் முஸ்லீம்களின் கோபத்தையுண்டாக்கத் தக்கவையாயிருக்கின்றன' என்ற ஓர்மை பாரதிக்கும் இருந்திருக்கிறது.[55] அவ்வாறே 'சிவாஜி தனது சைநியத்தாருக்குக் கூறியது' என்ற பாடலை எழுதி வெளியிட்டபோது, 'இந்தச் செய்யுளிலே நமது மகமதிய சகோதரர்களுக்கு விரோதமாகச் சில வசனங்கள் பிரயோகிக்க நேர்ந்திருப்பது பற்றி விசனமடைகிறோம்... மேற்படி செய்யுளிலே மகமதியர்களைப் பற்றி வந்திருக்கும் பிரஸ்தாபங்களில் வீர ரஸத்தை மட்டும் கவனிக்க வேண்டுமே யல்லாமல், மகமதிய நண்பர்கள் தமது விஷயத்தில் உதாஸீனம் இருப்பதாக நினைக்கக் கூடாதென்று கேட்டுக்கொள்கிறோம்' என்றும் எழுதியுள்ளான்.[56]

இருப்பினும் பாரதியின் பாடல்களிலும் கட்டுரைகளிலும் மட்டுமல்லாது கருத்துப்படங்களிலும்கூட இந்து சமய/புராணக் கூறுகள் நீக்கமற நிறைந்திருப்பது கண்கூடு.[57] தீவிர இந்துத்துவத்தின் சின்னமான பசு, பல கருத்துப்படங்களில் இடம்பெற்றிருப்பதையும் காண முடிகின்றது. மக்களின் ஒற்றுமையை ஆறுமுகக் கடவுளின் பிறப்பாகவும், அரவிந்தரைச் சூரியனாகவும் காவல் துறையை அதனை விழுங்க வந்த பாம்பாகவும் சித்திரிப்பதாகவும், இந்தியத் தேசிய இயக்கக் கிளர்ச்சியைச் சிறையில் கண்ணன் பிறப்போடு இணைத்துக் காண்பதாகவும் இவை அமைந்துள்ளன. ஆஷைக் கொன்றதற்கு வாஞ்சிநாதன் கூறிய நியாயம் வருமாறு: 'ஆங்கில சத்துருக்கள் நமது தேசத்தைப் பிடுங்கிக்கொண்டு அழியாத ஸனாதன தர்மத்தைக் காலால் மிதித்துத் துவம்சம் செய்து வருகிறார்கள். எங்கள் ராமன், சிவாஜி, கிருஷ்ணன், குரு கோவிந்தர், அர்ஜுனன் முதலியவர் இருந்து தர்மம் செழிக்க

அரசாட்சி செய்துவந்த தேசத்தில், கேவலம் கோமாமிசம் தின்னக்கூடிய ஒரு மிலேச்சனாகிய ஜார்ஜ் பஞ்சமனை முடிசூட்ட... பெருமுயற்சி நடந்து வருகிறது.'[58] தீவிர இந்து தேசியத்தின் ஒப்புதல் வாக்குமூலம் இது. இந்திய தேசியச் சொல்லாடலும், இந்து சமயச் சொல்லாடலும் ஒன்றே என அஞ்சும் அளவுக்கு இரண்டும் பின்னிப் பிணைந்திருந்தன. மொத்தத்தில் சுதேசி இயக்கத்தின் மிகப் பெரிய பலவீனமாக இது அமைந்துவிட்டது. 1907இல் வங்கத்திலுள்ள ஜமல்பூரில் நடந்த இந்து–முஸ்லீம் கலவரங்களுக்கு ஆங்கிலேயரின் பிரித்தாளும் சூழ்ச்சியே காரணம் என்று கூறப்பட்டபோது, 'குற்றங்குறை இல்லாத இடத்தில் சைத்தான் நுழைய முடியாது' என்று தாகூர் கூறியது இங்கு எண்ணத்தக்கது.[59]

மொத்தத்தில் கடுமையான சட்டங்கள் மூலம் எதிர்ப்பை ஒடுக்குதல், சீர்திருத்தங்கள் மூலம் ஆதரவைத் திரட்டல், எதிரணியின் உள்ளார்ந்த பலவீனங்களைப் பயன்படுத்தல் என்ற முறையில் சுதேசி இயக்கத்தின் அறைகூவலை ஆங்கிலேய அரசாங்கம் வெற்றிகரமாக முறியடித்தது. சுதேசி இயக்கத்தின் சமூக அடித்தளம் மிகக் குறுகியதாக–பரந்துபட்ட மக்களைத் தழுவாததாக–இருந்தது. இதனால் தீவிரவாதிகள் அனைவரும் எளிதில் ஒடுக்கப்பட்டனர். எஞ்சியவர்கள் தனிநபர் பயங்கர வாதத்தில் இறங்கினர். இதன் விளைவாக, பழைய மிதவாதம், தனிநபர் பயங்கரவாதம் என்ற இரு எதிர் முனைகளுக்கிடையில் இந்தியத் தேசியம் ஊசலாடியது. பாரதி இவ்விரு போக்குகளையும் கண்டித்தான். கடுமையான சட்டங்கள் இயற்றும் அரசும் குண்டுவீசும் பயங்கரவாதியும் மொத்தத்தில் பொதுமக்களுக்கே ஊறு செய்கிறார்கள் என்று கருத்துப்படம் வெளியிட்டான்.

சுதேசி இயக்கம் முறியடிக்கப்பட்ட நிலையில், அதுவும் பிரிட்டிஷ் இந்திய ஆட்சிப் பகுதிக்கு வெளியே ஒரு சிறுநகரத்தில் பாரதி பெரும் நெருக்கடிக்கு ஆளானான். அவன் நடத்திவந்த 'இந்தியா', 'விஜயா' இதழ்கள் பிரிட்டிஷ் இந்திய எல்லைக்குள் நுழைவது தடுக்கப்பட்டதைத் தொடர்ந்து 1910ஆம் ஆண்டின் இடையில் நின்றுபோயின. அவன் எழுதிய 'ஆறிலொரு பங்கு', 'கனவு' ஆகிய நூல்கள் அதற்கடுத்த ஆண்டு தடை செய்யப்பட்டன. மேலும் 1911 ஜூனில் நிகழ்ந்த ஆஷ் கொலைக்குப் பிறகு புதுவையில் காவல்துறையின் கெடுபிடிகள் அதிகமாயின. இவற்றோடு பாரதியின் வாழ்வில் வேகமும் ஆற்றலுமிக்க ஒரு காலப்பகுதி முடிவடைந்தது.

சுதேசி இயக்கத்தை விரிவாக ஆராய்ந்த சுமித் சர்க்கார் மதிப்பிட்டது போல் அவ்வியக்கம் இருவேறு மனப்பதிவுகளை

இன்று ஏற்படுத்துகின்றது: ஒருபுறம் பெரிய எதிர்பார்ப்புகளை உண்டாக்கும் வளமையும் உள்ளாற்றலும் கொண்டு, பன்முகத் தன்மை வாய்ந்த அரசியல் நடவடிக்கைகளையும் அறிவார்ந்த விவாதங்களையும் பண்பாட்டு மலர்ச்சியையும் ஏற்படுத்தியது; ஆனால் மறுபுறம், அவ்வெதிர்பார்ப்புகளும் நம்பிக்கைகளும் பொய்த்துப்போய் ஏமாற்றமே எஞ்சியது.[60]

சுதேசி இயக்கத்தில் பாரதியின் பங்கைப் பற்றியும் இதே வகையில் மதிப்பீடு செய்யலாம். நவீனமயமாகும் சமூகத்தின் தேவைகளுக்கேற்பத் தமிழை உயிர்ப்பாற்றல் மிக்க முறைகளில் கவிதையிலும் உரைநடையிலும் இதழியலிலும் பயன்படுத்திய பாரதி, சுதேசி இயக்கத்தின் தோல்வியிலிருந்து முழுவதுமாக மீளவில்லை என்றுதான் சொல்ல வேண்டும். தன் வாழ்நாளின் எஞ்சிய காலத்தின் பெரும் பகுதியைப் புதுவையிலேயே கழித்த பாரதி, அதன் பின்னர் நேரிடையாக அரசியலில் ஈடுபடவில்லை. சுதேசி இயக்கக் காலத்தில் அன்றன்று இயற்றிய பாடல்களை அன்றன்றே பொதுக்கூட்டங்களிலும் ஊர்வலங்களிலும் பாடியும், கட்டுரைகளை இதழ்களில் எழுதியும் செயல்பட்ட பாரதியின் பிற்காலப் பெரும் படைப்புகள் பலவும் அவன் மறைவுக்குப் பின்னரே வெளிவந்த பேரவலத்தை இப்பின்னணியில் புரிந்துகொள்ளலாம்.

மொத்தத்தில், சுதேசி இயக்கக் காலத்தில் மலர்ச்சிபெற்ற பாரதியின் பன்முகப் படைப்பாற்றலுக்கு 'இந்தியா' இதழில் வெளியான கருத்துப்படங்களும் கண்கூடான சான்றுகளாகும்.

'இந்தியா' இதழ்கள்: பின்குறிப்பு

'இந்தியா' வார இதழ் மண்டயம் குடும்பத்தைச் சேர்ந்த எஸ்.என். திருமலாச்சாரியாரால் சென்னையில் தொடங்கப் பெற்றது. அதன் முதல் இதழ் 9 மே 1906இல் வெளிவந்தது. இதற்குக் கொஞ்ச காலத்திற்குப் பிறகு பாரதி அதன் நடைமுறை ஆசிரியர் பொறுப்பை ஏற்றான். சென்னையிலிருந்தவரை எம்.பி.டி. ஆசாரியா என்று அறியப்படும் மண்டயம் பி. திருமலாச்சாரியாரும், எஸ்.என். திருமலாச்சாரியாரின் பள்ளித் தோழர் எம். சீனிவாசனும் வெவ்வேறு காலப்பகுதியில் 'இந்தியா'வின் சட்டபூர்வமான ஆசிரியர் – வெளியிடுபவர் பொறுப்பை ஏற்றிருந்தனர். 'இந்தியா'வில் வெளியான கட்டுரை களுக்காக இராஜத்துரோகக் குற்றஞ்சாட்டப்பட்டு எம். சீனிவாசன் கைதானதைத் தொடர்ந்து, 'இந்தியா' சென்னைப் பதிப்பின் கடைசி இதழ் 5 செப்டம்பர் 1908இல் வெளியாயிற்று.

'இந்தியா'வின் முதல் ஆறு இதழ்கள் இதுவரை கிடைக்கப் பெறவில்லை. முதல் இதழின் முகப்புப் பக்கத்தின் மேற்பாதியை மட்டும் ஸி.எஸ். சுப்பிரமணியம் கண்டெடுத்தார். 23 ஜூன் 1906 (புத்தகம் 1, இலக்கம் 7) முதல் 22 ஜூன் 1907 (புத்தகம் 2, இலக்கம் 7) வரையான இதழ்கள் ஒரே தொகுதியாகக் கட்டடம் செய்யப்பட்டுக் கல்கத்தா தேசிய நூலகத்தில் உள்ளன. (இவை கி.வா. ஜகந்நாதனால் தேசிய நூலகத்துக்கு அன்பளிப்பாக வழங்கப்பட்டவை.) இவ்வரிசையில் 15 செப்டம்பர் 1906, 9 மார்ச் 1907, 1 ஜூன் 1907 ஆகிய மூன்று இதழ்கள் இல்லை. 1906–1907ஆம் ஆண்டில் வெளியான 'இந்தியா' கிரவுன் 1/2 அளவில் அமைந்துள்ளது.

1907 ஜூன் 29இலிருந்து 1908 செப்டம்பர் 5 வரையான 'இந்தியா' இதழ்களில் 18 ஏப்ரல் 1908, 25 ஏப்ரல் 1908, 2 மே 1908, 13 ஜூன் 1908, 20 ஜூன் 1908 ஆகிய நாளிட்ட ஐந்து இதழ்கள் மட்டுமே கிடைக்கப்பெறுகின்றன. இவை ரா.அ. பத்மநாபன் தொகுப்பிலிருந்தவை. இப்போது புதுவை மகாகவி பாரதியார் நினைவு அருங்காட்சியகம் மற்றும் ஆய்வகத்தில் உள்ளன.

1908 செப்டம்பரில் பாரதியும், 'இந்தியா' உரிமையாளர்களான எஸ்.என். திருமலாச்சாரியாரும் அவர்தம் பெரியப்பா மகன் மண்டயம் ஸ்ரீநிவாஸாச்சாரியாரும் புதுவையில் தஞ்சமடைந்தனர். அங்கு 'இந்தியா' மீண்டும் தொடங்கப் பெற்றது. புத்தகம் 1, இலக்கம் 1 எனப் புதிய வரிசையிட்டு 10 அக்டோபர் 1908இலிருந்து புதுவைப் பதிப்பு வெளிவரலாயிற்று. இதிலிருந்து 9 அக்டோபர் 1909 (புத்தகம் 1, இலக்கம் 52) வரை வெளியான இதழ்கள் முழுமையும் ஸி.எஸ். சுப்பிரமணியம் பாதுகாப்பில் உள்ளன. (இதே தொகுதியின் ஒரு பிரதி புது தில்லி இந்தியத் தேசிய ஆவணக்காப்பகத்திலும் உள்ளது. இது சி.ஐ.டி. துறையினரின் பிரதி. இதன் நுண்படச் சுருள் நேரு நினைவு நூலகத்திலும் உண்டு.) புதுச்சேரி அரவிந்த ஆசிரமத்திலிருந்த ப. கோதண்டராமன் அவர்களிடமிருந்து புதுவைப் பொதுவுடைமைக் கட்சித் தலைவர் வ. சுப்பையா வழியாக இத்தொகுப்பு ஸி.எஸ். சுப்பிரமணியம் கைவயம் வந்தது. (இப்போது அதன் கதி என்னவாயிற்றென்று தெரியவில்லை.) புதுவையிலிருந்து வெளியான இத்தொகுதியின் பல இதழ்கள் வ.ரா. குடும்பத்தினரிடமும் இருந்தது.

16 அக்டோபர் 1909 (புத்தகம் 2, இலக்கம் 1) முதல் 12 மார்ச் 1910 (புத்தகம் 2, இலக்கம் 20) வரையான இதழ்கள் ரா.அ.பத்மநாபன் அவர்களிடமிருந்து, பின்னர்ப் புதுவை பாரதி

அருங்காட்சியகத்துக்கு வந்தன. இக்காலப்பகுதியைச் சேர்ந்த சில இதழ்கள் மிகச் சிதிலமடைந்த நிலையில் பிரெஞ்சு தேசிய நூலகத்தில் உள்ளன.

ஸி.எஸ்.சுப்பிரமணியம் தொகுப்பிலுள்ள இதழ்கள் பல ரா.அ. பத்மநாபன் தொகுப்பிலும் உண்டு. ரா.அ.பத்மநாபன் தொகுப்பிலிருந்தவை 'இந்தியா'வோடு தொடர்புகொண்டிருந்த வேங்கட ஆரியா என்பவரிடமிருந்து வந்தவை. பல உதிரி இதழ்கள் மறைமலையடிகள் நூல்நிலையத்திலும் உள்ளன. இவை ரா.அ.பத்மநாபன், ஏ.கே.செட்டியார் ஆகியோர் கொடுத்துதவியன.

1910 ஜூலையில் 'இந்தியா' புத்துயிர் பெற்றதெனவும், இரண்டு இதழ்கள் கண்ணுறப் பெற்றனவென்றும் ஓர் இரகசிய அரசாணை குறிப்பிடுகின்றது.[61] இவை கிடைக்கவில்லை.

மொத்தத்தில் அறுபதுக்கும் மேற்பட்ட 'இந்தியா' இதழ்கள் கிடைக்கப்பெறவில்லை. இன்று கிடைக்கப்பெறும் ஏறத்தாழ நூற்றிருபத்தைந்து இதழ்களிலிருந்து கருத்துப்படங்கள் தொகுக்கப்பட்டிருக்கின்றன. 8 செப்டம்பர் 1906 முதல் 12 மார்ச் 1910 வரை வெளியான எண்பத்தேழு கருத்துப்படங்கள் இதில் அடங்கும். கிடைக்கப்பெறுகின்ற இதழ்கள் பல மிகச் சிதைந்த நிலையில் உள்ளன. அவற்றிலுள்ள கருத்துப்படங்களைப் படியெடுப்பதில் ஏற்பட்ட தொழில்நுட்ப மற்றும் நடைமுறை சார்ந்த இடர்ப்பாடுகள் பல.

பண்டைத் தமிழ் நூல்களைப் பதிப்பித்து, தமிழ்ப் பதிப்பியலின் முன்னோடியாக விளங்கிய சி.வை.தாமோதரம் பிள்ளை எழுதிய குறிப்பொன்று (கலித்தொகைப் பதிப்புரை, 1887) இங்கு நினைவுக்கு வருவதைத் தவிர்க்க முடியவில்லை.

> ஏடு எடுக்கும்போது ஓரஞ் சொரிகிறது; கட்டு அவிழ்க்கும் போது இதழ் முரிகிறது. ஒற்றை புரட்டும்போது துண்டு துண்டாய்ப் பறக்கிறது. இனி எழுத்துக்களோவென்றால் வாலுந் தலையுமின்றி நாலு புறமும் பாணக்கலப்பை மறுத்து மறுத்து உழுது கிடக்கின்றது.

'இந்தியா' இதழ்களின் இன்றைய நிலையும் ஏறத்தாழ இதுதான். ஐந்துக்கு இரண்டு பழுதில்லை என்று சொல்லலாம். நுண்பல் சிதலைகளின் திருவிளையாடல்களைச் சொல்லி மாளாது!

கிடைக்கப்பெறாத 'இந்தியா' இதழ்களில் வெளிவந்த கருத்துப்படங்களைப் பற்றிய குறிப்புகள் அன்றைய காலனிய அரசாங்கத்தின் மந்தண ஆவணங்களிலிருந்து திரட்டவேண்டி

யிருக்கிறது. காணக் கிடைக்காத படங்களின் உள்ளடக்கம் பற்றி ஒருவாறு அறிந்துகொள்ள இது ஒன்றே வழி.

சான்றுக் குறிப்புகள்

1 *Kamal Sarkar, Cartoons, Calcutta, 1971,* முன்னுரை.

2 'இந்தியன் பஞ்ச்' கருத்துப்படங்கள் சில *Sabyasachi Bhattacharya, The Financial Foundations of the British Raj, Simla, 1971* என்ற நூலில் மறு வெளியீடு செய்யப்பட்டுள்ளன.

3 'அவத் பஞ்ச்' இதழ்கள் *(1877–1881)* கல்கத்தா தேசிய நூலகத்தில் உள்ளன.

4 *Partha Mitter, Art and Nationalism in Colonial India, 1850-1922: Occidental Orientations, Cambridge University Press, Cambridge, 1994,* ப.138.

5 *மேலது,* ப.137.

6 *இந்தியா,* 20 அக்டோபர் 1906.

7 Bonny Thomas, 'Birth of the Malayalam Cartoon : Scabbard for Satire', *The Economic Times,* 24 மே 1994.

8 'கார்ட்டூன் வரலாறு', *காந்தி* (மலர்), ஏப்ரல்–மே 1933.

9 'தமிழ் இதழியலில் அங்கத ஓவியங்கள்', *ஐந்தாம் உலகத் தமிழ் மாநாடு–*விழா மலர், 1981, ப.404.

10 *இந்தியா,* 13 மார்ச் 1909.

11 Exhibit K, G.O.No.1103, Judicial, 11 ஆகஸ்டு 1908, சென்னை அரசாங்கம்; G.O.No.1542, Judicial (Confidential), 3 அக்டோபர் 1911.

12 எஸ்.ஜி. இராமானுஜலு நாயுடு, 'சென்றுபோன நாட்கள்', *அமிர்த குண போதினி,* 15 ஜனவரி 1929. இதன் முழு வடிவத்திற்குக் காண்க: ஆ. இரா. வேங்கடாசலபதி (ப–ர்), எஸ்.ஜி. இராமானுஜலு நாயுடு, *சென்றுபோன நாட்கள்,* காலச்சுவடு பதிப்பகம், நாகர்கோவில், 2015.

13 ரா.அ. பத்மநாபன், *சித்திரபாரதி,* சென்னை, 1982, ப.32. மேலும் காண்க: எஸ்.ஜி. இராமானுஜலு நாயுடு, *சென்றுபோன நாட்கள்.*

14 *இந்தியா,* 9 ஜனவரி 1909.

15 கருத்துப்படங்களுக்குக் காண்க: ஆ. இரா. வேங்கடாசலபதி (ப–ர்), *பாரதியின் கருத்துப் படங்கள்: 'இந்தியா' 1906–1910* (சென்னை, 1994).

16 *இந்தியா*, 24 ஏப்ரல் 1909.

17 பி.எஸ்.ராமையா, 'பிறநாட்டில் மதிப்புபெற்ற தமிழரின் கூடார்த்தப் படங்கள்: கூடார்த்தப் படங்களின் ஸ்தான மென்ன?' *மணிக்கொடி*, 10 ஜூன் 1934.

18 ரா.அ.பத்மநாபன், 'விகடன் ஆரம்ப காலம்,' *ஆனந்த விகடன் பொன்விழா மலர்*, 1980.

19 உலோகச் செதுக்கு அச்சுக்கட்டைகள் செய்யும் தொழில் நுட்பம் (engraved blocks) சென்ற நூற்றாண்டின் கடைசி ஆண்டுகளில் சென்னைக்கு வந்துவிட்டது. காண்க: *S. Ambirajan, 'Steam Intellect and the Raj: South India in the Nineteenth Century' in Ian Inkster (ed.), The Steam Intellect Societies, University of Nottingham, 1985.*

'ஹோ அண்டு கோ' நிறுவிய பெருமாள் செட்டி, உலோகச் செதுக்கு அச்சுக்கட்டைகளைச் செய்பவராகத் தம் வாழ்வைத் தொடங்கினார் என்பது குறிப்பிடத்தக்கது.

20 *இந்தியா*, 19 பிப்ரவரி 1910.

21 *சுதேசமித்திரன்* செய்த மதிப்பீடு *இந்தியா* (6 அக்டோபர் 1906) இதழில் மறுபதிப்பாகியுள்ளது.

22 எஸ்.ஜி. இராமாநுஜலு நாயுடு, *சென்றுபோன நாட்கள்*.

23 ரா.அ.பத்மநாபன் பதிப்பித்த *ஹிந்துஸ்தான்* பாரதி மலரில் (1939) முதலில் வெளியானது. மறுபதிப்பீடு: ச.சு.இளங்கோ (ப–ர்), *பாரதியாரோடு பத்தாண்டுகள்*, பாரி நிலையம், சென்னை, 1992, ப.14.

24 *மேலது*, ப.26.

25 டி.எஸ்.சொக்கலிங்கம், *எனது முதல் சந்திப்பு*, சென்னை, 1956, ப.39.

26 *G.O.No.1143, Judicial (Confidential)*, 31 ஆகஸ்டு 1909.

27 *G.O.No.1542, Judicial (Confidential)*, 3 அக்டோபர் 1911.

28 *இந்தியா*, 27 நவம்பர் 1909.

29 எஸ்.ஜி. இராமாநுஜலு நாயுடு, *சென்றுபோன நாட்கள்*. பாரதி தொடர்புகொண்டிருந்த *சூர்யோதயம்* வார இதழிலும் கருத்துப்படங்கள் வெளியாயினவென்று அறிய முடிகின்றது.

30 *காந்தி* (மலர்), ஏப்ரல்–மே 1933.

31. இவ்விதழின் படியொன்று G.O.No.671, Home (Education), 21 மே 1917 என்ற அரசாணையில் உள்ளது. வேறொரு இதழ் சென்னை அடையாறு நூலகம் மற்றும் ஆய்வகத்தில் காணக்கிடைக்கின்றது. பிற இதழ்கள் கல்கத்தா தேசிய நூலகத்தில் உள்ளன என்று அறிகிறேன்.
32. *காந்தி (மலர்), ஏப்ரல்-மே 1933.*
33. *மேலது.*
34. *நினைவுப் பயணம்*, சேகர் பதிப்பகம், சென்னை, 1992, ப.19.
35. *குமரி மலர்*, செப்டம்பர் 1978. இக்கட்டுரைத் தொடர் தனி நூலாகவும் வெளிவந்துள்ளது: ரா.அ. பத்மநாபன், *தமிழ் இதழ்கள்*, காலச்சுவடு பதிப்பகம், நாகர்கோவில், 2003.
36. R. Parthasarathy, A Hundred Years of the Hindu: The Epic Story of Indian Nationalism, Madras, 1977, ப.368.
37. இவற்றுள் சில, 1927ஆம் ஆண்டில் அதன் ஆசிரியர் டாக்டர் ஏ.இராமசாமி முதலியார் எழுதிய தலையங்கங்கள் தொகுக்கப்பட்டுத் தனிநூலாக வெளியிடப்பட்டபோது பிற்சேர்க்கையாக இணைக்கப்பட்டன. காண்க Mirror of the Year, Madras, 1928.
38. *காந்தி (மலர்), ஏப்ரல்-மே 1933.*
39. *மேலது.*
40. *காந்தி (மலர்), ஜூன் 1933.*
41. 'விகடப்படம் என்றால் என்ன', *காந்தி (மலர்), ஜூன் 1933.*
42. 'என் புத்தகங்கள் (2)', *கலைமகள்*, யுவ, மார்கழி.
43. *பாரிஜாதம்*, டிசம்பர் 1946 (மாலி இரங்கலுரை).
44. தி.ஜ.ர., *யோசிக்கும் வேளையிலே*, சென்னை, 1952, ப.39-40.
45. *மணிக்கொடி*, 10 ஜூன் 1934.
46. 'சித்திரமும் சித்திரக்காரர்களும்', *ஹனுமான்*, ஆண்டு மடல், 1938.
47. பாரதி, *ஜன்ம பூமி*, புதுச்சேரி, 1909; *பாரதி பாடல்கள்: ஆய்வுப் பதிப்பு*, தஞ்சாவூர், 1989, ப.1033.
48. *இந்தியா*, 13 அக்டோபர் 1906; *பாரதி தரிசனம் II*, சென்னை, 1987, ப.40.

49. *இந்தியா*, 13 அக்டோபர் 1906.

50. Bipan Chandra, *The Rise and Growth of Economic Nationalism in India: Economic Policies of Indian National Leadership, 1880-1905*, People's Publishing House, New Delhi, 1966.

51. தாதாபாய் நவுரோஜி மிதவாதத்திற்கும் தீவிரவாதத்திற்கும் இடையே ஊசலாடும் இருமனப்போக்குக் கொண்டவராக விளங்கினார். இரு பிரிவினரும் இவரைத் தம்மவராகக் காட்ட முயன்றனரெனினும், வரலாற்றாசிரியர்களால் இவர் மிதவாதியாகவே இனங்காணப்பெறுகிறார். 'தாதாபாய் முதலியவர்களைத் தம்முடன் சேர்த்துப் பேசிக்கொள்ளக் கூடாதென்று நாம் வணக்கத்துடன் கேட்டுக்கொள்கிறோம்' என்று மிதவாத நாளேடான 'சுதேசமித்திரன்' ஆசிரியர் ஜி. சுப்பிரமணிய ஐயருக்குக் கிண்டலாகப் பதிலடி கொடுத்த பாரதி (*இந்தியா*, 22 டிசம்பர் 1906) தாதாபாய் நவுரோஜியின் படத்தை 'இம்மஹானைப் பற்றி நாம் அதிகம் ஒன்றும் சொல்லவேண்டியதில்லை' என்ற குறிப்போடு அவர்தம் 84ஆம் பிறந்த நாளின்போது வெளியிட்டதும் குறிப்பிடத்தக்கது (படம்: 63).

52. *இந்தியா*, 27 பிப்ரவரி 1909.

53. Sumit Sarkar, *Modern India, 1885-1947*, Madras, 1983, pp. 12-13.

54. Sumit Sarkar, *The Swadeshi Movement in Bengal, 1903-1908*, Macmillan, New Delhi, 1977, p. 424. மேலும் காண்க: Gyanendra Pandey, *The Construction of Communalism in Colonial North India*, Oxford University Press, Delhi, 1991.

55. *இந்தியா*, 10 ஜூலை 1909.

56. *இந்தியா*, 17 நவம்பர் 1906.

57. பாரதியின் கருத்துப்படங்களின் புலப்பாட்டு முறை பெரிதும் மரபுசார்ந்ததாகவே இருக்கின்றது. இந்துப் புராணக் கதைகளை மட்டுமல்லாது, பழமொழிகளையும் பழமரபுக் கதைகளையும் சார்ந்தே அவை அமைந்துள்ளன: பசுத்தோல் போர்த்திய புலி (படம் 20); கோழி கூவியதும் கதிரவன் எழுதல் (படம் 28); பாலுக்கும் காவல் பூனைக்கும் தோழன் (படம் 37); புலிப்பால் கொண்டுவருதல் (படம் 38); கிணறுவெட்ட பூதம் கிளம்புதல் (படம் 40); காக்கை நரி கதை (படம் 41); விளக்கில் மடியும் விட்டில் பூச்சிகள் (படம் 49); மலையைக் கெல்லி எலியைப் பிடித்தல் (படம் 74); யானை போட்டது குட்டியன்று லத்தை (படம் 75);

ஆயிரம் காக்கைகளுக்கு ஒரு கல் (படம் 84). மேலும், கருத்துப்படங்களில் எல்லாம் பல்வேறு உயிரினங்கள் – பஞ்ச தந்திர, ஈசாப் கதைகள் போல் – உலவுகின்றன: ஏலவே குறிப்பிட்ட பசுவைத் தவிர, யானையும் ஆந்தையும் நாய்களும் ஆடும் புலியும் சிங்கமும் எங்கும் நிறைந்துள்ளன.

58 ஆ.சிவசுப்பிரமணியன், *ஆஷ் கொலையும் இந்தியப் புரட்சி இயக்கமும்*, மக்கள் வெளியீடு, சென்னை, 1986, ப.30.

59 Sumit Sarkar, *The Swadeshi Movement in Bengal*, p. 452 இந்து – முஸ்லீம் கலவரங்களுக்குப் பின்னர் தாகூர் சுதேசி இயக்கத்திலிருந்து விலகிப் பின்னர் தேசியம் பற்றிய தமது கோட்பாட்டு முறையிலான விமரிசனத்தை முன் வைத்தார்.

60 Sumit Sarkar, *The Swadeshi Movement in Bengal*, p. 492.

61 G.O.No.1267, *Judicial (Confidential)*, 24 ஆகஸ்டு 1910.

~ ~

14

பாரதியின் உயிரியல் வாரிசு

'ஸ்ரீமான் சுப்பிரமணிய பாரதி இந்த நாட்டில் பிறந்தார்; வளர்ந்தார்; வாழ்ந்தார்; இறந்தார் .... கடவுளின் திருவிளையாடலில் இப்படி ஒரு ஆத்மா இவ்வுலகத்தில் ஜனித்து, சொற்ப காலந் தங்கி, சிற்சில காரியங்களைச் செய்துவிட்டு, திரும்பப் போய்விட வேண்டுமென்ற கட்டளையின்படி என் புருஷனும் ஜனித்து, செய்ய வேண்டிய காரியங்களை அவசரம் அவசரமாகச் செய்துவிட்டு, காலம் சமீபித்தவுடன், இறப்பதுவும் ஒரு அவசரமான கடமையாகக் கொண்டு அதனையும் செய்து முடித்தார்.' இவ்வாறு பாரதி இறந்த ஓராண்டுக்குள் எழுதியவர் 'நான் படித்தவளல்ல' என்று முதலிலேயே அறிவித்த பாரதியின் மனைவி செல்லம்மா.

1941இல் செல்லம்மா பாரதியின் பெயரில் 'பாரதியார் சரித்திரம்' சக்தி காரியாலய வெளியீடாக வந்தது. 'என் தந்தையாரின் சரித்திரத்தை என் தாயாரே கூறுவது போல எழுதியிருக்கிறேன்' என்று அவர்களின் மூத்த மகள் தங்கம்மாள் பாரதி எழுதிய குறிப்பு (இரண்டாம் பதிப்பு, 1944) மறக்கப்பட்டு, பின்பு சில பதிப்புகள் வெளிவந்தன. (இதில் அனுமதி பெறாமல் வெளியான ஒரு கள்ளப் பதிப்பும் அடக்கம்.) இது தவிர, பாரதியின் மகள்கள் தங்கம்மாள் பாரதியும் ('பாரதியும் கவிதையும்', 'எந்தையும் தாயும்'), சகுந்தலா பாரதியும் ('பாரதி: என் தந்தை') எழுதிய நூல்களும் உண்டு. பாரதியின் தம்பி (சின்னச்சாமி ஐயரின் இரண்டாம் தாரத்து

மகன்) சி. விசுவநாத ஐயர் பாரதி பற்றி அவ்வப்பொழுது எழுதிய கட்டுரைகளைக் கொண்ட 'கவி பிறந்த கதை' அவர் மறைந்த ஓராண்டுக்குப் பிறகு (1985) வெளியானது.

இந்த வரிசையில், தங்கம்மாள் பாரதியின் மகள் எஸ். விஜயபாரதி எழுதியுள்ள நூல் 'அமரன் கதை'. இவர் பாரதியைப் பற்றி ஆய்வு செய்து பிஎச்.டி. பட்டம் வாங்கியவர். பாரதியின் வாழ்க்கையை 'நாவல்' என்ற வடிவத்தில் எழுத முற்பட்டிருப்பதாக முன்னுரையில் கூறுகிறார். 'வாழ்க்கை நிகழ்ச்சிகளை உள்ளது உள்ளபடியே சொல்வதைத் தவிர வேறு எங்கேயும் சஞ்சரிக்க முடியாதபடி' (ப. 7) வாழ்க்கை வரலாறு எழுத்தாளனைக் கட்டுப்படுத்துவதனால் நாவல் என்ற வடிவத்தைத் தாம் தேர்ந்தெடுத்ததாக அவர் கூறுகிறார். இது வாழ்க்கை வரலாறு என்ற இலக்கிய வகைமை பற்றிய கட்டுப்பெட்டியான கருத்து என்று சொல்ல வேண்டியதில்லை. நூலின் நாயகரை அவருடைய காலத்திலும் சூழலிலும் பொருத்தி, வாழ்க்கை வரலாற்றை முன்வைப்பதே இவ்வகைமையின் அடிப்படை இயல்பு. கதை நாயகனின் உள்ளுணர்வுகளையும் உந்துதல்களையும் இனங்கண்டு அவற்றை நம்பும்வண்ணம் இயம்புவது ஆசிரியருக்கு ஒரு சவாலாகும். அவ்வகையில் வாழ்க்கை வரலாறும் படைப்புச் செயல்பாடே ஆகும். 'இந்த நாவலை பாரதியின் வாழ்க்கையைப் பற்றிய ஓர் ஆராய்ச்சி நூல் என்றே சொல்லிவிடலாம்' (ப. 12) என்று தற்பெருமைப்படும் நூலாசிரியருக்கு, ஆதாரமில்லாத செய்திகளைக் கொண்டு கதைவிடுவதற்கு ஒரு போர்வையாக 'நாவல்' என்ற வடிவம் செயல்பட்டிருக்கிறது. இந்த 550 பக்க 'நாவ'லைப் படித்து முடிக்கும்போது பாரதி பற்றிய ஓர் ஆளுமைச் சித்திரம் மனத்தில் திரண்டுவருவதற்குப் பதிலாக அலுப்பே ஏற்படுகின்றது.

வாழ்க்கை வரலாற்றை நாவல் வடிவில் எழுதுவதற்கு மேலை வெகுசன மரபில் பல எடுத்துக்காட்டுகள் உண்டு. இதனை *'bio-history'* என்று அழைத்த இர்விங் ஸ்டோன் முதலில் எழுதியது (1934இல்) வான் கோ கதையை. இதன் வெற்றியைத் தொடர்ந்து மைக்கலேஞ்சலோ, ஆபிரகாம் லிங்கன், சார்லஸ் டார்வின் முதலானோரின் கதையினையும் இவ்வாறு எழுதினார். 'இந்தக் கதையில் உண்மை எவ்வளவு?' என்று கேட்ட வாசகருக்குச் சில உரையாடல்களை மீட்டுருவாக்கம் செய்ய வேண்டியிருந்தது என்றும், இரண்டொரு இடங்கள் முழுப் புனைவு என்றும், எழுத்து நுட்பம் சார்ந்து எடுத்துக்கொண்ட சில சுதந்திரங்களைத் தவிரப் 'புத்தகம் முழு உண்மை' என்றும் பதிலிறுத்தார் ஸ்டோன்.

அண்மைக் காலங்களில் இவ்வடிவம் *fictional biography* என்றும், *biographical novel* என்றும் சுட்டப்பட்டு, இலக்கிய

நாவலில் ஒரு துணை வகைமையாகக் கருதப்படுகிறது. மேலை இலக்கியவாணர்கள் பலரைப் பற்றிப் பல நாவல்கள் இந்தவகையில் வந்துள்ளன. ஹென்ரி ஜேம்ஸ் பற்றி மட்டுமே நான்கைந்து நாவல்கள் புத்தாயிரத்தின் முதல் ஐந்தாண்டுகளில் வெளிவந்தன. ஜேம்ஸைப் பற்றி *Author, Author,* ஹெச்.ஜி. வெல்ஸ் பற்றி *A Man of Parts* ஆகிய நாவல்களை எழுதிய இலக்கிய விமரிசகரும் நாவலாசிரியருமான டேவிட் லாட்ஜ், உண்மையிலேயே வாழ்ந்த ஒருவரையும் நிகழ்ந்த வரலாற்றையும் நாவல் என்ற இலக்கிய வடிவத்தின் உத்திகளைக் கைக்கொண்டு விவரிப்பதே வாழ்க்கை வரலாற்று நாவல் என்கிறார். படைப்பூக்கத்துடன் மன உணர்வுகளை அலசுவதே இதிலுள்ள சவால் என்றும் கூறுகிறார். நாவல் என்ற வடிவம் தரும் சுதந்திரத்தைப் படைப்பு ரீதியாகப் பயன்படுத்திக்கொள்வதே இவ்வடிவத்திற்கான நியாயம் ஆகும். அத்தகைய நியாயம் இந்நூலின் எந்த வரியிலும் தென்படவில்லை.

பாரதியின் படைப்புகளைக் கொண்டே – பாடல் வரிகளையும் உரைநடை வாக்கியங்களையும் கோத்து–அவனுடைய வரலாற்றை விவரிக்கும் முயற்சிகள் தமிழில் ஏற்கெனவே உண்டு. (தி. முத்துக்கிருஷ்ணனின் ‘பாரதியார் வாழ்க்கைச் சித்திரம்’ ஒரு முக்கிய எடுத்துக்காட்டு.) இந்நூலோ பரவலாக அறியப்பட்ட பாடல்களையே மேற்கோள் காட்டுகிறது. பல இடங்களில் பாடல்களின் வெள்ளையான பொழிப்புகளைத் தருகின்றது.

நாவலுக்குரிய படைப்புச்சூடு மிக்க வரிகள் இந்நூலில் எங்கும் இல்லை. சடங்குத் தொடர்களாலும் தேய்சொற்களாலும் நிரம்பிய இந்த நூலைப் படிப்பது சலிப்பூட்டுகின்றது. ‘தாழம்பூ நிற மேனி; கருவண்டுக் கண்கள்; எள்ளுப்பூவைப் போன்ற நாசி; இடைவரை நீண்டு தொங்கும் கூந்தல்; ‘வெடுக்’கென்று அச்சமில்லாமல் பேசும் பேச்சு’ (ப. 73) போன்ற சம்பிரதாய வருணனைகள் இந்நூலின் மொழிக்கு ஓர் எடுத்துக்காட்டு.

தகவல் பிழைகளும் மயக்கம் தரும் தகவல்களும் இந்நூலில் ஏராளம். எட்டயபுரம் அரசவை அறிஞர்கள் பற்றிய பத்தியில் (ப. 45) சுப்பராம தீக்ஷிதர் பற்றிக் குறிப்பு இல்லை. ‘பாரதி’ பட்டம் பெறும் இயலில் விருதை சிவஞான யோகிகள் என்ற பெயரே இடம்பெறவில்லை. பாரதியின் தந்தை சின்னச்சாமி ஐயர் எட்டயபுரத்தில் தொடங்கியது பஞ்சைத் தூய்மைப்படுத்தும் ‘ஜின்னிங்’ ஆலை; நூலாசிரியர் உணர்த்துவது போல் நூற்பாலையோ, நெசவாலையோ அல்ல.

பாப்பாரப்பட்டியில் சுப்பிரமணிய சிவா கட்ட எண்ணிய பாரத மாதா கோயில் 1920களுக்குரியது; 1908இல் இந்தப் பேச்சே இல்லை. (மேலும், பாப்பாரப்பட்டி தருமபுரி மாவட்டத்திலுள்ளது;

நெல்லைச் சீமையில் அல்ல.) வ.உ.சி.க்கு எதிரான வழக்கில் பாரதி சாட்சி கூறவில்லை என்பதே உண்மை. பாரதி காலமாவதற்கு ஓராண்டுக்கு முன்பே வ.உ.சி., சென்னை பிரம்பூரை விட்டுக் கோவைக்குச் சென்றுவிட்டார். நூலாசிரியர் கருதுவது போல் பாரதியின் அந்திமக் காலத்தில் அவர் சென்னையில் இல்லை.

'சின்னச் சங்கரன் கதை' முற்றுப்பெறாத நூல் என்பதே இன்று பாரதி அறிஞருலகம் ஒப்பும் கருத்து. இன்னமும் (வ.ரா.வை அடியொற்றி) அதன் கையெழுத்துப்படி பிரிட்டிஷ் போலீசாரால் களவாடிச் செல்லப்பட்டது என்று கொள்ளக் காரணமில்லை.

பாரதி நூற்றாண்டுக்குப் பிந்திய இரு பதிற்றாண்டுகளில் பாரதியியல் ஆய்வில் எவ்வளவோ முன்னேற்றங்களும் வளர்ச்சிகளும் ஏற்பட்டுள்ளன. இவை பற்றிய அறிமுகமோ ஓர்மையோ நூலாசிரியர்க்கு இல்லை என்பதைக் 'குமுதம் தீராநதி' (ஏப்ரல் 2004) நேர்காணல் மட்டுமல்ல இந்த நூலும் காட்டுகிறது.

பாரதியின் உயிரியல் வாரிசுகள் அறிவுலக வாரிசுகளாக இருக்க வேண்டிய கட்டாயம் இல்லை.

விஜயபாரதி, *அமரன் கதை*, நர்மதா பதிப்பகம், சென்னை, 2002 நூலுக்கு எழுதிய மதிப்புரை

~~

வெளியீட்டு விவரங்கள்

1. *'சென்னையின் தமிழ்க் கவிஞன்': ஓர் ஆங்கிலேய நிருபரின் பார்வையில் பாரதி*

   இதன் ஆங்கில வடிவம் 'A British Journalist and the Tamil Poet', *The Hindu*, 11 டிசம்பர் 2012இல் வெளிவந்தது. தமிழ் வடிவம் முதல்முறையாக இங்கே வெளிவருகிறது.

2. *முதல் உலகப் போரும் பாரதியும்*

   இதன் ஆங்கில வடிவம் இரு பகுதிகளாக ('A Great Poet, A Great War'; 'And It All Ended') *The Hindu*, 13, 20 ஜூலை 2014 இதழ்களில் வெளிவந்தது. தமிழ் வடிவம் *காலச்சுவடு*, இதழ் 204, டிசம்பர் 2016இல் வெளிவந்தது.

3. *'ரவீந்திர திக்விஜயம்': பாரதி பார்வையில் தாகூர்*

   இதன் ஆங்கில வடிவம் 'Bharati on Tagore', *Seminar*, No. 623, ஜூலை 2011இல் வெளிவந்தது. தமிழ்ச் சுருக்க வடிவம் *தி இந்து தீபாவளி மலர்* 2016இல் வெளிவந்தது.

4. *'பரிமளா': பாரதி பாராட்டிய நாவல்?*

   ஆ.இரா. வேங்கடாசலபதி (ப—ர்), எஸ்.ஜி. இராமாநுஜலு நாயுடு, *சென்றுபோன நாட்கள்*, காலச்சுவடு பதிப்பகம், நாகர்கோவில், 2015 நூல் முன்னுரையின் ஒரு பகுதியாக இடம்பெற்றது.

5. *'வம்சமணி தீபிகை': பாரதி எழுதத் தவறிய எட்டயபுர வரலாறு*

   இக்கட்டுரையின் முதல் வடிவம் 2004 'தினமணி' தீபாவளி மலரில் வெளியானது.

6. ‘இன்னுமொருகால் இளசைக் கேகிடின்’: பாரதியின் சுயசரிதைகள்

ஆ.இரா. வேங்கடாசலபதி (ப–ர்), *பாரதியின் சுயசரிதைகள்: கனவு, சின்னச் சங்கரன் கதை*, காலச்சுவடு பதிப்பகம், நாகர்கோவில், டிசம்பர் 2014, நூல் முன்னுரை.

7. ‘தமிழறிந்த மன்னரிலை என்ற வசை’: எட்டயபுர ஜமீன்தார்கள் பற்றி

காலச்சுவடு, இதழ் 204, டிசம்பர் 2016.

8. ‘எழுக, நீ புலவன்!’ பாரதி – பாரதிதாசன் சந்திப்பு நிகழ்ந்தது எப்போது?

காலச்சுவடு, இதழ் 84, டிசம்பர் 2006.

9. ‘நமக்குத் தொழில் கவிதை’: பாரதியின் எழுத்து வாழ்க்கை

ஆ.இரா. வேங்கடாசலபதி, *அந்தக் காலத்தில் காப்பி இல்லை முதலான ஆய்வுக் கட்டுரைகள்*, காலச்சுவடு பதிப்பகம், நாகர்கோவில், 2000.

10. பாரதியும் மொழியின் நவீனமயமாக்கமும்

இக்கட்டுரை காந்திகிராமப் பல்கலைக்கழகத்தின் பாரதி அறக்கட்டளைக் கருத்தரங்கில் (1995) படிக்கப்பட்டது; *காலச்சுவடு*, 13இல் வெளிவந்தது. நுஃமானின் ‘பாரதியின் மொழிச் சிந்தனைகள்’ நூலின் மறுபதிப்பில் (சவுத் விஷன், சென்னை, 1998) இக்கட்டுரை பிற்சேர்க்கையாகவும் இடம்பெற்றது. இதன் இன்னொரு வடிவம் *‘Bharati and the Modernization of Tamil’* என *South Indian Studies, No.1, Jan–June 1996* இதழில் வெளிவந்தது. பின்னர் ஆ.இரா. வேங்கடாசலபதி, *அந்தக் காலத்தில் காப்பி இல்லை முதலான ஆய்வுக் கட்டுரைகள்*, காலச்சுவடு பதிப்பகம், நாகர்கோவில், 2000 நூலில் இடம்பெற்றது.

இதற்கு ஒரு மறுப்புரையாக, ‘கருத்துநிலையும் கட்டவிழ்ப்பும்’ என்ற கட்டுரையை நுஃமான் எழுதினார் (*காலச்சுவடு*, 15). இதனை மறுத்து ‘தமிழரசுக் கட்சி அவலும் திராவிட இயக்க உரலும்’ என்ற விவாதக் கட்டுரையை நான் எழுதினேன் (*காலச்சுவடு*, 17). ‘அவல் இல்லாத உரல்’ என்று நுஃமான் இதனை மறுத்தார் (*காலச்சுவடு* 19). நிராகரணம், நிராகரண தூஷணம், தூஷணத்துக்கு வாயாப்பு என்ற போக்கில் இவ்விவாதம் சென்று தேய்ந்தது.

11. 'விஜயா': பாரதி ஆசிரியனாக விளங்கிய ஒரே நாளிதழ்

    ஆ. இரா. வேங்கடாசலபதி (ப–ர்), *பாரதி: 'விஜயா' கட்டுரைகள்*, காலச்சுவடு பதிப்பகம், நாகர்கோவில், 2004, நூல் முன்னுரை.

12. ஆங்கில நாளிதழில் ஒரு தமிழ்க் கவிஞன்: 'ஹிந்து'வில் பாரதி.

    ஆ.இரா. வேங்கடாசலபதி (ப–ர்), *பாரதி கருவூலம்: 'ஹிந்து' நாளிதழில் பாரதியின் எழுத்துகள்*, காலச்சுவடு பதிப்பகம், நாகர்கோவில், 2008, நூல் முன்னுரை.

13. பாரதியின் கருத்துப்படங்கள்

    இக்கட்டுரையின் முதல் வடிவம் ஆ. இரா. வேங்கடாசலபதி, *பாரதியின் கருத்துப்படங்கள்: 'இந்தியா' 1906–1910 (1994)* என்ற நூலின் முன்னுரையாக வெளிவந்தது. இதன் ஆங்கில வடிவம் 'Lampooning the Raj: Subramania Bharati and the Cartoon in Tamil Journalism, 1906-1910' என ICCTR Journal, V (1–2), 1996 இதழிலும், 'Resisting Oppressive Laws with Impressive Cartoons', The Economic Times 14 ஜூலை 1996 இதழிலும் வெளிவந்தது. பின்னர் ஆ.இரா. வேங்கடாசலபதி, *அந்தக் காலத்தில் காப்பி இல்லை முதலான ஆய்வுக் கட்டுரைகள்*, காலச்சுவடு பதிப்பகம், நாகர்கோவில், 2000 நூலில் இடம்பெற்றது.

14. பாரதியின் உயிரியல் வாரிசு

    காலச்சுவடு, இதழ் 57, செப்டம்பர் 2004.

ஆ. இரா. வேங்கடாசலபதி

தற்காலத் தமிழ் ஆய்வுலகில் முன்னோடியானவர் என்று ஆ.இரா.வேங்கடா சலபதியையே நான் முன்னிருத்துவேன். ஆய்வுலகப் புழக்கமோ அதன் நடைமுறைகள் பற்றிய அறிவோ இல்லாத பொது வாசகனாகவே இப்படிச் சொல்ல எனக்கு நான்கு முதன்மையான காரணங்களும் ஒரு துணைக் காரணமும் இருக்கின்றன.

கல்விப்புலம் சார்ந்த ஆய்வுகள் பெரும்பாலும் புலமை இறுக்கம் கொண்டவை. ஆர்வமுள்ள வாசகனை உட்புக அனுமதிக்காதவை. மீறி உள்ளே நுழைந்தாலும் 'இங்கே உனக்கு என்ன வேலை?' என்று விரட்டி அடிப்பவை. தனிச் சொத்தாகவோ குழூஉக் குறியாகவோ பாதுகாக்கப்படுபவை. ஆய்வுநூலை ஒரு பொது வாசகனும் எளிதில் படிக்கலாம் என்ற ஜனநாயகப் பெருந்தன்மை கொண்டனவாக எனக்கு அறிமுகமானவை சலபதியின் ஆய்வுகள். அவை வாசிப்பனுபவத்துக்கு உகந்தவை. அவரது முதலாவது ஆய்வெழுத்துக்களைப் புனைவெழுத்துக்களுக்குரிய சுவாரசியம் கொண்ட படைப்புகளாகவே வாசித்திருக்கிறேன். ஓர் ஆய்வு சுவாரசியமானதாகவும், வாசக அணுக்கமுடையதாகவும், ஒற்றை இருப்பில் வாசித்து முடிக்கும் தன்மை கொண்டதாகவும் இருக்க முடியும் என்ற நிலையை நிறுவியவர் சலபதி. அவரை முன்னுதாரணமாகக் கொண்டுதான் பின்னர் வந்த ஆய்வாளர்களின் நூல்கள் உருவாகியிருக்கின்றன.

நூல் பதிப்பு என்பது நூல் தொகுப்பாக மட்டுமிருந்த கட்டத்தில் அதை விஞ்ஞானபூர்வமாக அணுகியவரும் சலபதிதான் என்பது என் உறுதியான கருத்து. புதுமைப்பித்தன் படைப்புகளுக்கு அவர் உருவாக்கிய பதிப்பாக்க முறைதான் அறிவுபூர்வமானது. நம்பகமானது. முன்னோடிப் படைப்பாளிகளின் மொத்த ஆக்கங்களாகத் தமிழில் இன்று வெளியாகும் எல்லாப் பதிப்புகளின் முறையியலும் சலபதியின் பதிப்புப் பணியை அடியொற்றியவை. தி. ஜானகிராமன் கதைகள் முழுத் தொகுப்பைப் பதிப்பிக்கும் வேலையில் ஈடுபட்டபோது எனக்கு வழிகாட்டியது சலபதியின் முறையியலே. உயர்வு நவிற்சியாகத் தொனிக்கலாம் எனினும் நூற் பதிப்புச் செயல்பாட்டின் மூத்த முன்னோடி உ.வே. சாமிநாதையர் என்பதைப் போல என் தலைமுறையின் முன்னோடி ஆ.இரா.வேங்கடாசலபதி என்பது உண்மை.

பாரதி ஆய்வில் செயல்பட்டவர்கள் அநேகர். இந்த ஆய்வுகள் பொது வாசகனிடம் பாரதியை ஒரு திருஉருவாகவே அறிமுகம் செய்பவை. அவனுடைய செயல்பாடுகள் அனைத்தையும் அவதார லீலைகள் போன்று முன்வைப்பவை. அவற்றை இம்மையியல் சார்ந்ததாக நிலைநிறுத்தியவர் சலபதி. பாரதியின் மேன்மைகளுடன் குறைகளையும் பிழைகளையும் சரிவுகளையும் ஆய்ந்து அவனுக்கு மானுட முகம் அளிப்பவை சலபதியின் ஆய்வுகளும் பதிப்புகளும். இதே வாசகங்களைப் புதுமைப்பித்தன் செம்மையாக்கங்களுக்கும் உறுதியாகக் கையளிப்பேன்.

சலபதியின் ஆய்வுகள் கடந்த காலத்தையே சார்ந்தவை என்ற எண்ணம் எனக்கிருந்தது. 'ஆஷ் அடிச்சுவட்டில்' என்ற ஒரு கட்டுரையே அந்த எண்ணத்தைக் கைவிடச் செய்தது. கடந்த கால நிகழ்வொன்றை மிகச் சமகாலத்தைச் சேர்ந்ததாக மாற்றிய நுண்ணோக்கும், காலத்தின் மௌனங்களை நிரப்பும் தரவுகளும் அவரது ஆய்வின் வெற்றிகள். ஜெயலலிதா, சோ மறைவையொட்டி ஆங்கிலத்தில் அவர் எழுதிய கட்டுரைகள் கொண்டிருக்கும் சமகாலத்தன்மை தமிழ் அறிவுலகத்துக்குப் புதிது. பொருள் பொதிந்த நன்னடை, நேர்கொண்ட பார்வை, வாசக ஈர்ப்புக் கொண்டவை அவை. அவற்றைத் தமிழிலும் எழுதித் தொலைத்தால் என்ன குறைந்து போகும் என்ற ஆதங்கம் எனக்கு இருக்கிறது. அப்படி அவர் இசைந்தால் தமிழிலும் ராமச்சந்திர குஹா, பி. சாய்நாத் போன்ற வாசக ஏற்புள்ள ஒருவர் கிடைப்பார்.

துணைக் காரணம்: அவருக்கு நான் நண்பன்.

சுகுமாரன்

பாரதி பற்றிய ஆ. இரா. வேங்கடாசலபதியின் நூல்கள்
(காலச்சுவடு வெளியீடுகள்)

பாரதி: கவிஞனும் காப்புரிமையும்
ரூ. 120

பாரதியின் சுயசரிதைகள்
கனவு, சின்னச் சங்கரன் கதை
ரூ. 75

பாரதி கருவூலம்
'ஹிந்து' நாளிதழில் பாரதியின் எழுத்துக்கள்
ரூ. 175

பாரதி: 'விஜயா' கட்டுரைகள்
ரூ. 450